ஏமாறும் கலை

ஏமாறும் கலை
யுவன் சந்திரசேகர் (பி. 1961)

யுவன் சந்திரசேகர் (எம். யுவன்) பிறந்தது மதுரை மாவட்டம் சோழவந்தானுக்கு அருகிலுள்ள கரட்டுப்பட்டி என்ற சிறு கிராமத்தில். வசிப்பது சென்னையில். பாரத ஸ்டேட் வங்கியில் பணிபுரிந்து விருப்ப ஓய்வு பெற்றிருக்கிறார்.

மின்னஞ்சல்: *writeryuvan@gmail.com*

யுவன் சந்திரசேகரின் பிற நூல்கள்

நாவல்
- குள்ளச்சித்தன் சரித்திரம் (2002)
- பகடையாட்டம் (2004)
- கானல் நதி (2006)
- வெளியேற்றம் (2009)
- பயணக்கதை (2011)
- நினைவுதிர் காலம் (2013)
- ஊர்சுற்றி (2016)

சிறுகதை
- ஒளிவிலகல் (2001)
- ஏற்கனவே (2003)
- கடல் கொண்ட நிலம் (2009)
- நீர்ப்பறவைகளின் தியானம் (2009)
- ஒற்றறிதல் (2017)

குறுங்கதை
- மணற்கேணி (2008)
- தலைப்பில்லாதவை (2022)

கவிதை
- ஒற்றை உலகம் (1996)
- வேறொரு காலம் (1999)
- புகைச்சுவருக்கு அப்பால் (2002)
- கைமறதியாய் வைத்த நாள் (2005)
- தோற்றப் பிழை (2009)
- தீராப் பகல் (முழுத் தொகுப்பு) (2016)

(முதல் இரண்டு தொகுப்புகளும் 'முதல் 74 கவிதைகள்' என ஒரே நூலாக 2005இல் வெளிவந்துள்ளன.)

மொழிபெயர்ப்பு
- பெயரற்ற யாத்ரீகன் - ஜென் கவிதைகள் (2003)
- ஜிம் கார்பெட்: 'எனது இந்தியா' (2005)
- குதிரை வேட்டை (2013)
- பொம்மை அறை (2015)
- கூட்டுவிழிகள் கொண்ட மனிதன் (2019)

யுவன் சந்திரசேகர்

ஏமாறும் கலை

காலச்சுவடு பதிப்பகம்

● அன்பார்ந்த வாசகருக்கு,

வணக்கம்.

காலச்சுவடு நூலை வாங்கியமைக்கு நன்றி.

நூலின் உள்ளடக்கம், உருவாக்கம், அட்டைப்படம் இன்ன பிற அம்சங்கள் பற்றிய உங்கள் கருத்துகளையும் ஆலோசனைகளையும் காலச்சுவடு வரவேற்கிறது. தகவல், எழுத்து, வாக்கியப் பிழைகள் தென்பட்டால் கட்டாயம் தெரிவித்து உதவுங்கள். நூல் தயாரிப்பில் கடும் குறைபாடு இருப்பின் மாற்றுப் பிரதி உங்களுக்குக் கிடைக்கக் காலச்சுவடு ஏற்பாடு செய்யும்.

மின்னஞ்சல்: *publisher@kalachuvadu.com*

காலச்சுவடு நாகர்கோவில் தலைமையகத்துக்கும் கடிதம் அனுப்பலாம்.

தங்கள்
எஸ்.ஆர். சுந்தரம் (கண்ணன்)
பதிப்பாளர் — நிர்வாக இயக்குநர்

ஏமாறும் கலை ◆ சிறுகதைகள் ◆ ஆசிரியர்: யுவன் சந்திரசேகர் ◆

© ஆர். சந்திரசேகரன்

◆ முதல் பதிப்பு: டிசம்பர் 2012, மூன்றாம் (குறும்) பதிப்பு: டிசம்பர் 2022 ◆ வெளியீடு: காலச்சுவடு பப்ளிகேஷன்ஸ் (பி) லிட்., 669 கே. பி. சாலை, நாகர்கோவில் 629 001.

emarum kalai◆ Short Stories ◆ Author: Yuvan Chandrasekar ◆

© R. Chandrasekaran

◆ Language: Tamil ◆ First Edition: December 2012, Third (Short) Edition: December 2022 ◆ Size: Demy 1 x 8 ◆ Paper: 18.6 kg maplitho ◆ Pages: 240

Published by Kalachuvadu Publications Pvt. Ltd., 669 K.P. Road, Nagercoil 629 001, India ◆ Phone : 91-4652-278525 ◆ e-mail: publications @kalachuvadu.com ◆ Printed at Adyar Students xerox Pvt. Ltd., No. 275 Habibullah Road, Triplicane high Road, Opp Triplicane Post Office, Triplicane, Chennai 600005

ISBN : 978-93-81969-47-2

12/2022/S.No. 492, kcp 4140, 18.6 (3) 1k

என் பிரிய நண்பர்
எம்.எஸ். அவர்களுக்கு

பொருளடக்கம்

ஏமாறும் கலை	11
ஒரு கொத்துக் கிராம்பு	27
தாய்மை யாதெனில்...	42
கற்புக்கரசன்	60
குரு குலம்	77
மறு விசாரணை	95
மனம் புகுதல்	126
சரஞ் சரமாக...	141
முடிவற்று நீளும் கோடை	158
கதைகதையாம் காரணமாம்	176
மூன்றாவது முத்தம்	196
நீ ஏற்கனவே இருந்திருக்கிறாயா, ஜனா?	216

ஏமாறும் கலை

முந்தாநாள் சாயங்காலம் கொஞ்சம் சீக்கிரமாகவே அலுவலகம் விட்டுத் திரும்பினேன். எதற்கு என்பதையும் சொல்லிவிடுகிறேன். சென்றவாரம் என் கணிப்பொறியில் கோளாறு. உடனடியாக நண்பர் வெங்கடேசனுக்குத் தகவல் தெரிவித்தேன். 'இதோ அரைமணியில் வந்து விடுகிறேன்' என்றார். எதற்கும் இருக்கட்டும் என்று கூட அரைமணிநேரம் அவகாசம் கொடுத்துவிட்டு, மீண்டும் கூப்பிட்டேன். அவருடைய செல்ஃபோன் அணைக்கப்பட்டிருந்தது. மறுநாள் காலை நான் அலுவலகம் சென்று சேர்ந்தவுடன் அவரிடமிருந்து அழைப்பு வந்தது.

ஸார், இப்போ வரலாமா?

என்று ஆதரவாகக் கேட்டார்.

ஆஃபீஸுக்கு வந்துட்டேனே வெங்கடேசன். சாயங் காலம் வர முடியுமா?

இன்னைக்கிக் கட்டாயம் வந்துர்றேன் ஸார்.

என்று உறுதியாகச் சொன்னார். சாயங்காலம் கூப்பிட்ட போது மணி அடித்துக்கொண்டேயிருந்தது. பத்திருபது தடவை முயன்று அலுத்தபின் முயற்சியைக் கைவிட்டேன்.

ஒருதடவையும் சொன்னாச் சொன்ன நேரத்துக்கு வந்ததாச் சரித்திரமே கிடையாது. வேற ஆளெப் பாக்கலாம்ன்னாலும் நீங்க கேக்கறதில்லே.

பத்மினி அலுத்துக்கொண்டாள், விவரம் புரியாமல்.

மாநகரத்தில் அப்படியெல்லாம் அவசரப்பட்டு முடிவெடுத்து விட முடியாது. திறமைசாலிகள் எவ்வளவோ பேர் இருக்கலாம். நம்பகமானவர்கள் கிடைப்பது அரிது. வீட்டுச்சாவியை ஒப்படைத்துவிட்டுப் போகும் அளவு நேர்மையானவர் வெங்கடேசன். தவிர, தரமணியிலிருந்து தாம்பரம்வரை வந்து சேவை செய்வதற்கு எவ்வளவு பெரிய மனது வேண்டும்? கிட்டத்தட்ட ஐந்து வருடங்களாக என் கணிப்பொறிக்கு வரும் வியாதிகளை வெங்கடேசன்தான் குணப்படுத்திவருகிறார். நான் அவரைத் தொழில்முறையாளராகக் கருதுவதில்லை. டீ டிஃபன் சாப்பாடு பேரம் பேசாமை என்று ஆத்ம நண்பரைப் போலத்தான் நடத்துகிறேன். ஆனால், அவரும்தான் என்ன செய்வார், பாவம். நண்பர்களிடம்தானே சலுகை எடுத்துக் கொள்ள முடியும்?

முந்தாநாள் 'சாயங்காலம் நாலரை மணிக்குக் கட்டாயம் வந்துவிடுகிறேன்' என்று சொல்லியிருந்தார். முதல் புகார் சொல்லி ஒருவாரம் ஆகிவிட்டதே; வெங்கடேசன் வாக்குத் தவறாமல் வந்துவிடுவதற்கு நிச்சயம் வாய்ப்பிருக்கிறது என்பது என் எண்ணம். அதனால், அலுவலகத்தில் அனுமதி வாங்கிக் கொண்டு சீக்கிரம் வந்தேன்.

வருடத்தில் பத்து மாதங்கள் சென்னையில் கோடைகாலம் தான். செப்டம்பர் மூன்றாவது வாரம். நாலு மணிக்கு உச்சி வெயில் தலையில் கொளுத்துகிறது. மின்ரயில் நிலையத்தின் அருகில் உள்ள வாகனப் பாதுகாப்பிடத்தில் ஆஸ்பெஸ்டாஸ் கூரை. எத்தனையோ வண்டிகள் எடுப்பதற்கு வாகான விதத்தில் நின்றன. கனத்த இரண்டு வண்டிகளுக்கிடையில் சொருகிக் கிடந்த என் வண்டியை உருவியெடுப்பதற்குள், குளித்த மாதிரி வியர்த்துவிட்டது.

வெளியில் வந்து கொஞ்ச தூரம் போயிருப்பேன், அந்தப் பையன் வலது கட்டைவிரலை உயர்த்திக் காட்டினான். நான் எப்போதுமே வேகமாக ஓட்ட மாட்டேன். பையனின் அருகில் நிறுத்தி, பின்னால் ஏற்றிக்கொண்டேன். அதற்குள் முதல் பார்வை அவனை அளந்துவிட்டிருந்தது. இந்த வெயிலில் வெறுங்காலுடன் நிற்கிறான். முதுகில் புத்தகப் பை. கசங்கிய காக்கி டவுசர், பழுப்பேறிய வெள்ளைச் சட்டை. மாநகராட்சிப் பள்ளிச் சீருடை. தக்கை மாதிரி இருக்கிறான் – பின்னால் ஒரு சுமை உட்கார்ந்திருக்கிற உணர்வே இல்லை.

எந்த க்ளாஸ்டா தம்பி?

எட்டாவதுண்ணா . . .

நான் கேட்பதற்காகக் காத்திருந்தவன் மாதிரி வேகமாகச் சொன்னான். தானாகவே ஒரு தகவலைச் சேர்த்தும் கொண்டான்.

...இன்னைக்கிக் கொஞ்சம் ஒடம்பு சரியில்லெ. அதான் இஸ்கூல் விடுறதுக்கு முன்னாடியே கௌம்பீட்டேன்...

கேட்காது கிடைத்த தகவலால், உள்ளுணர்வில் சிறு எச்சரிக்கை ஊறியது. உடம்புக்கு என்ன?' என்று நான் கேட்கவில்லை. ஆனாலும் அவன் சொன்னான்:

...வவுத்த வலி...

நான் மௌனமாக வண்டியை ஓட்டினேன். அவன் விடவில்லை.

...காலையிலெயும் சாப்புடலெ, மத்தியானமும் சாப்புடலே...

என் மௌனத்தைப் பொருட்படுத்தாமல் தொடர்ந்தான்:

...வீட்லெயும் இப்ப ஒண்ணும் இருக்காது. எங்க சித்தி வேலைக்கிப் போயிருக்கும். நான் பெறந்தவொடனே எங்கம்மா செத்துப்போச்சு...

பின்னால் ஒரு மனிதக் குரல் நம்மிடம் பேசும்போது, 'ம்' கொட்டாமல் வருவது சங்கடமாகத்தான் இருந்தது. ஆனாலும், எனக்குள் இறுக்கம் அதிகரித்துக்கொண்டே போனது. அவன் சரளமாகச் சொல்லி முடித்தான்:

...யாராச்சும் ஒரு ரூவா குடுத்தாங்கன்னா, பன்னு வாங்கித் தின்னுக்கிருவேன்.

அவன் குரல் தேய்வதற்கு முன்னால், பத்மா தியேட்டர் வந்துவிட்டது.

நீ எங்கெப்பா எறங்கணும்?

நீங்க ரைட்லெ போறீங்களாண்ணா?

இல்லெ. லெஃப்ட்லெ.

என்று சொல்லிக்கொண்டே வண்டியை நிறுத்தினேன்.

தேங்ஸ்ணா.

அவன் இறங்கிகொண்டான். தேவையேயில்லாமல் நான் வண்டியை இடதுபக்கம் செலுத்தினேன். முத்தாலம்மன் கோயில் வரை சென்று, அங்கே வலதுபுறம் திரும்பி மெக்ரென்னட் வரை போய், பிறகு மீண்டும் வலதுபுறம், என் தெருவுக்குப்

போகும் சாலையில் திரும்பவேண்டும். வழக்கமான பாதையை விட மூன்று கிலோமீட்டர் சுற்று.

நூறடி தூரம் போயிருப்பேன். கொடுக்காமல் விட்ட ஒரு ரூபாய் எனக்குள் உறுத்த ஆரம்பித்தது. சுற்றிப் போவதற்கான பெட்ரோல் செலவுடன் ஒப்பிட்டு ஒப்பிட்டுக் குமைந்தது மனம். திரும்பிப் போய் அவனைப் பிடித்துக் காசு தந்தால் சமனமாகிவிடலாம், ஒருவேளை. அதற்கும் சம்மதமில்லை.

வழக்கத்தைவிட மெதுவாக வண்டி ஓட்டி வீடு போய்ச் சேர்ந்தேன். வெங்கடேசன் அன்றும் வரவில்லை என்பது கவனம் வராத அளவு அந்தப் பையனின் குரலுக்குள் மூழ்கிக் கிடந்தேன் என்பது இப்போதுதான் உறைக்கிறது... ராத்திரி உறக்கம் வராமல் புரண்டுகொண்டிருந்ததைப் பார்த்து பத்மினி கேட்டாள்:

எங்க ஆஃபீஸுக்கு கம்ப்யூட்டர் சர்வீஸ் பண்ண ஒரு சின்னப் பையன் வரான். கெட்டிக்காரனா இருக்கான். ஃபோன் பண்ணினா ஒடனே வந்துருவான். நாளைக்கி நான் வேணா அவனைக் கூப்பிட்டுப் பேசட்டுமா?

'வெங்கடேசன் சம்பந்தமான கவலை இல்லை இது, பெயர் தெரியாத பள்ளிச் சிறுவன் ஒருவனைப் பற்றியது' என்று விளக்கினேன். அவள் வழக்கம்போலப் பொறுமையாய்க் கேட்டுக் கொண்டிருந்துவிட்டு, நான் சொல்லி முடித்த மாத்திரத்தில், மெல்லிய குறட்டையுடன் தூங்கிவிட்டாள்.

அதெப்படி ஒருத்தரின் கவலை அடுத்தவருக்குத் தாலாட்டாய் மாறுகிறது என்று வியந்தபடி புரண்டு படுத்தேன். மற்ற விஷயங்களில் தன்னியல்பாக இருக்கும் எனக்கு, யாசகர்கள் சம்பந்தமாக மட்டும் அதீத சுதாரிப்புணர்வு இருப்பதற்கு என்ன காரணம் என்று ஆராயத் தொடங்கினேன். உறக்கம் வரவழைக்க ஆராய்ச்சியைவிடவும் எளிதான வழிமுறை ஒன்று உண்டா என்ன?

அப்பா நடத்திய ஓராள் உணவகத்துக்கு நாள்தவறாமல் அதிகாலையில் வரும் வாடிக்கையாளர்கள் இருவர். ஒருத்தரைப் பற்றி முன்னமே சொல்லியிருக்கிறேன் – அப்பா வளர்த்த பூனை தான் அது. பெயர் சூட்டப்படாதது. இரண்டாவது நபர் – அவருடைய பெயரைச் சொல்வதற்குத் தயக்கமாய் இருக்கிறது. சமாசாரம் அப்படிப்பட்டது. மேற்படியாருடைய வாரிசுகள் மிராசுதாரர்களாக இன்னமும் மிளிர்ந்துகொண்டிருக்கிறார்கள். குறிப்பிடும் வசதிக்காக, 'பெரியய்யா' என்று வைத்துக்கொள்வோம்.

பெரியய்யாவுக்குப் பக்கத்து கிராமத்தில் ஏகப்பட்ட நிலபுலன்கள். அந்த ஊரே எங்கள் கிராமத்தைவிட வசதியானது தான். மளிகைக்கடை மட்டுமே மூன்று இருந்தது என்றால் பார்த்துக்கொள்ளலாம். இதுபோக, கொச்சக் கயிறுகளும், கன்றுகளுக்கு வாய்க்கூடு, மாடுகளுக்கென வெண்சங்கு கோத்த திருஷ்டிக்கயிறு போன்றவற்றை விற்கும் கடை ஒன்றும் இருந்தது. இருந்தும், இரண்டு விஷயங்களில் எங்கள் ஊர் அந்த ஊரைத் தாண்டிச் சென்றுவிட்டது.

ஒன்று, சோழவந்தான் போவதற்கு அந்த ஊர் ஜனங்களும் கரட்டுப்பட்டியில்தான் வந்து பஸ்ஸேற வேண்டும். இரண்டாவது, கரட்டுப்பட்டியில் மட்டும்தான் ஐயர் ஓட்டல் உண்டு. ஐயர் கை ருசி அந்தப் பிராந்தியத்திலேயே புகழ் பெற்றது.

பெரியய்யா தும்பைப்பூ மாதிரி நடந்துவருவார். பாடப் பகுதியிலும் கதைகளிலும் படித்ததை வைத்து இந்த உதாரணம் சொல்கிறேன் என்று நினைத்துவிடாதீர்கள் — சிறுவயதில் நிஜ மாகவே தும்பைப்பூ பார்த்திருக்கிறேன்... மஞ்சள் நிறத் துணிப்பை ஒரு கையில். சலவை வேஷ்டியின் நுனி மறு கையில். அதன் விளிம்பு புழுதித் தரையில் உரசாதவண்ணம் ஏந்திப் பிடித் திருப்பார்.

வயிறு முட்ட இட்டிலி சாப்பிடுவார். ஓர் இட்டிலி ஐந்து பைசா. அவர் சாப்பிடும் இட்டிலிகளின் எண்ணிக்கையைச் சொன்னால் மலைத்துவிடுவீர்கள். நான் ஏதோ பொய் சொல் கிறேன் என்று என் மேல் சந்தேகம் வந்து, மேற்கொண்டு நான் சொல்லவிருப்பதையும் நம்ப மாட்டீர்கள்.

பெரியய்யாவுக்கு எங்களிடம் கணக்கு உண்டு. மாதம் ஒருமுறை பணம் கொடுப்பார். ஒருபோதும் அவர் ரூபாய் நோட்டுகள் கொடுத்து நான் பார்த்ததில்லை. நிரந்தரமாகக் கையில் இருக்கும் மஞ்சள் பையைத் திறந்து, அதற்குள் இருக்கும் சுருக்குப்பையை எடுத்து முடிச்சவிழ்த்து அப்பாவுடைய கல்லா மேஜையில் தலைகீழாகக் கவிழ்ப்பார். அவ்வளவும், ஒருபைசா இரண்டு பைசா நாணயங்கள்.

கிட்டத்தட்ட ஒரு மணிநேரம் பிடிக்கும் எனக்கு — அவற்றை எண்ணி அப்பாவிடம் கணக்கு ஒப்படைக்க. என் கூலி ஐந்து பைசா. உடனே கடலைமிட்டாய் வாங்கித்தின்ன ஓடுவேன்... அப்பாவிடம் ஒருநாள் கேட்டேன்:

இந்தப் பெரியய்யா (எவ்வளவு கவனமாய் இருக்கிறேன் பார்த்தீர்களா!) ஏம்ப்பா இப்பிடிச் சில்லறைக் காசாக் குடுக்கறார்?

அப்பா சிரித்தார். இப்போது நினைவில் மீட்டுப் பார்த்தால், அப்பாவின் வழக்கமான சிரிப்பில்லை அது – கொஞ்சம் விரசம் கலந்த, வேறு சிரிப்பு என்று தோன்றுகிறது.

தொடர்ந்து பெரியய்யா மர்மத்தைத் துருவி அப்பாவிடம் விசாரிக்க முடியாமல், புழுதி கிளப்பிக்கொண்டு ஒரு நேஷனல் பெர்மிட் லாரி வந்து நின்றது. ஓட்டுநர் இருக்கையிலிருந்து குதித்த சர்தார்ஜி இரு கையும் கூப்பி ஆவேசமாக 'நமஸ்தே' சொல்லிக்கொண்டே வந்தார். அப்பாவும் 'ஆயியே, ஆயியே சர்தார்' என்று உற்சாகமாக வரவேற்றார்.

வயிறு முட்டச் சாப்பிட்டுவிட்டு 'நாலா இருக்கூ ஸாமீ.' என்று பாராட்டிப் போகும் வட இந்திய வாடிக்கையாளர்கள் அப்பாவுக்கும், லேசாக இருட்ட ஆரம்பித்ததும் பாண்டிய ராஜபுரம் விலக்கு ரெட்டை ஆலமரத்தின் அருகில் போய் நின்றுகொள்ளும் பொன்னம்மாவுக்கும் உண்டு என்று எங்கள் குடும்பத்தில் கேலி பேசிச் சிரிப்பார்கள்.

அப்பா இறந்த பிறகு, அவருடைய கணக்கு நோட்டைப் பார்த்தால், கிட்டத்தட்ட நூற்றைம்பது ரூபாய் வரை வராக்கடன் இருந்தது. கடன்காரர்களின் பெயர்களும் வண்டிகளின் பதிவு எண்களும்கூட இருந்தன.

இதற்காக, உலகம் ஏமாற்றுக்காரர்களால் நிரம்பிக் கிடக்கிறது என்று முடிவுகட்டிவிட வேண்டியதில்லை. அப்பா இறந்து நாங்கள் ஊரைவிட்டுக் கிளம்ப ஆறு மாதங்கள் ஆயிற்று என்று முன்னமே சொல்லியிருக்கிறேனல்லவா? அது வரைக்கும், லாரியை நிறுத்திவிட்டு, பூட்டிக்கிடக்கும் ஓட்டலைப் பார்த்து எங்கள் வளாகத்துக்குள் வந்து, வீட்டு வாசலில் நின்று கண் மல்க துக்கம் கேட்டுவிட்டு, ஸாமியின் பாக்கியை ஸெட்டில் செய்துவிட்டுப் போனவர்களும் உண்டு. அவர்களை 'ஏமாளிகள்' என்கிற மாதிரி என் குடும்பத்தவர்கள் பேசிக் கொள்வார்கள். அம்மா மட்டும், அப்போதுதான் அப்பா இறந்த மாதிரிப் புலம்பவும் அழவும் ஆரம்பிப்பாள்.

இதையெல்லாம் ஒருநாள் தணிகாசலத்திடம் சொல்லிக் கொண்டிருந்தேன். கல்லூரி வாழ்க்கையில் எனக்குக் கிடைத்த அற்புதமான நண்பன் அவன். மகா கெட்டிக்காரன். படிப்பு சுமாராகத்தான் வந்தது என்றாலும், அவனுக்குத் தெரிந்திருந்த விஷயங்களைச் சொல்ல ஆரம்பித்தால் இந்த ஒரு கதை போதாது. பாடப் புத்தகங்கள் சம்பந்தமாக ஒருவித ஆழ்ந்த

வெறுப்பு இருந்ததே தவிர, சதா படித்துக்கொண்டேயிருப் பான். குறிப்பாக, 'நடைமுறை மாஜிக்குகள்' என்கிற மாதிரி யான புத்தகங்கள் ... தணிகாசலம் பொறுமையாகக் கேட்டு விட்டு, என்னால் இன்றுவரை மறக்க முடியாத ஒரு கருத்தைச் சொன்னான்:

> சொல்லலாம்டா. ஏமாளின்னு யாரெ வேணும்னாலும் சொல்லலாம். யாரையுமே ஏமாத்துறதும் ஈஸிதான். ஆனா, ஏமார்றது இருக்கே, அது எல்லாராலெயும் முடியாது பாத்துக்க. அது ஒரு தனீக் கலெ. ஏமார்றதுக்கு எம்புட்டு சுத்தமான மனசு வேணும்ங்கிறே?

இது எனக்குப் புதுசாக இருந்தது. அறிவீனம்தான் ஏமாறுவதற்குக் காரணம் என்றல்லவா நான் நினைத்துக்கொண்டிருக்கிறேன்?

தணிகாசலம் சொன்னது பற்றிய விவாதம் ஒருபுறம் இருக்கட்டும். கண்ணுக்குத் தெரியாத வியக்தி ஒன்று பூமியின் சகல நிகழ்வுகளையும் வேடிக்கை பார்த்துக்கொண்டிருக்கிறது என்று சொல்வார்களல்லவா? அதற்கான சான்று மறு வாரமே கிடைத்துவிட்டது. ஆமாம், கிட்டத்தட்ட ஏழு வருடங்கள் கழித்து, பெரியய்யாவைப் பார்த்தேன்!

அன்று எதற்காகவோ மையப் பேருந்து நிலையத்துக்குள் போகிறேன். கொத்தாக நின்று காத்திருந்தவர்களிடம், கையேந்திக் கொண்டிருந்தவர் பெரியய்யாவேதான். சளைக்காமல் ஒவ்வொரு வரிடமும் நின்று, மறுப்பை வாங்கிக்கொண்டு நகர்ந்தார். லேசாகக் கூன் போட்டிருந்தது. ஆளும் இளைத்திருந்தார் என்று தோன்றியது.

மிராசுதாரர் ஒருவர் பிச்சைக்காரராக மாறுவதற்கு ஏழு வருடங்களெல்லாம் தேவைப்படாது என்பது இந்த வயதில் புரிகிறது, அப்போது நான் முதிரா இளைஞன்தானே? மனம் வெகுவாகக் கசங்கியது. என் அப்பாவின் ஞாபகச் சின்னம் ஒன்று கவுரவக் குறைச்சலான விதத்தில் பார்க்கக் கிடைத்த மாதிரி ஒரு சங்கடம்.

இன்னது செய்கிறோம் என்று உணர்வின்றி, பெரியய்யா வையே பார்த்துக்கொண்டிருந்தேன். நான் இப்போது பழைய சிறுவன் இல்லை அல்லவா, அடையாளம் தெரியாமல் என்னிடமே ஒருமுறை வந்து கையேந்தினார் அவர்.

நான் அவரைப் பார்த்தது மத்தியானம் மூன்று மணி சுமாருக்கு. ஐந்தரை மணிவரை தொடர்ந்து பார்த்துக் கொண்டிருந்தேன். கண்முன் தெரிந்த பெரியய்யாவைவிட,

அமரராகிவிட்ட அப்பாவின் பிம்பம்தான் அதிகமாக எனக்குத் தென்பட்டிருக்க வேண்டும். அவரைவிட்டுப் பார்வையை அகற்றமுடியவில்லை. டாணென்று ஐந்தரை மணிக்கு பேருந்து நிலையத்திலிருந்த பொதுக் கழிப்பறை நோக்கிப் போனார் பெரியய்யா. உந்தப்பட்டவன் மாதிரிப் பின் தொடர்ந்தேன். இரண்டாவது அதிர்ச்சி காத்திருந்தது.

இதுவரை அணிந்திருந்த அழுக்கு வேஷ்டி சட்டையை அவிழ்த்துவிட்டு, கையிலிருந்த மஞ்சள் பையிலிருந்து தும்பைப் பூத் துணிகளை எடுத்து அணிந்துகொண்டார். கழிப்பறையை விட்டு வெளியேறும்போது கூன் நிமிர்ந்துவிட்டிருந்தது. பழைய மிராசுதாரர் நடை வந்துவிட்டது. கரட்டுப்பட்டி வழியே போகும் பேருந்து நிற்குமிடத்தை நோக்கி நடந்தார்.

நான் பிரமித்துப்போய் நின்றுகொண்டிருந்தேன். சிகரெட் பழக்கம் தொற்றியிருந்த சமயம். முதல் தடவையாக, தொடர்ந்து இரண்டு சிகரெட்டுகள் பிடித்தேன். அதன்பிறகே சமனமாக முடிந்தது.

மறுநாள், மதிய உணவுவேளையில் தணிகாசலத்திடம் சொன்னேன். அப்படியானால், என் கிராமத்தவர் மதுரைக்கு வரும்போது இவரைப் பார்த்திருப்பார்கள்தானே? என் அப்பாவுக்குமே இது தெரிந்திருக்குமோ? சில்லறைக் காசுகள் பற்றி நான் கேட்டபோது அவர் சிரித்ததற்கு அர்த்தம் இது தானா? நான் கேள்வியாக அடுக்கிக்கொண்டே போக, அவன் ஒரே வாக்கியத்தில் முடித்துவிட்டான்:

> அதான் அன்னைக்கே சொன்னனில்லப்பா. ஏமார்றது ஒரு கலெ பாத்துக்க.

ஆனால், தணிகாசலத்தை நான் நினைவில் வைத்திருப்பது, மேற்சொன்ன வாக்கியத்துக்காக அல்ல, வேறொரு சம்பவத் துக்காக.

இரண்டாம் வருடத்தில் எங்களுக்கு வணிகப் புள்ளியியல் என்று ஒரு தாள் இருந்தது. எனக்குக் கணக்கு சுத்தமாக வராது. மனன சக்தியும் குறைவு. அது அதிகமாகவே இருந்தாலும், கணக்குகளைப் போய் மனப்பாடம் செய்ய முடியுமா என்ன?

அந்தச் சமயத்தில்தான் வேதவல்லியுடனான நெருக்கம் அதிகரித்திருந்தது. அவளுடைய உடம்பிலும் மனத்திலுமான ரகசிய ஸ்தானங்களைக் கண்டறிவது மிகப் பெரிய சவாலாக

என் முன் சதா நின்றுகொண்டேயிருந்தது. அது வேறொரு விதமான கணக்கு. எனக்கு சரளமாகக் கூடிவந்த சங்கதி. குறைந்த பட்ச இழப்புடன், அதிக அளவில் வியாபாரம் செய்வது எப்படி என்கிற மாதிரியானது. நிகர நஷ்டம் எதுவு மில்லாமல் அவரவர் வழியில் நாங்கள் செல்வதற்கு இன்னும் இரண்டு வருடங்கள் பாக்கியிருந்தது. அதற்குள்தான் இந்த வணிகப் புள்ளியியல் குறுக்கிட்டுவிட்டது.

முதல் தடவையாக நான் ஒரு தேர்வில் ஃபெயிலாகி விடுவேன் என்று பயம் தட்டியது. நாளாக நாளாக, அது உறுதிப்பட்டு வந்தது.

பின்னாளில், 'ஊமைச்சாமி மடம்' என்ற பெயரில் மேலமடைக்கருகே மிகப் பெரிய ஆன்மிக நிறுவனத்தைக் கட்டியெழுப்பிய தணிகாசலம், அதற்கான ஆரம்ப அறிகுறி களை வெளிப்படுத்தத் தொடங்கியிருந்தான். 'எகனாமிக்ஸ் புத்தகத்தைக் காணோம்' என்று தேடிக்கொண்டிருந்த ஸாமுவேலை,

ஏயெல் மொதலியார் ப்ளாக்குக்குப் பின்னாலே போய்ப் பார்றா.

என்று அனுப்பிவைத்தான். நாங்கள் வழக்கமாக சிகரெட் குடிக்கப் பதுங்கும் இடம் அது. புதிதாய்ப் பிறந்த சிசு மாதிரி அங்கே சாந்தமாகக் கிடந்தது புத்தகம்.

இதுபோக, வலதுகையைக் காற்றில் சுழற்றி ரீஃபில்களை யும், சில சமயம் புத்தம்புது ஃபவுண்ட்டன் பேனாக்களையும் கூட வரவழைப்பான் தணிகாசலம். ஸ்டூடண்ஸ் ஃபெடரேஷன் ஆஃப் இந்தியாவின் பிரதிநிதியாக எங்கள் கல்லூரியில் படித்த ரத்னக்குமார் மட்டும் அவ்வப்போது ஏதாவது சொல்லிக் கொண்டிருப்பான். ஒருமுறை,

சூடா இட்டிலியோட ஒரு சோத்துடப்பாவை வரவளைக்கச் சொல்லுங்கடா அவனெ. அப்பத்தான் நான் நம்புவேன்.

அவனுடைய கைத்தடிகள் சிரித்தார்கள்.

சரி, எல்லா சமாசாரத்துலயும், ஒரு டவுட்டிங் தாமஸ் தலையிடத்தான் செய்வான்.

என்று ஸாமுவேல் முடித்துவிட்டான்.

வணிகப் புள்ளியியல் இறுதித் தேர்வுக்கு ஒருவார காலம் தான் இருந்தது. வேதவல்லியை மீறி மற்ற பாடங்களையெல்லாம்

ஒருமாதிரி சமாளித்துவிட முடியும் என்ற தைரியம் இருந்தது எனக்கு. வணிகப் புள்ளியியல் சம்பந்தமாகக் குறைந்தபட்ச விபரங்கள் கூட இன்றைக்கு நினைவிலில்லை. இது பெரிதில்லை, அன்றைக்குமே நினைவிலில்லை.

தணிகாசலமும் நானும் தனித்திருக்கும்போது அவனிடம் புலம்பினேன். அவன் தன் தோள்பைக்குள்ளிருந்து ஒரு காகித உறையை எடுத்தான். ஒட்டும் விளிம்பில் பசை வறண்டிருந்த உறை. தனது நோட்டுப் புத்தகத்திலிருந்து ஒரு தாளைக் கிழித்தான். சட்டைப்பையிலிருந்து பேனாவை எடுத்தான். என்னைக் கண் மூடச் சொன்னான். சில விநாடிகள் கழித்து, 'ம்' என்றான். கண் திறந்தேன்.

உறையின் பசை விளிம்பைத் தன் நாக்கில் தடவி ஈர மாக்கி மடித்து ஒட்டினான். தனது இரு கண்களையும் மூடி ஓரிரு கணங்கள் தியானித்தான்.

இந்தா பிஸ்னஸ் ஸ்டாட்டிஸ்ட்டிக்ஸ் புஸ்தகத்திலெ வச்சுக்க. ரிஸல்ட் வர்றவரிக்கும் பிரிச்சுப் பாக்கக் கூடாது. என்னா?

தணீ, நான் கட்டாயம் பாஸாயிருவேன்லடா?

அவ்வளவு பரிவான பார்வை பதிலாய்க் கிடைக்கும் பட்சத்தில், எதைவேண்டுமானாலும் உங்களால் நம்பிவிட முடியும். தணிகாசலம் சொன்னான்:

ரிஸல்ட்டு வரட்டும். ஆரிய பவான்லெ வச்சுப் பேசிக்கிறலாம்.

என் முதுகில் தட்டிக் கிளப்பினான்.

அன்று சாயங்காலம் படிக்க உட்கார்ந்தபோது, வணிகப் புள்ளியியல் நான் ஒன்றாம் வகுப்பிலிருந்தே படித்துவரும் பாடம் போல அவ்வளவு எளிமையாய்த் தென்பட்டது. வகுப்பின் முதல் மாணவனும், எனது நலம் விரும்பியும், வேதவல்லியுடனான என் தொடர்பு குறித்து தீவிரமான விமர்சனங்கள் கொண்டவனுமான ஹரிப்ரசாத் இரண்டு மூன்று தினங்கள் எனக்குச் சொல்லிக் கொடுத்தபோது இன்னும் எளிமையானது.

முப்பத்தைந்து மதிப்பெண் வாங்கினால் தேறிவிடலாம். நான் ஐம்பத்திரண்டு வாங்கியிருந்தேன். ஆனால், அந்த ஆனந்தத்தைத் தணிகாசலத்துடன் பகிர்ந்துகொள்ள முடியவில்லை. அதே பாடத்திலும், இன்னும் இரண்டு பாடங்களிலும் அவன் தவறியிருந்தான் என்பது மட்டும் காரணமல்ல – படிப்பை நிறுத்திவிட்டு, அப்பன்திருப்பதியில் இருந்த பந்தக்கால் சாமியாரிடம் உதவியாளனாகச் சேர்ந்துவிட்டிருந்தான்.

முடிவு வெளியான அன்று சாயங்காலம் குளித்துவிட்டு, பிரசன்ன வேங்கடேசப் பெருமாள் சந்நிதியில் நின்று மன முருக நன்றி தெரிவித்துவிட்டு, ஆள் நடமாட்டம் அதிகமில்லாத கருடாழ்வார் சந்நிதி முன் உள்ள மேடையில் அமர்ந்து தணிகாசலம் கொடுத்த உறையைப் பிரித்தேன்.

மூர்ச்சை போடாத குறையாய் அதிர்ந்தேன். உள்ளே இருந்த தாளில் என்ன இருந்தது என்கிறீர்கள்? நம்பவே மாட்டீர்கள். வெற்றுத்தாள் அது. கலவையான உணர்ச்சிகள் பொங்கின எனக்குள். தேர்வில் தப்பித்தது பற்றி நிம்மதி கொள்வதா, தணிகாசலம் இப்படிச் செய்துவிட்டானே என்று அவமானம் கொள்வதா? எப்படியோ, அவன் ஊமைச்சாமி ஆகிப் பெரும் புகழ் அடைவதற்கான ஒரு சூத்திரம் அந்தத் தாளில் எழுதப்பட்டிருந்தது என்றுதான் சொல்ல வேண்டும் – எனக்குத்தான் வாசிக்கத் தெரியவில்லை.

ஆனால், வெறுமனே கல்லூரி மலர்களில் ஓரிரண்டு கதை கவிதைகள் எழுதிவிட்ட காரணத்தால் மட்டுமல்ல, சகலவிதங்களிலும் நான் கலைஞன்தான் என்ற பெருமிதமும் ஊறியது. ஒரேயொரு வெற்றுத்தாளை வைத்து என்னைக் கலைஞனாக்கிவிட்டானே தணிகாசலம் என்று வியந்து மாளவில்லை எனக்கு.

இவ்வளவும் பொங்கிப் பொங்கி ஞாபகம் வந்ததற்கு ஒரு முக்கியமான காரணம் இருக்கிறது. இதற்கு நாம் தற்காலத் துக்கு வந்தாக வேண்டும். நாள் முழுக்க மொய்க்கும் வாடிக்கையாளர் கூட்டத்துக்கும், அதிருப்தி காரணமாக உரத்து எழும் கூச்சலுக்கும் பெயர் போனது தற்சமயம் நான் பணிபுரியும் வங்கிக் கிளை.

என் பணத்தை நான் எடுக்கிறதுக்கு எவ்வளவு நேரம்யா காத்திருக்க வப்பீங்க?

என்று திடீரென்று கூவத் தொடங்கும் வாடிக்கையாளருக்கு உடனடியாகக் கிடைக்கும் ஏகோபித்த ஆதரவின் தீவிரம், இதற்கு முன்னால், எனக்குத் தெரிந்து, எம் ஜீ யாருக்கு மட்டும் தான் இருந்தது – தமிழ்நாட்டில். சட்டென்று வங்கிக் கூடம் மீன்மார்க்கெட் போல ஆகிவிடும். பிராணனை முற்றிலும் இழக்காத மீன்கள் போலத் துள்ளிக்குதிக்கும் வாடிக்கையாளர் களும் கருவாடு ஸ்திதிக்கு முகம் வெளிறிய ஊழியர்களும் என்று களைகட்டிவிடும்.

ஏமாறும் கலை 21

மேற்சொன்ன களேபரத்துக்கு இரண்டே வாரங்களில் பழகிவிட்டேன். யார் என்ன சத்தம் போட்டாலும் குனிந்த தலை நிமிராமல் வேலை பார்க்கவேண்டும், அதிலும் காசாளர் கூண்டில் இருப்பது பாம்பாட்டி உத்தியோகம் பார்க்கிற மாதிரி, எப்போது கொத்து விழும் என்பது நமக்கும் தெரியாது பாம்புக்கும் தெரியாது, நம்முடைய வேலை காசு வழங்குவதும் பெறுவதும்தானே தவிர ரத்தக்கொதிப்பு உள்ள வாடிக்கையாளரை சகஜ நிலைக்கு மீட்டுவருவது அல்ல என்பது போன்று அறிவுரைத்த நெடுநாள் ரயில் நண்பர் முத்தையாவும் முக்கியக் காரணம். அவரும் எங்கள் வங்கி ஊழியர்தான். கிளை மட்டும் வேறு. என்னுடைய வீடு இருக்கும் பகுதியில் வசிப்பவர். தாம்பரம் சானடோரியம் முதல் எழும்பூர் வரை சேர்ந்து பயணம் செய்வோம். புதிய கிளையில் நிலவும் சூழல் பற்றி அவரிடம் புலம்பியபோது மேற்சொன்ன ஞானங்களைப் புகட்டினார் . . . மின்சார ரயில் சம்பந்தமாகவும் முத்தையா அறிவுரை சொல்லியிருக்கிறார்:

> ஒருபோதும் ஓடிப் பிடிக்காதீர்கள். அடுத்த வண்டி ஐந்து, பத்து நிமிடங்களில் வந்துவிடப் போகிறது. ஒரு கையோ காலோ இழந்து மீதி வாழ்க்கையைக் கழிப்பதைவிட, அலுவலகத்துக்கு தாமதமாகப் போவதின் பின்விளைவுகள் கொடுமையானவை அல்ல.

முத்தையாவின் நிதானமும், அவர் பேசுவதற்குத் தேர்ந்தெடுக்கும் வார்த்தைகளும், சரளமான ஆங்கில வாக்கியங்களும், ஓடும் ரயிலில் நின்றவாறு அவர் படிக்கும் புத்தகங்களும் எனக்குள் அபாரமான மரியாதையை உருவாக்கியிருந்தன. தம்மபதம், இயற்கை மருத்துவம், ஒற்றை வைக்கோல் புரட்சி, ஜேம்ஸ் ஜாய்ஸின் யுலிஸஸ் என்று எதைவேண்டுமானாலும் படிப்பார்.

அவர்மீது எனக்குப் பெரும் மதிப்பு. சாதாரணமாக, தஞ்சாவூரில் ஒரு கல்யாணத்துக்குப் போகவேண்டும் என்பது முதல் வாஷிங் மிஷின் வாங்குவது, சரவணனை மேல்படிப்புக்கு அனுப்புவது போன்ற லவுகீக சமாசாரங்களிலிருந்து, நேற்றுப் பின்னிரவில் வந்த பாழ்கிணற்றுக் கனவுக்குப் பொருள் என்ன, சமீபகாலமாக, நெருப்புப் பற்றிய மாதிரி அடிவயிற்றில் அவ்வப்போது தாக்கும் எரிச்சலுக்கும் சதா மனத்தில் துடிக்கும் மரணபயத்துக்கும் நேரடித் தொடர்பு உண்டா என்கிற மாதிரித் தத்துவப் பிரச்சினைகள் வரை அவரிடம் ஆலோசனை கேட்பேன். மொத்தத்தில், என் ஆத்ம நண்பன் இஸ்மாயிலின் மலிவுப் பதிப்பு அவர் – காட்டம் குறைவாக இருப்பதால் இந்த உதாரணம். . .

மாற்றலாகி வந்து, கிளையும் சூழலும் நன்கு சரளமான பிறகு, வாடிக்கையாளர்களின் முகங்கள் மனத்தில் பதிய ஆரம்பித்தன. அதிலும், லக்ஷ்மி நரசிம்மனின் முகம் நன்றாகவே பதிந்தது. இந்தப் பெயரைக் கேட்ட மாத்திரத்தில் ஒரு ஆண் சித்திரம் உங்களுக்குள் உருவானதல்லவா, அதை உடனே அழித்துவிடுங்கள். நரசிம்மனின் மனைவி லக்ஷ்மி. சென்னை மாநகர உயர் நடுத்தர வர்க்க வழக்கப்படி, கணவனுடன் இணைபிரியாத பெயர்.

ஆனால், பெயர்ப்பொருத்தம் அவ்வளவு கச்சிதமாக இருக்கும் இன்னொரு முகத்தை நான் பார்த்ததே கிடையாது. திருத்தமான வட்டக் குங்குமப் பொட்டு. தீர்க்கமான நாசி. அநியாய உயரம். நாசூக்கான அசைவுகள். மேல்வரிசை முன்னம் பற்களில் ஒன்று விழுந்துவிட்டது – பேசும்போது தெரியும் இடைவெளியும்கூட அழகாகவே இருக்கும். லேசாகக் கம்மிய, மெல்லிய ரகசியம் தோய்ந்த குரல். அந்தப் பெண்மணி பிராயத் தில் எப்பேர்ப்பட்ட அழகியாய் இருந்திருப்பார் என்று முதல் தடவை பார்த்தபோது வியந்தேன். பின்னர் அந்த வியப்புக்கு விசுவாசமாக இருக்க ஆரம்பித்துவிட்டேனோ என்றுதான் தோன்றுகிறது. பாஸ்புத்தகத்தில் ஒட்டிய கணவரின் புகைப் படத்தைப் பார்த்து வியப்பு அதிகமானது. பிராயத்தில் அவருமே ஆணழகனாக இருந்திருப்பார். என்ன ஒரு ஜோடிப்பொருத்தம்!

திரு. நரசிம்மன் மத்திய அரசாங்கத்தில் மேல் நிலை அதிகாரியாக இருந்து ஓய்வு பெற்றவர். மாதக் கடைசி நாளில் கணக்கில் வந்துவிழும் ஓய்வூதியத்தை வாங்கிப் போவதற்காகத் தான் வருகிறார் அந்த அம்மாள். கணிசமான தொகை. குழந்தைகள் மூவரும் அயல்நாட்டில் குடியமர்ந்துவிட்டார்கள். கிழத் தம்பதி மட்டும் அடையாரில் உள்ள அடுக்குமாடிக் குடியிருப்பில் வசிக்கிறார்கள். கணவருக்கு மூட்டுகளில் மகத்தான பிரச்சினை. நடமாட்டம் அறவே கிடையாது. படுக்கையில்தான் சகலமும். அவரை வீட்டில் வைத்து வெளிப்புறம் பூட்டிவிட்டுத் தான் இந்த அம்மாள் வங்கிக்கு வருகிறார். வேறு வழி?

மேற்சொன்ன தகவல்கள் அனைத்தையும் முதல்முறையே என்னிடம் தெரிவித்துவிட்டார். அற்புதமான ஆங்கிலத்தில். ஐஸ்வர்யா ராய் உங்களிடம் வந்து ரேஷன் கடையில் சீனி வாங்கிவரச் சொல்லி அட்டையை நீட்டினால், மணிக்கணக்காக வரிசையில் நிற்க ஓட மாட்டீர்களா? அழகிகளில் முன்னாள் பின்னாள் என்று பேதம் உண்டா என்ன?

அந்த அம்மாளுக்கு நிரந்தர உத்தரவு ஒன்று போட்டேன். எவ்வளவு கூட்டம் இருந்தாலும் யோசிக்க வேண்டியதில்லை.

ஏமாறும் கலை 23

நேரே என் கவுண்ட்டருக்கு வந்துவிட வேண்டியது. முன்னரே வந்து டோக்கன் எடுத்துக் காத்திருப்பவர்கள் ஆட்சேபித்துக் கத்துகிறார்களா, நான் பார்த்துக்கொள்கிறேன். அவர்கள் என்ன இணையை வீட்டில் வைத்துப் பூட்டிவிட்டா வங்கிக்கு வருகிறார்கள்?

நேற்று சாயங்காலம் ஒரு திருமண வரவேற்புக்குப் போக வேண்டியதாகிவிட்டது. எங்கள் கிளையின் நீண்ட நாள் வாடிக்கையாளரும், ஏகப்பட்ட பணத்தை எங்களிடம் போட்டு வைத்திருப்பவரும், டி வி புகழ் ஜோசியருமான – அவருடைய பெயரைச் சொல்வதால் சங்கடங்கள் எதுவும் நேர்ந்துவிடக் கூடும் – கிழவரின் பேத்திக்குத் திருமணம். கிளை அலுவலர் கள் அனைவருக்கும் சேர்த்து ஒரேயொரு பத்திரிகையைச் சுற்றறிக்கையாக விடுத்து அழைத்திருந்தார். வரவேற்பில் சென்று தலைகாட்டுவதை வங்கிப் பணி என்று கருதியதால், எனக்கு அந்த வேலையை ஒதுக்கினார் கிளை மேலாளர்.

திருவிழாக் கூட்டத்தில் தொலைந்துவிடுவதற்கான வாய்ப்பு நூறுசதவீதம் இருக்கிறது, 'வா' என்று சொல்லக்கூட நாதி யிருக்காது என்றெல்லாம் புழுங்கிக்கொண்டு, கிளையின் சார்பாக வழங்கவிருக்கும் பரிசைச் சுமந்துகொண்டு, மண்டப வாசலுக்குச் சென்றவனை அசத்திவிட்டார் ஜோசியர். பன்னீர் தெளிக்கும் பெண்களுக்குப் பக்கத்தில் நின்றிருந்தவர், சொந்தப் பேரனைப் போல அன்புடன் தழுவி வரவேற்றார். மெனக் கெட்டு ஒரு பணியாளை அழைத்து என்னை உள்ளே அழைத்துப் போய் உணவரங்கத்தில் அமர்த்தும்படி ஆணையிட்டுவிட்டு, அடுத்தவரை வரவேற்கப் போனார். மூடி ஒட்டிய காகித உறைக்குள் வைத்த நூறு ரூபாய் நோட்டின் எண்களை இலக்கம் மாறாமல் நேர் வரிசையிலும் எதிர்வரிசையிலும் அவர் சொல்லி எங்களை அசத்திய நாள் நினைவு வந்தது:

> இதெல்லாம் வெறும் கண்கட்டு வித்தைதான். ஜோசியம் ங்கிறது நிஜமான சையின்ஸாக்கும். இதெ யார் வேணும் னாலும் கத்துக்கிறலாம்; ஜோசியத்திலெ கண் திறக்கிறது லேசில்லே. பாக்கியம் உள்ளவனுக்குத்தான் லபிக்கும்.

என்று தன்னடக்கமாக அவர் சொன்னதில் நான் சற்றுக் கூடுதலாகவே அசந்தேன்.

சாப்பிடுவதற்கு ஆயத்தமானபோது, யதேச்சையாக எதிர் வரிசையில் பார்வை பதிந்தது. இன்றைக்கு இரண்டாவது முறையாக அசர வேண்டியதாகிவிட்டது. ஊரறிந்த போலீஸ்

உயர் அதிகாரி வந்து அமர்ந்தார். சீருடையில் இல்லாவிட்டாலும் நமக்கு அடையாளம் தெரியாதா? எத்தனை பத்திரிகைகளில் பார்த்திருக்கிறோம். அசர வைத்தது வேறொரு சங்கதி. அவருடன் உரையாடிக்கொண்டே வந்து அடுத்த இருக்கையில் அமர்ந்தவர் இன்னொரு பிரபலம். அவருடையதும் பத்திரிகை அட்டைகளை அலங்கரித்த முகம்தான். பொதுத் துறை நிறுவனமொன்றின் தலைவராக இருந்து தேசிய அளவில் புகழ்பெற்ற ஊழலை முன்னின்று நடத்தியவர். தலைமறைவாகி விட்டதாகவும், அவரைக் காவல்துறை வலைவீசித் தேடுவதாகவும், வெளிநாட்டுக்குத் தப்பிவிட்டார் என்று ஓர் ஐயம் மத்திய உளவு நிறுவனங்களின் வட்டாரத்தில் உலவுவதாகவும் படித்த ஞாபகம் வந்தது. அப்புறம் வேறு ஊழல்களும் வேறு வழக்குகளும் வேறு கைதுகளும் வெளிச்சத்தைக் கவர ஆரம்பித்து விட்டதால், இவரை எல்லாரும் மறக்க வேண்டியதாகி விட்டது என்று தோன்றியது. இதோ எதிரில் சாப்பிட்டுக்கொண்டிருக்கிறார். ஜாமீன் கிடைத்துவிட்டதோ, அல்லது இப்போதும் தலைமறைவாகத்தான் இருக்கிறாரோ. நாம் என்னத்தைக் கண்டோம்.

ரசத்துக்கு நான் நகர்ந்தபோது, போலீஸ் அதிகாரிக்கும் அவரது நண்பருக்கும் வணக்கம் சொல்லியவாறு வந்து நின்ற தம்பதிதான் நான் முன்னர் குறிப்பிட்ட, தற்காலத்துக்கு வந்து உழலும்படி நம்மை நிர்ப்பந்தித்த, அந்தக் காரணம்.

கம்பீரமாய் நிமிர்ந்து நின்ற கணவரின் தோள் உயரம் நின்று போலீஸ் அதிகாரியுடன் ஓரிரு வார்த்தைகள் பேசிவிட்டு நகர்ந்தார் அந்த அம்மாள். புகைப்படத்தை விட நேரில் இன்னும் அழகாக இருந்தார் திரு. நரசிம்மன். நிஜமாகவே நல்ல ஜோடிப் பொருத்தம்தான். நல்லவேளை, எதிர்வரிசையில் இருந்த என்னைப் பார்க்கவில்லை. ஒருவேளை பார்த்திருந்தாலும் எனக்குத் தெரிய வாய்ப்பில்லை. நான்தான் உடனடியாகத் தலைகுனிந்து சாப்பாட்டைத் தொடர்ந்துவிட்டேனே.

அடுத்தமுறை அந்த அம்மாள் வங்கிக்கு வரும்போது என்ன செய்வது என்று நினைத்த மாத்திரத்தில் வியர்த்துவிட்டது.

இன்று காலை முத்தையாவிடம் விலாவாரியாகச் சொன்னேன். சற்று நேரம் அமைதியாக இருந்தார். எழுதவிருக்கும் கதை ஒன்றை நிஜமாக நடந்ததுமாதிரி அவரிடம் சொல்லி நோட்டம் பார்க்கிறேனோ என்ற சந்தேகம் ஒரு கணம் அவர் முகத்தில் படர்ந்ததாக எனக்கு ஒரு சந்தேகம் தட்டியது. ஆனால், முத்தையா

என்னை ஏமாற்றிவிட்டார். வழக்கமான சாந்தத்துடன் பதில் சொன்னார்:

கிருஷ்ணன், இப்போ உங்ககிட்ட ரெண்டு உண்மை இருக்கு. ஒண்ணு, இத்தனை நாளும் நீங்க நம்பிக்கிட்டிருந்தது. ரெண்டாவது, நேத்து நீங்க பாத்தது. ஒண்ணும் கெட்டுப் போகலே. ரெண்டுலெ எதை வேணும்னாலும் நீங்க தேர்ந்தெடுக்கலாம் . . .

அவர் சொல்வது எனக்கு சுத்தமாகப் புரியவில்லை. என் ஒரு ஆளுக்கு, ஒரேயொரு விஷயத்துக்கு இரண்டு உண்மைகள் இருக்க முடியுமானால், உலகத்தில் எத்தனை மில்லியன் உண்மைகள் நிலவ முடியும் என்று நினைத்துப் பார்க்கவே மலைப்பாக இருந்தது. ஆனால், அவர் வாக்கியத்தை நிறுத்தி யிருந்த விதத்தில், இன்னமும் ஏதோ பாக்கியிருக்கிற மாதிரித் தென்பட்டதால் அமைதி காத்தேன். முத்தையாவின் முகத்தில் மெலிதாக ஒளி படர்கிறது. அது புன்சிரிப்பாக மாறும் தருணத்தில் தொடர்கிறார்:

. . .நாளைக்கே அந்தம்மா ஒங்க கவுண்ட்டருக்கு வர்றாங்க. நீங்க ஒண்ணுமே நடக்காதது மாதிரி அவுங்களுக்கு சர்வீஸ் பண்றீங்க. ஒங்களுக்கு விஷயம் தெரியும்னு அவுங்களுக்குத் தெரியாது இல்லீங்களா? இப்பொ ஏமாந்தது யாருன்னு சொல்லுங்க?

அட, ஆமாம்! முத்தையா முத்தையாதான்.

வெயில் நதி, முதல் இதழ்

ஒரு கொத்துக் கிராம்பு

அப்பா எனக்கு ஏகப்பட்ட கதைகள் சொல்லி யிருக்கிறார் என்பதை முன்னமே ஏகப்பட்ட தடவை சொல்லியிருக்கிறேன். ஆனால், அது அவருடைய வம்ச ரத்தத்தில் இருந்த பழக்கம் என்பதைச் சொன்னதில்லை. அதிலும், அப்பாவின் ஒன்றுவிட்ட தங்கையும், தன்னைப் போலவே முதிர்கன்னியாகிய இரட்டைச் சகோதரி யுடன் தம்பி குடும்பத்தை அண்டியிருந்தவளுமான ராஜம் அத்தை பற்றி இப்போதுதான் முதல்தடவை யாகக் குறிப்பிடுகிறேன்.

அப்பாவின் கதைகளும் அத்தை சொன்ன கதை களும் ஒரேமாதிரியானவை அல்ல. உதாரணமாக, அப்பாவின் கதையில் கம்பளம் வரும். இளவரசியைச் சிறைப்பிடித்து வைத்திருக்கிற மந்திரவாதியின் உயிரை – அது ஏழு கடல் ஏழு மலை தாண்டி ஒரு பொந்தில் வசிக்கும் கிளியின் உடம்பில் குடியிருக்கும் – 'கைப் பிடியாப் பிடிச்சு, கொசுவை நசுக்கறா மாதிரி'ப் போக்கு வதற்காக ஏழு வயதே நிரம்பிய ராஜகுமாரன் பறந்து செல்லும் வாகனம் அது. சித்திர வேலைப்பாடுகளும், சரிகை ஓரங்களும், 'பறக்கும்போது தரை தெரியறாப்பலே சல்லாத் துணி நெசவும்' கொண்ட கம்பளம்.

சல்லாத் துணீன்னா என்னதுப்பா?

ஒரு பதினெட்டு மொழம் பொடவையெ ஒரேயொரு தீப்பெட்டிக்குள்ளே மடிச்சு வச்சுட முடியுமாக்கும்.

அப்பா சொல்லும் கதைகளைக் கேட்கும்போது, நினைவு மறந்தே போகும். உதாரணமாக, நான் கீழே விழுந்து அடிபட்டிருக்கிறேன், ராமகிருஷ்ணப் பணிக்கரிடம்

காட்டுவதற்காக சோழவந்தான் போய்க்கொண்டிருக்கிறோம் – அவர் காயத்தை மூட்டித் தையல் போடுவதோடு, ஊசியும் போடப்போகிறார் என்பதெல்லாம் மரத்துவிடும்.

அத்தையின் கதையில் வருவது ஜமுக்காளம். 'நம்ம காவக் காரச் சின்னையா போத்திண்டு போவனே, அது கணக்காக் கறுப்பு ஜமக்காளம். சேப்புக் கரை போட்டது. மொறமொறன்னு இருக்கு'. முதல் நாள் ராத்திரிக் கொடியில் காயப் போட்டதை மறுநாள் காலையில் காணவில்லை. தேடிக்கொண்டு போனால், நாயுடு தோட்டத்துக் கிணற்றடியில் மண் தரையில் விரித்துக் கிடக்கிறது. யாரோ படுத்து உருண்ட மாதிரிக் கசங்கிக் கிடக்கிறது. சின்னையாவிடம் கேட்டால், 'நடுச் சாமத்திலே ரெண்டு உருவம் எந்திரிச்சு ஓடுச்சு சாமி, இந்தா இத்தாத் தண்டிக் கல்லெக்கொண்டி எறிஞ்சனா, குதிங்காலு பொடனி யிலே இடிக்கிற மாதிரி நாலு கால் பாச்சல்லே ஓடீருச்சுக.' என்கிறார்.

இளம் வயதில் அப்பாவின் கதைகள் வசீகரமாக இருந்தன. பிராயம் முற்றிய பிறகு, அத்தையின் கதைகள்தாம் மனசுக்கு நெருக்கமாகத் தென்படுகின்றன. அவற்றில் உறைந்திருக்கும் வலியும் துயரமும் நிஜமானவை மட்டுமல்ல, எப்போது வேண்டு மானாலும் எனக்கும் நேரக் கூடியவை என்று நினைத்துக் கொள்வேன். அதிலும், எழுத்தாளன் என்று ஆகி, சில சிறுகதை களும் ஓரிரு நாவல்களும் எழுதிய பிறகு, அத்தை சொன்ன கதைகளில் மறந்துபோனவற்றை எண்ணி பின்னந்தலையில் ஓங்கி அடித்துக்கொள்வேன்.

ஆனாலும், ராஜம் அத்தை சொன்ன கதைகளில், துல்லிய மாக நினைவில் இருப்பவையும் உண்டு. விதவிதமானவை. தனித்தனியாகச் சொல்ல வேண்டியவை. சொன்னது ஒரே ஆள், கேட்டதும் ஒரே ஆள்தான் என்னும் ஒரே காரணத்தால் மட்டும் அவற்றை ஒரே சரட்டில் கோத்துவிட முடியாது. சந்தர்ப்பம் கிடைக்கும்போது ஒவ்வொன்றாகச் சொன்னால் போகிறது. நீங்கள் என்ன ஓடியா போய்விடப் போகிறீர்கள் – இல்லை நான்தான் ஓடிவிடுவேனா?

உண்மையில், ராஜம் அத்தையின் கதையே சிறப்பாகச் சொல்ல வேண்டிய கதைதான்.

அத்தை பிரமாதமான பாடகி. ஒரே மாதிரியான குரல் வளம் கொண்டிருந்த பாடகிகள் என்று அந்தக்காலத்தில்

மூன்றுபேரைச் சொல்வார்களாம். எம்.எஸ். சுப்புலட்சுமி, என்.ஸி. வசந்தகோகிலம், பி.ஏ. பெரியநாயகி. என்ஸீவி, தியாக ராஜ பாகவதரின் ஜோடியாகவெல்லாம் நடித்தவர். வியாதி தாக்கியதால், இளம் வயதிலேயே இறந்துபோனார். 'அருள் தாரும் தேவமாதாவே – ஆதியே, இன்ப ஜோதி' என்ற மிகப் பிரபலமான பாடலைப் பாடியவர் என்றாலும்கூட, பெரிய நாயகியைப் பற்றி நான் சொல்லி நீங்கள் கேட்டுக்கொண்டால் உண்டு. தப்பிப் பிழைத்தவர் எம்.எஸ். அபாரமான உயரங்களை எட்டியவர். வாஸ்தவத்தில், எம்.எஸ்ஸுக்கு மிகப் பெரிய சவாலாய் இருந்திருக்கக் கூடியவள் ராஜம் அத்தை என்பார் அப்பா.

> இவ மட்டும் ப்ளேட்டு குடுக்கக் கிளம்பியிருந்தான்னு வையி, மித்த மூணுபேரும் பக்கத்திலேயே வந்திருக்க முடியாது. ஓஹோன்னு போயிருப்பா ஒங்கத்தெ.

என்று அப்பா ஒருமுறை சொன்னது நினைவிருக்கிறது. அம்மா, வழக்கம்போல மோவாயைத் தோள்பட்டையில் இடித்துக் கொண்டாள்.

அத்தைகள் இருவரையும் அம்மாவுக்குப் பிடிக்காது. 'ஒரு வயித்திலே பொறந்ததுகளாட்டம் 'அண்ணா, அண்ணா'ன்னு ஈஷல் என்ன வேண்டிக்கிடக்கு?' என்று எரிச்சல் காட்டுவாள். அப்பாவும் சரி, அத்தைகளும் சரி அதைப் பொருட்படுத்தியதே கிடையாது. இத்தனைக்கும் அப்பாவின் வயதில் கிட்டத்தட்ட சரிபாதி அவர்களுக்கு. அந்தக் காலத்தில் இதெல்லாம் சர்வ சகஜம் – ஒரே தலைமுறையைச் சேர்ந்தவர்களுக்குள் ஒரு தலைமுறை வயது வித்தியாசம் இருப்பது. என் சொந்த அண்ணாவே என்னைவிட இருபத்திரண்டு வயது மூத்தவர் என்று முன்னமே நான் சொல்லியிருப்பது உங்களுக்கு நினைவிருக்குமே . . ?

மிக நல்ல மனநிலையில் இருந்தால் அத்தை எங்களுக்காக உட்கார்ந்து பாடுவாள். அபூர்வமான, மணிக்குரல். சரளமாக பிர்க்கா உதிரும். உச்சஸ்தாயிக்குப் போகும்போது மெலிதாக ரகசியம் சேரும். அநாயாசமாகப் பாடுவாள் அத்தை. 'காரணம் கேட்டு வாடி', 'எப்போ வருவாரோ', 'பஜரே கோபாலம்' போன்ற பல பாட்டுகளைப் பின்னாட்களில் எத்தனையோ பாடகிகள், பாணிகளில் கேட்கக் கிடைத்தாலும் அவை அத்தை யின் குரலில்தான் ஞாபகமாகியிருக்கின்றன, எனக்குள். அதே போல, டி.கே. பட்டம்மாள், கிஷோரி அமோங்க்கர், மாலினி ரஜூர்க்கர், ப்ரபா ஆத்ரே என்று விதவிதமான பாடகிகளிடம் சொக்கிக் கிடக்க வாய்த்த பின்பும், அவர்கள் அனைவரையும்

விட ராஜம் அத்தைதான் சிறந்த பாடகி என்று அடித்துச் சொல்வேன். இவர்களில் யாரும் எனக்கு அத்தை கிடையாதே? தவிர, முதிரா வயதில் எனக்குக் கிடைத்த இசையின்பம் அவள் வழங்கியதுதானே.

அத்தைக்கு ஒரு சிநேகிதி இருந்தாள். அவளைப்பற்றி எங்கள் குடும்ப வட்டாரத்தில் பெருமிதமும், கேவலமுமான அபிப்பிராயம் நிலவி வந்தது – பிறர் முன்னிலையில் பெருமிதம், உறுப்பினர்களுக்குள் பேசும்போது விரசமான சிரிப்பு. திடீரென்று ஒருநாள் தமிழ்நாடு முழுக்கத் தெரிந்த முகமான வள் அவள். திரையில் அவள் கதறி அழுதபோது முன்வரிசை யில் இருந்த தாய்மார்கள் தாமும் வாய்விட்டு அழுது கொண்டாடினார்களாம்.

ராஜம் அத்தையை 'ஜி. ராமனாதய்யரிடம் கூட்டிப் போகிறேன், அவர் இசையமைப்பில் ஒரே ஒரு பாட்டு பாடி விட்டாலும் போதும், மிகப்பெரிய புகழ் சம்பாதித்துவிடலாம், வாழ்க்கைத் தரமே மாறிவிடும்' என்று ஊருக்கு வரும்போ தெல்லாம் ஆசை காட்டி வந்தாள், அந்தச் சிநேகிதி.

தாத்தாவுக்கு, அதுதான் என் அப்பாவின் சொந்தச் சித்தப்பாவுக்கு, இந்த விவகாரம் ஆரம்பத்திலிருந்தே பிடிக்க வில்லை. இருந்தாலும், செல்லப் பெண் என்பதால் தட்டவும் முடியவில்லை. குழந்தையின் பிடிவாதம் வென்றது. ஆனால், தாத்தா ஒரே ஒரு நிபந்தனையுடன் சம்மதம் தந்தார். 'இந்த ஒரு தடவைதான். இன்னொருவாட்டி, இன்னொருத்தனைப் பாத்துச் சான்ஸ் கேக்கறேன்னு பொறப்புட்டுறக் கூடாது.'

ஜிஆருக்கு அத்தையின் குரல் பிடித்துவிட்டது. 'ரங்கங்க பூஊஊஊர வீ . . . ஹாஆஆராஆஆ' என்று அத்தை எடுத்த மாத்திரத்தில் 'பலே' என்று வாய்விட்டு சிலாகித்தாராம். தொடர்ந்து இவள் பாடிய பாட்டுக்களைக் கண் கிறங்கிக் கேட்டாராம். அருணகிரிநாதருக்கு இசை கோத்துக்கொண் டிருந்த சமயம். 'இந்தப் படத்துக்கு ஒப்பந்தங்களெல்லாம் போட்டாகிவிட்டது. இருந்தாலும், உனக்கும் ஒரு பாட்டு கட்டாயம் தருகிறேன்.' என்று வாக்களித்தார்.

அத்தையின் துரதிர்ஷ்டமா, தமிழ் சினிமாவின் துரதிர்ஷ்டமா, ஜி ஆரின் துரதிர்ஷ்டமேதானா தெரிய வில்லை – பாதி வேலைகள் நடந்துகொண்டிருந்தபோதே, இசைமேதை ஜி. ராமனாதய்யர் காலமாகிவிட்டார். அருணகிரி நாதரில் பாக்கியிருந்த வேலைகளை டி. ஆர். பாப்பா தொடர்ந் தார். 'அவர்ட்டெ இவர் சொல்ல மறந்துட்டாரோ என்னமோ.

நம்ம தலையெழுத்துக்கு மத்தவாளெ எதுக்காகக் குத்தம் சொல்றது' என்று சொல்லி முடித்தாள் அத்தை. 'நிலவோ அவள் இருளோ' என்று டீயெம்மெஸ்ஸுடன் பி. சுசீலா பாடும்போதெல்லாம், 'அது ஒருவேளை அத்தை பாடியிருக்க வேண்டியதோ' என்று எனக்குத் தவறாமல் தோன்றும்.

மேற்சொன்ன துர்ப்பாக்கியத்துக்கும், அத்தை திருமணம் செய்துகொள்ளாமலே கிழவியானதற்கும் நேரடித் தொடர்பு உண்டா என்று நான் யாரிடமும் கேட்டதில்லை. அவர்களாக வும் சொன்னதில்லை – நான் சின்னப்பையன் என்பதால்தான்.

பின்னாட்களில், ராஜம் அத்தையும் அவளது இரட்டைச் சகோதரி அகிலாண்டம் அத்தையும் நினைவு வரும் சந்தர்ப்பங் கள் பெருகிக்கொண்டே போயின. தாஜ்மஹால் பார்த்து விட்டு டெல்லி திரும்பும் வழியில் எங்கள் சுற்றுலா நடத்துனர் மதுராவில் உள்ள பிருந்தாவனத்துக்குக் கூட்டிப்போனார். இடுங்கலான சந்துகளின் வழி நடந்துபோனபோது, வழி யெங்கும் இருந்த மடங்களில் வட இந்தியாவின் பல மாநிலங் களிலுமிருந்து வந்த கைம்பெண்கள் நாள் முழுவதும் பஜனை செய்துகொண்டு அமர்ந்திருந்த காட்சியில் என் அத்தைகளைக் கண்டேன்.

என் நண்பனும், பிறவிப் பணக்காரனும், தீப்பெட்டித் தொழிலில் கொடிகட்டிப் பறந்தவனும், நாற்பத்தெட்டுத் தூக்க மாத்திரைகளை ஒரே சமயத்தில் விழுங்கி நிம்மதி தேடிக்கொண்டவனுமான செல்லக்கண்ணு சொன்ன சம்பவத்தையொட்டியும் அத்தைகள் நினைவு வந்தனர். அவன் சொன்னது இதுதான்:

> ... இன்னக்கி எளயரசனேந்தல் ரோட்டுலெ கார் ஓட்டிக் கிட்டுப் போறேன். திடீர்னு எல்லாமே மறந்துபோச்சுப்பா. பார்வெ தெளிவா இருக்கு. காது நல்லாக் கேக்குது. இன்ன இடத்துக்கு இன்ன ரோட்டுலெ போய்ட்டிருக் கோம்னு தெரியிது. கார் ஓட்டுறது மட்டும் மறந்து போயிருச்சு ... இதென்னாது ஒண்ணு, வட்டமா இருக்கு, இதெப்போயி என்னாத்துக்குப் பிடிச்சிக்கிட்டிருக் கோம்னு தோணுது ...

ஆனால், அந்தச் சக்கரத்தை விட்டுவிடலாம் என்று தோன்றாத தற்கு, உயிரின் ஆதித் தற்காப்பு உணர்வுதான் காரணம் என்று இஸ்மாயில் பின்னர் கருத்துரைத்தான். மேற்படிச் சம்பவத்துக்குப்

பிறகு, ஞாபகமறதி பிசாசாய் ஆட்டிப்படைத்த சம்பவங்கள் ஏகப்பட்டது நடந்தன செல்லக்கண்ணுவின் வாழ்க்கையில் – வெறும் ஆறுமாதத்துக்குள். ஐந்து நிமிடம் மட்டுமே நீடித்த வையும், மணிக்கணக்காகப் பீடித்தவையும் என்று விதவித மானவை. அதுவேகூட, அவன் தப்பிப் பறக்கவேண்டும் என்று முடிவெடுக்கக் காரணமாய் இருந்திருக்கலாம்.

அவனையும் அவன் தொடர்பான நினைவுகளையும் எரிப்பதற்காகப் போன ஊர்வலத்தில் மயானம் நோக்கி நடந்தபோதும் எனக்கு அத்தைகள் நினைவு வந்தது.

இதைவிட அழுத்தமாக நினைவிருப்பது, அத்தைகளின் நினைவு அழுத்தமாக வந்திருக்க வேண்டிய, ஆனால் ஒரு நினைவுமே வராமல் போன தினத்துக்கு மறுநாள் ஞாபகம் வந்தது. குறிப்பாக அகிலாண்டம் அத்தையின் ஞாபகம் வந்து மிகவும் சங்கடப்பட்டுப் போனேன். அதை விரிவாகச் சொல்ல லாம் என்றும் தோன்றுகிறது . . .

மூன்று வருடங்களுக்கு முன் அலுவலக நண்பர்களுடன் பிரயாணம் போயிருந்தேன். ஆந்திர மாநிலத்தில். நாலுபேர். சொந்தக் கார். ஓட்டத் தெரிந்தவர்கள் மூன்றுபேர். விடுபட்ட ஒருவன் நானேதான். பின்னிருக்கையில் வலது ஜன்னலோரம் உட்கார்ந்து ஆனந்தமாகப் பராக்குப் பார்த்துக்கொண்டும், அரட்டையில் பங்கேற்றபடியும் பயணம் செய்தேன். நாங்கள் நால்வரும் பலதடவை இப்படிப் போயிருக்கிறோம்.

சுற்றுலாத் தலங்களை கவனமாகத் தவிர்த்துவிடுவோம். பெரும்பாலும் கிராமப் புறங்களுக்குத்தான் செல்வோம். மாநகர வாழ்க்கை உள்ளூற ஏற்படுத்தியிருந்த சலிப்பு, ஒருவருக்கொருவர் பேசிக்கொள்ளாமலே எங்களுக்குள் ஆழமாக வேர்விட்டிருந்தது கூடக் காரணமாய் இருக்கலாம்.

மற்றவர்களின் பெயர், வயது, ஆகிருதி, ரசனைகள் என்கிற மாதிரி சமாசாரங்களை விவரிக்கப் போவதில்லை – நாம் பேசிக்கொண்டிருக்கிற விஷயத்துக்கு எந்தவிதத்திலும் சம்பந்த மற்றவை என்பதால். முடிவுவரை அந்தத் தகவல்களையும் நீங்கள் கவனமாக ஞாபகம் கொண்டிருந்து சிரமப்பட வேண்டியதில்லையே.

வறண்ட கட்டாந்தரை நிலங்களை, அங்கங்கே பதிந்த பாறைகளை, அவற்றுக்கு இடையில் மண்டிய முட்புதர்களை, அவ்வப்போது ஓடிக் கடக்கும் கீரிப்பிள்ளைகளை, தார் போட்ட வண்டிப்பாதை மாதிரி ஒடுங்கி ஏகாந்தமாகக் கிடக்கும் கிராமச் சாலையை, திடுக்கிட்டுக் குரைத்தபடி சில பத்தடிகள்

துரத்தி ஓயும் தெருநாய்களை, பகல் பொழுது முழுவதையும் ஓய்வில் கழிக்க எழுந்ததுபோலச் சோம்பல் முறிக்கும் கிராமத்தின் நடமாட்டங்களை, அடிவானத்துக்கு அருகில் தயக்கமாகக் கலைந்துகொண்டிருக்கும் அதிகாலை வெண்மேகங்களைப் பார்த்தவாறு சென்றுகொண்டிருந்தபோது, மிகக் குளுமையான காட்சி கண்ணில் பட்டது.

கிராமத்து ஆசாமிகள் இருவர் எதிர்த் திசையிலிருந்து சைக்கிளில் வந்துகொண்டிருந்தார்கள். பின்னால் ப்ளாஸ்டிக் கேன்களை வைத்துக் கட்டியிருந்தார்கள். நிறுத்தி விசாரித்தோம். புத்தம்புதிதாக இறக்கிய பனங் கள்.

எங்கள் பயணத்தின் உச்சபட்சமான இன்பத்தை உடனடியாகத் துய்க்கத் தொடங்கினோம். ஆந்திரப் பனையேறிகள் ப்ளாஸ்டிக் சீசாவில் நிறைத்துக் கள்ளை விளம்பினார்கள். ஒரு சீசா இருபது ரூபாய்தான். அபாரமான ருசி. நாவில் லேசான மதர்ப்புத் தட்டியது. மற்றவர்கள் இரண்டு பாட்டிலுடன் நிறுத்திக்கொள்ள, நான் என் சுபாவப்படி மூன்றாவதையும் குடித்து முடித்தேன்.

அதன் பிறகு, வழக்கத்தைவிட மிகுந்த உற்சாகத்துடன் பேசிக்கொண்டு வந்தேனாம். இடையில் ஒரு மணிநேரம் போல, என் இலக்கிய முயற்சிகள் பற்றியும் எனது சாதனைகள் பற்றியும் எதிர்காலத் திட்டங்கள் பற்றியும் விரிவாகப் பேசினேனாம். சக எழுத்தாளர்கள் சிலர் பற்றி அச்சிலேற்றக் கூடாத வசவுகள் சிலவற்றை உதிர்த்தேனாம் – அவர்கள் எழுத்து பற்றி அபிப்பிராயமும் சொல்லியிருக்கிறேன் – வாழ்நாளில், பாடப் புத்தகங்களையும் *தி ஹிந்து*வையும் தவிர வேறேதையுமே வாசித்தறியாத ரங்கராஜன் சந்தோஷமாகச் சொன்னார் – 'எனக்கு உச்சிமண்டைக்கி ஏறியிருந்த போதெ டக்குன்னு எறங்கியிருச்சு கிஷ்ணன்!'

உபரியாக கண்டசாலா, சந்திரபாபு பாடல்களை வெகு உற்சாகமாகவும், மனமுருகியும் பாடியிருக்கிறேன். ரிலையன்ஸ் மோட்டலில் மதியச் சாப்பாடு முடிந்து திரும்பி வரும்போது காரை நான்தான் ஓட்டுவேன் என்று அடம் பிடித்திருக்கிறேன். 'இவ்வளவு தூரம் உங்கள் மூவரையும் ஓட்ட விட்டுவிட்டு நான் மட்டும் சுகவாசியாய் உட்கார்ந்து வந்தேனே' என்று குற்ற உணர்ச்சியில் கண்ணீர் மல்கியிருக்கிறேன். காரையும் தங்கள் உயிர்களையும் பெரும்பிரயாசைப்பட்டுக் காப்பாற்றிக் கொண்டதாக நண்பர்கள் மறுநாள் சொன்னார்கள். எனக்கு எதுவுமே நினைவில் இல்லை. அப்படி நடப்பது சாத்தியம்தானா, அல்லது, கள்ளைத் தொடர்ந்து ஆழ்ந்த உறக்கத்தில் நான்

மூழ்கி மீண்டதை இவர்கள் கேலி செய்கிறார்களோ என்று தோன்றியது. ஒருவருக்கொருவர் பேசி வைத்திருப்பார்களோ?

ஆனால், இன்னொரு தடவை இப்படி சந்தேகப்பட்டால், ரங்கராஜன் அழுதுவிடுவார் என்றும் தோன்றியது. தவிர, ஒரு புகழ்பெற்ற எழுத்தாளரின் கதைகளை, 'பீம்சிங் எடுத்த கண்ணீர்ப்படங்கள் மாதிரி' என்று உவமை சொல்லிச் சிரித்தே னாம். அந்தரங்கமாக நான் கொண்டிருந்த அபிப்பிராயமேதான் அது. யாரிடமும் சொன்னதில்லை. அதுவே ரங்கராஜனுக்கு – அவருடைய வாசிப்பு பற்றித்தான் சொன்னேனே – தெரிந்திருந் தது என்றால், அவர் சொல்லும் மற்ற சமாசாரங்களையும் நம்பித்தான் ஆகவேண்டும்.

ஆக, என் வாழ்விலிருந்து ஒருநாள் நிரந்தரமாகப் பறிக்கப் பட்டிருந்தது – அது வந்து என்மீது கடந்துபோனதின் தடயமே எஞ்சாமல்.

நேற்று நள்ளிரவில், என் அபிமான எழுத்தாளரும், உலகப் புகழ்பெற்ற உளவியல் சிகிச்சையாளருமான ஆலிவர் சாக்ஸ் எழுதிய *The Man Who Mistook His Wife For A Hat* படித்து முடித்தபோது நான் இழந்த ஆந்திர நாளும் என் அத்தைமாரும் ஒருசேர நினைவுவந்தார்கள் . . .

எனக்கு நடந்ததை 'ஆல்கஹாலிக் ப்ளாக் அவுட்' என்கிறது அந்தப் புத்தகம் – 'போதையின் உச்சத்தில் நனவுச் செயல்பாடு கள் இருட்டடிக்கப் படுதல்' என்று, வசதி கருதி, மொழிபெயர்க்க லாம். அல்லது, நான் அப்படிப் புரிந்துகொள்கிறேன். உளவியல் பற்றி நமக்கென்ன தெரியும். ஆலிவர் சாக்ஸ் பற்றியும் நான் எதுவுமே சொல்லப்போவதில்லை – விக்கிப்பீடியாவில் பார்த்துக் கொள்ளுங்கள். ஆனால், மேற்படிப் புத்தகம் பற்றி ஓரிரு வாக்கியங்கள் சொல்லத்தான் வேண்டும்.

அதற்கு முன்னால் அகிலாண்டம் அத்தையைப் பற்றி ஓரிரு வார்த்தைகள் சொல்லிவிடுகிறேன். ஏனென்றால், அந்தப் புத்தகம் படித்தபோது, எனக்குள் ராஜம் அத்தையை விடவும் அகிலாண்டம் அத்தையின் நினைவுதான் மேலோங்கி நின்றது.

ராஜாம்பாள் என்ற முழுப்பெயர் கொண்ட ராஜம் அத்தையின் இரட்டைச் சகோதரி அகிலாண்டம் அத்தை. ஆனால், அவர்களை இரட்டையர்கள் என்று கற்பூரம் கொளுத்திச் சத்தியம் செய்தாலும் யாரும் நம்ப மாட்டார்கள். ராஜம் அத்தை பஞ்சத்தில் அடிபட்டவள் மாதிரி இருப்பாள்

என்றால், அகிலாண்டம் அத்தை பிறந்தது முதல் சாப்பிடு வதைத் தவிர வேறெதுவும் செய்யாதவள் மாதிரி இருப்பாள். நிலம் அதிர நடப்பாள். ராஜம் அத்தையை அவளது சகோதரன் குடும்பம் சமையல்காரியாய் நடத்தியது என்றால், அகிலாண்டத்தை வேலைக்காரிபோல நடத்தியது. ஆமாம், பாரதியின் 'சொந்தச் சகோதரர்கள் துன்பத்தில் சாதல் கண்டும் சிந்தை இரங்காரடீ – கிளியே' என்ற வரியும் எனக்கு அத்தைமாரைத்தான் நினைவுபடுத்தும்.

சகோதரன் குழந்தைகள் இவர்கள் இருவரையும் பேர் சொல்லித்தான் கூப்பிடுவார்கள். இன்னொரு முக்கியமான வித்தியாசமும் உண்டு. ராஜம் அத்தை நன்றாகப் பாடுவாள் என்றால் அகிலாண்டம் அத்தை பேசுவதற்கே யோசிப்பாள். வாயில் நிரந்தரமாக அதக்கியிருக்கும் கிராம்பை மீறி ஏதாவது பேச நேர்ந்தாலும்,

> அவால்லாம் இன்னும் கொஞ்ச நேரத்துலே வந்துடுவாளே. அதுக்குள்ளெ எவ்ளோ வேலெ செஞ்சாகணும்..?

என்றவாறே வீடு மெழுகவோ, கக்கூஸ் கழுவவோ கிளம்பி விடுவாள். தொடர்ந்து, அனிச்சையாகக் கிராம்பு மெல்ல ஆரம்பித்துவிடும் அவளது வாய். அவர்களின் நிலை பற்றி எப்போதாவது பேச்சுவரும்போது, வறண்ட கண்களுடன்,

> சரி, அதுனாலெ என்ன? பரோபகாரிகள், அப்பாம்மா காலத்துக்கப்பறம் உக்காத்தி வச்சு சாப்பாடு போடறா இல்லியா? அதெப் பாக்க வாண்டாமா? வீடுன்னா சின்னச் சின்ன ஏங்கல்தாங்கல்கள் இருக்கத்தான் செய்யும்.

என்று முடித்துவிடுவாள் ராஜம் அத்தை. இப்படிப்பட்டவள் மனம் வெதும்பிக் கண்ணீர் சொரிந்த சந்தர்ப்பம் ஒன்று ஞாபகம் வருகிறது:

> வேலை வாங்கினாத் தப்பில்லேண்ணா. ஜென்மம் எடுத்தாச்சு. வயித்தெ வளக்கணும். உழைக்காமெ முடியுமா? அதும் போக ஊராளுக்காகவா வேலை செய்யறோம்? சொந்தத் தம்பி குடும்பத்துக்காக உழைக்கிற திலே தப்பென்ன இருக்கு? ஆனா, அவன் சதா திட்டறதைத்தான் தாங்கிக்க முடியலே...

சொல்லிக்கொண்டிருக்கும்போதே, அத்தையின் கண் நிரம்பித் தளும்பியது.

> ...பாக்கும்போதெல்லாம் 'மூதேவி, மூதேவி' ங்கறான்ண்ணா.

தங்கையின் முகத்தையே உற்றுப் பார்த்தார் அப்பா. பிறகு பார்வையை விலக்கி, தென்னைமர உச்சியைப் பார்த்தார். இல்லை, அதையும் தாண்டிப் பார்த்தார் என்று இப்போது, அந்தக் காட்சியை நினைவுபடுத்திக்கொள்ளும்போது, தோன்று கிறது. சில விநாடிகளில் முகம் மெல்ல இளகியது.

விடுறி ராஜம், மூதேவின்னா மட்டமொண்ணும் இல்லியே. தேவலோகத்துக்காரிதான் அவளும். மஹாவிஷ்ணுவோடெ மச்சினிதானே.

கண்ணில் கண்ணீரும், உதட்டில் வசீகரமான சுழிப்புமாய் அத்தை சிரித்தாள். 'இவர்கள் எதைப்பற்றியோ பேசுகிறார்களே' என்ற வியப்பு பொலியும் முகத்துடன் மலங்கமலங்கப் பார்த்துக் கொண்டு உடன் இருந்தாள் அகிலாண்டம் அத்தை.

அகிலாண்டம் அத்தையின் கதையை ஒருமுறை அப்பாவே சொல்லியிருக்கிறார். ராஜம் அத்தையின் கதையைவிடக் கூடுத லான காவிய சோகம் கொண்ட கதை அது. சோகம்தான் பெரியது – கதை சிறியதுதான்.

...அகிலாண்டம் அத்தைக்குத் திருமண ஏற்பாடுகள் நடந்தன. இரட்டையாய்ப் பிறந்தவர்களுக்கு ஒரே பந்தலில் திருமணம் நடந்தால் ஆகாது என்பதால், ராஜாம்பாளுக்கு ஆறுமாதம் கழித்துப் பார்த்துக்கொள்ளலாம் என்று சின்னத் தாத்தா முடிவெடுத்திருக்கிறார். அகிலாண்டம் மூன்று நிமிடம் முன்னால் பிறந்தவள் என்பதால் அவளுக்கு முதலில் திருமணம்.

அதுவே தப்பு பாத்துக்கோ க்ருஷ்ணா. ஞாயப்படி மூத்தவ ராஜம்தான்.

அதெப்பிடிப்பா? இந்த அத்தெதானே மூணு நிமிஷம் முன்னாடி பெறந்தா?

அங்கேதான் விஷயம் இருக்கு. ரெண்டுபேர் மட்டும்தான் நிக்க முடியும்ங்கற மாதிரி ஒரு ரூம். இடிச்சுப் பிடிச்சுண்டு நிக்கறா? உள்ளேபோனவா வெளீலே வர்றதுன்னா எப்பிடி, சொல்லு? ரெண்டாவதாப் போனவாதானே மொதல்லே வெளீலே வர முடியும்?

ஆமா. இவன் வயசுக்கு இது ரொம்பத் தேவையில்லியா? பிஞ்சிலேயே நன்னாப் பொகெ போட்டுப் பழுக்க வச்சிருங்கோ.

என்று ஆத்திரமாகச் சொன்னாள் அம்மா...

அகிலாண்டம் அத்தை திருமணத்தின்போது, நான் மூன்று வயதுக் குழந்தையாம். அப்பா எத்தனையோ தகவல்களைச் சொல்லியும், அந்தச் சம்பவத்தை என்னால் காட்சியாக

நினைவூட்டிக்கொள்ள முடியவில்லை. ஆனால், அப்பாவின் வர்ணனைகள் ரொம்பவும் காட்சிப்பூர்வமாக இருக்கும்.

மாப்பிள்ளை வீட்டார் வந்து இறங்குவதற்காக, கல்யாண மண்டபத்தில் ஆரத்தி கரைத்துவைத்துக்கொண்டு எல்லாரும் காத்திருக்கிறார்கள். அத்தைக்குத் திருமண அலங்காரங்கள் செய்து மாடி அறைக்குள் சமவயதுத் தோழிகள் சூழ அமர்த்தி யிருக்கிறார்கள். பிள்ளை வீட்டார் வந்து சேர்வதை பால்கனி யில் இருந்து மணப்பெண் பார்ப்பதாக ஏற்பாடு.

சும்மா சொல்லக்கூடாது. என் தங்கைகள் ரெண்டுபேருமே பேரழகிகள் . . .

ஆமா. இவர்தான் மெச்சிக்கணும்.

. . . இதெத்தான் சொன்னேன். மத்தப் பொம்மனாட்டி களுக்கே பொறுக்காத அழகு . . .

அப்பா சிரித்தார். அம்மா வழக்கம்போல முகத்தைச் சுழித்து அழகு காட்டினாள்.

. . . பெண்ணுக்குப் பெண்ணே பேராசை கொள்ளும்
பேரழகெல்லாம் படைத்தவளோ . . .

என்று சன்னமாகப் பாட வேறு செய்தார் அப்பா . . .

ஒரே கணத்தில் எல்லாம் தலைகீழாகிவிட்டது. தந்திச் சேவகன் வந்த மாத்திரத்தில். நீளமாக, கதை மாதிரித் தந்தியாம்.

ஆளற்ற லெவல் க்ராஸிங்கை அவசரமாய்க் கடக்க முயன்றிருக்கிறார் வேன் டிரைவர். தண்டவாளத்தின் மீது வண்டி குலுங்கியபோது என்ஜின் அணைந்துவிட்டது. ரயில் மோதிய வேகத்தில், புது மாப்பிள்ளையின் உடம்பு சுமார் இருநூறு அடி தள்ளி விழுந்து கிடந்தது. அடையாளம் தெரியாத அளவு முகம் நசுங்கியிருந்தது என்றார் அப்பா.

மணப்பெண்ணிடம் யார் சொன்னார்கள் என்று தெரிய வில்லை. கதறல், அழுகை, மூர்ச்சை என்று சம்பிரதாயமான எதையுமே செய்யவில்லை அவள். தீர்க்கமான அமைதிக்குள் புதைந்துவிட்டாளாம். முகம் மட்டும் உறைந்துவிட்டது. அலங்காரங்களைக் கலைக்கவும் மறுத்துவிட்டாளாம். சுற்றி லும் அழுதுகொண்டு நின்றவர்களைப் பார்த்து,

அவால்லாம் இன்னும் கொஞ்ச நேரத்துலே வந்துருவாளே. அதுக்குள்ளெ எவ்ளோ வேலெ செஞ்சாகணும். இப்பிடி மசமசன்னு நிக்கறேள்?

என்று அதட்டினாள்.

அன்று ஆரம்பித்தது – அவளிடம் எந்த வேலையும் சொல்லலாம். பொறுமையாகக் கேட்டுக்கொள்ளவும், அதன் பிரகாரம் செய்யவும் முடியும் அவளால். ஆனால், என்ன பதில் சொன்னாலும், மேற்சொன்ன வாக்கியங்களில் வந்து முடித்துக்கொள்வாள். சகோதரன் மனைவி,

அகிலா, அவாள்ளாம் வந்துருவா. அதுக்குள்ளெ இந்தத் தேங்காய் நாலையும் துருவிடு.

என்று சொல்லிய மாத்திரத்தில் அகிலாண்டம் அத்தையின் கைகளில் ஏறிவிடும் ரணவேகத்தைப் பார்த்து நானெல்லாம் பயந்தே போயிருக்கிறேன்.

அகிலாண்டம் அத்தையின் உலகம் தனது சுழற்சியை 1964ஆம் ஆண்டுடன் நிறுத்திக்கொண்டது மாதிரி, எங்கள் வீட்டுக்கு அவர்களுடைய போக்குவரத்து 1972 உடன் நின்று போனது – என் அப்பாவின் மரணத்துக்குப் பிறகு. எப்போதாவது பொது வைபவங்களில் பார்த்துக்கொள்வோம். இறந்து போன அண்ணாவை நினைத்து ராஜம் அத்தை கண் மல்குவாள். 'அவால்லாம் இன்னும் கொஞ்ச நேரத்திலெ வந்துருவாளே' என்பாள் அகிலாண்டம் அத்தை. மணிக்கணக்காகக் கிராம்பை அதக்கியதால் ஊறியிருந்த எச்சில் புளிச்சென்று தெறிக்கும்.

நான் படித்து முடித்து வேலைக்கு வந்தபிறகு, கும்பகோணம் செல்ல வாய்ப்புக் கிடைக்கும்போதெல்லாம், ஒரு சீப்பு பழம் வாங்கிக்கொண்டு அத்தைகளைப் போய்ப் பார்த்துவிட்டு வருவேன்.

அவர்களைத் தாக்கிய துயரத்தின் தன்மைக்கு, அத்தனை நீண்ட ஆயுள் சித்தித்திருக்க வேண்டாம், பாவம். எழுபது வயதைத் தாண்டி, இன்னும் உயிருடன் இருக்கிறாள் ராஜம் அத்தை. சமவயதுக்காரியான அகிலாண்டம் அத்தை போன வருடம்தான் இறந்துபோனாள். பத்தாவது நாள் காரியத்துக்கு நானும் போயிருந்தேன் . . .

இவ்வளவு விரிவாகச் சொல்லிக்கொண்டே போனதில் ஆலிவர் சாக்ஸை மறந்துவிட்டேனே. அவருடைய புத்தகத்தில் விதவிதமான மனிதர்கள் வருகிறார்கள். அதீதமான உளவியல் சிக்கல்கள் ஒவ்வொன்றுக்கும் முன்னுதாரணமாக வாழ்ந்து தீர்க்கும் மனிதர்கள். மூளையில் ஏற்பட்டுவிட்ட மிக நுண்ணிய முறிவின் காரணமாக, காணும் உலகம் சிதைவுற்றவர்கள். இசையில் பெரும் மேதைமை கொண்ட, பிம்பங்கள் எதையுமே முழுமையாகக் காண முடியாத, மனைவியின் தலையை ஒரு தொப்பி என்று தவறாகக் காண்கிற பேராசிரியர் 'பி' முதல்,

இரண்டாம் உலகப் போர் இன்றும் தொடர்வதாக நம்பும் ஜிம்மி வரை.

சாக்ஸ் சொல்கிறார் – 'மனிதன் என்பவன் வெறும் ஞாபகங்கள் மட்டும் அல்லவே. அவனுக்கு உணர்வுகள் உண்டு; மன உறுதி, சீர் பிரித்தறிதல், ஆன்ம இருப்பு என்று நரம்பு மண்டல உளவியல் பேசவே முடியாத சங்கதிகள் உண்டே!'

ஆலிவர் சாக்ஸின் மேற்சொன்ன வாக்கியத்தை உணர்த்துகிற ஒரு பரிமாணம் அகிலாண்டம் அத்தையின் மரணத்தில் எனக்குத் தெரியவந்தது ஞாபகம் வருகிறது. இன்னும் அதிகப் பரிமாணங்கள் இன்னும் நுட்பமானவர்களுக்குத் தெரிய வரலாம். எனக்குத் தெரியவந்ததைச் சொல்லாவிட்டால், இவ்வளவும் சொன்னதற்கு ஒரு பயனும் இல்லை... துக்க வீட்டின் வாசலில் போய் நின்றவனை,

எங்கண்ணாவே நேர்லெ வந்து நிக்கறாப்லெ இருக்கேடா கிஷ்ணா.

என்று இறுக்கிக் கட்டிக்கொண்டு அழுதாள் ராஜம் அத்தை. இன்னும் இளைத்திருந்தாள். இன்னும் சிறுத்திருந்தாள். முழுக்க நரைத்துவிட்ட தலையை இன்னும் ஒற்றைப்பின்னல் போட்டு முதுகில் கிடத்தியிருந்தாள். இன்னும் சகோதரன் வீட்டின் சமையலறையே கதியாய்க் கிடந்தாள். பத்தாவது நாளுக்கு துக்கம் கேட்க வந்தவர்கள் என்னையும் சேர்த்து ஐந்தே பேர். எல்லாருக்கும் சேர்த்து ராஜம் அத்தைதான் சமைத்தாள்.

சாப்பாட்டுக்குப் பிறகு, அத்தையுடன் சிறிது நேரம் தனியாகப் பேசக் கிடைத்தது. அப்போதுதான் அத்தை அந்த வெடியைக் கொளுத்திப் போட்டாள்.

இந்த ஐலா முண்டெ பாக்கத்தாண்டா கிஷ்ணா லூசு மாதிரி இருந்தா. உள்ளுக்குள்ளெ அசாத்திய அழுத்தம் பாத்துக்கோ.

ஏன்த்தே அப்பிடிச் சொல்றே?

பின்னெ? சண்டாளி, நெனைச்ச மாத்திரத்திலே பொறப்புட்டுட்டாளேடா.

அப்பிடியாத்தே?

ஆமா. அவ முடிவு பண்ணாமெப் பொறப்புட்டுருக்க மாட்டாடா அம்பி. பீஷ்மருக்கு அவர் நெனைச்சப்பொ சாகற வரம் இருந்ததாமே. யுத்தம் முடியற வரைக்கும் பல்லைக் கடிச்சுண்டு காத்திருந்தாராமே. அம்புட்டு வைராக்கியம் இந்த ஐலா முண்டைக்கும் இருந்துருக்கு. ஆனா, அவ சுபாவத்துக்குப் பொருத்தம்தான். நானெல்

லாம் சொல்லு பொறுக்க மாட்டேன். ஓங்கப்பாட்டெயே எத்தனைவாட்டி சொல்லி அழுதிருக்கேன் தெரியுமோ? ஆனா, இந்தக் கடங்காரி, ஒரு சொட்டுக் கண்ணீர் உதுக்க மாட்டா. யாரையோ சொல்றா மாதிரி கிராம்பெ ஒழப்பிண்டு நிப்பா. அதான், போணும்னு தோணின வொடனே போயிட்டா.

அப்பிடின்னா, ஜலாத்தே தற்கொலையா பண்ணிண்டா?

இல்லேடா அம்பி. ஆனா, சாகணும்னு முடிவெடுத்தது அவதானே?

சித்தப்பாவுக்குத் தெரியுமா இது?

ஆன வயசுக்கு இதெப்போய் விண்ணாரம் கொட்டுவாளா? தெரிஞ்சு என்ன செஞ்சுறப் போறான்? போனவ போய்ட்டா. இருக்கறவா நிம்மதியும் கெடுவானேன்?

ஜலாத்தெ வேணும்னு செத்துப்போனான்னு ஒனக்கு ஏன்த்தே தோணறது?

அன்னிக்கிக் காத்தாலே சுந்தா கொஞ்சம் திட்டிட்டான் பாத்துக்கொ. அவன் என்ன புதுசாவா பண்றான், பாவம்? ஏதோ, வழக்கமாத் திட்டறதுதான். நாங்களும் வாங்கிக்கறது தான். அன்னிக்கிக் கொஞ்சம் ஜாஸ்தியாய்டுத்து. இவன் எதுக்கோ கூப்புட்டானாம். அவ வாய் தெறக்காமெ இருந்துருக்கா. இந்தச் சனியனுக்குத்தான் அந்த நாள்லெருந்தே அந்த நாசமாப் போன கிராம்புப் பழக்கம் உண்டே. சுந்தாக்கும்தான் என்ன, சின்ன வயசா? ஆச்சு, வர்ற ஆனிக்கி எழுவது பெறந்துர்றதே. ரத்தக் கொதிப்பு, சக்கரெ, கொழுப்பு, ஆர்ட்டுன்னு வேளா வேளைக்கி ஆழாக்கு மாத்தரெ சாப்பிடறான் பாவம். வத்தக் கொழம்பெ விட்டுப் பெசைஞ்சு திங்காதது பாக்கி.

அத்தை பெருமூச்சு விட்டாள்.

சரி, ஜலாத்தே அப்பிடி முடிவெடுத்தான்னு ஒனக்கெப்பிடித் தெரியும்? ஓங்கிட்டெச் சொன்னாளா?

இதெல்லாம் சொல்லித் தெரியணுமாடா அம்பி. அது தெரியற வயசாலியா எனக்கு? கல்லுத்தூண் மாதிரி நிக்கறவ, அன்னிக்கு அவ ஒதடு கோணிடுத்து. கண் முழுக்க ஜலம் கட்டி எப்படா எறங்குவோம்னு நிக்கறது. சுந்தாவெ ஒரு பார்வெ பாத்தா பாரு. அம்மாடி, எப்பேர்ப் பட்டவனுக்கும் 'ஐயோ பாவம்'னு தோணிரும். சுந்தா வாயெ மூடினுட்டான். நாம் போயி இவ கையப் பிடிச்சு

இழுக்கறேன். நகர மாட்டேங்கறா. அவன் அப்பாலே போனதுக்கப்பறம்தான் இவ நகந்தா.

இதெ வச்சு அப்பிடிச் சொல்ல முடியுமாத்தே?

வாஸ்தவம்தாண்டா. முடியாதுதான். மறுநாளே அது ருஜுவானதுனாலேதானே நாஞ் சொல்றேன். இந்த ஐலாக்காரி எப்பப் பாத்தாலும் ஒத்தெக் கிராம்பெ நமட்டிண்டு அலைவ இல்லியா?

ஆமா.

பிரேதத்தெக் குளுப்பாட்ட பொம்மண்டாட்டிகள்லாம் கூடி நின்னோமா?

ம்?

ஈரத்துணியெ மாத்திக் கோடி உடுத்தறத்துக்காக ஒடம்பெப் பொரட்டறோம்... நாந்தான் தலையப் பிடிச்சுண்டுருக்கேன். கை வழுக்கி, தலை பொரண்டுருத்து. ஐலாவோட வாய் திறந்துருத்து.

அடடே...

ரத்தம் கணக்கா எச்சல் வழியறது. இல்லே, ரத்தமே தானோ என்னமோ. எம்புட்டு நாத்தம்ங்கிறே. அம்மாடி, கொமட்டித் தள்ளிடுத்து. அது பெரிசில்லேடா அம்பி. அவ வாய் முழுக்க என்ன இருந்ததுங்கிறே?

சொல்லுத்தே.

ஒரு கொத்துக் கிராம்பு.

அத்தையும் நானும் ஒரே சமயத்தில் பெருமூச்சு விட்டோம்.

...போறது போ. ஒனக்கெதுக்கு இந்தக் கருமாந்தரமெல்லாம். உன் ஆம்படையா கொழந்தைகளெல்லாம் க்ஷேமமாயிருக்கால்லியோ?... வெய்யில் தாழ ஒரு வா காபி சாப்டுட்டுப் பொறப்புடு. கத்திரி மாதிரின்னா கொளுத்தறது? எங்க காலத்துலெயெல்லாம் ஆடி மாசம்னாக் காத்தெடுத்துடும்...

என்றவாறு சமையலறையைப் பார்த்துப் போக எழுந்தாள் அத்தை.

தாய்மை யாதெனில் . . .

ஐரீனை உங்களுக்குத் தெரியாமலிருக்க வாய்ப்பில்லை. ஐரீன் என்ற பெயரில் தெரிந்திருக்காது, ஒருவேளை. கொஞ்சகாலம் எங்களுக்குள் ஒருவித அபிமானம் நிலவியது. பிறகு ஒருவருக்கொருவர் எட்டாத தொலைவுக்குப் போய்விட்டோம். ஆனால், அவளை என்னால் என்றுமே மறக்க முடியாது. இன்னொரு ஆனால் மிச்சமிருக்கிறது – ஐரீனுக்கு என்னை நினைவிருக்குமா, அதுவும் அவளுடைய தற்போதைய சூழ்நிலையில், என்பதற்கு எந்த உத்தரவாதமும் கிடையாது.

நான் சென்னைக்கு மாற்றலாகி வரும்போது இருபத்தோரு வயது இளம்பெண் அவள். இருபது வருடங்கள் தொடர்ந்து பணிசெய்து, ஓய்வு பெற்று சொந்த ஊர் திரும்பியிருக்கிறேன் – அவளுக்கு இப்போதுதான் முப்பது வயது ஆகியிருக்கிறது. அவர்கள் வட்டாரத்தில் இளமை அவ்வளவு சீக்கிரம் முடிவதில்லை.

1989 – 90 வாக்கில் நான் சென்னைக்கு வந்தேன். குழந்தைகளின் படிப்பை உத்தேசித்து. புதிதாகப் பறித்த ரோஜா மாதிரி எனக்குப் பக்கத்து இருக்கையில் ஐரீன் பெர்நார்டு. மெலிதான நறுமணத்துடன் வந்து உட்கார்வாள். அவளுக்கு இடதுபுறம் என்னுடைய கூண்டு. நான் காசாளராக இருந்தேன். அவள் எழுத்தர்.

ஆங்கிலோ இந்தியப் பெண் என்றாலும் பிடிவாதமாக தினசரி பருத்திப் புடவைகள் அணிந்து வருவாள் ஐரீன். இடது தோளில் சிறகுபோல விறைத்து நீண்டிருக்கும் புடவை விளிம்பு. மார்க் கதுப்பு அவ்வப்போது பார்வையில் பட்டுத் தொந்தரவு செய்யும்.

ஆனால், பேசும்போது அவள் கண்களில் மலரும் வெகுளித் தனம் எனக்குள் அந்தக் கணம் வரை சேர்ந்திருக்கும் கசடுகளைப் பொசுக்கிக் கருக்கிவிடும். பத்தாம் வகுப்புப் படிக்கும் என் மூத்த மகள் ஒரே கணத்தில் முழுசாக விளைந்து பக்கத்து இருக்கையில் வந்து அமர்ந்துவிட்ட மாதிரி உணர்வேன். கடுமை யான குற்ற உணர்ச்சியில் மனம் குமையும்.

நல்லவேளை, இந்த அவஸ்தை அதிக காலம் நீடிக்கவில்லை. மிகச் சரியாக ஒன்றரை வருடம். ஐரீன் வேலையை ராஜிநாமா செய்துவிட்டுப் போனாள். அந்த இடத்துக்கு ஆராவமுதன் வந்து சேர்ந்தார். இளைஞர்களெல்லாம் சிகரெட் பான் பராக் என்று நவீனமடைந்து வந்த காலகட்டத்தில் இவர் மட்டும் பிடிவாதமாகப் பொடி போட்டுக்கொண்டிருந்தார். பொதுவாக, இந்தப் பழக்கம் உடையவர்கள் வலது கையைத்தான் பயன் படுத்துவார்கள் அல்லவா? என் தலையெழுத்து, ஆராவமுது இடதுகைப் பழக்கம் உடையவர். தினவெடுத்ததும் லெட்ஜரை நிதானமாக முன்னால் தள்ளி வைத்துவிட்டு – கணிப்பொறிகள் சரளமாகப் புழக்கத்துக்கு வந்திராத நாட்கள் அவை – நாசித் துவாரங்களில் பொடியைக் கெட்டித்துவிட்டு இடது கையை உதறுவார். என் கண்களில் நீர் நிரம்பிவிடும். ஐரீனின் ஞாபகம் காரணமா, மிச்சப் பொடி காரணமா என்று என்னால் ஒரு முடிவுக்கு வர முடிந்ததேயில்லை.

ஐரீன் இருந்த நாட்களில், நானும் அவளும் ஒன்றாகத் தான் மதிய உணவுக்குப் போவோம். தாளித்துக்கொட்டிய தயிர் சாதத்தையும் மோர் மிளகாயையும் உருட்டி, கவளம் கவளமாக நான் விழுங்கும்போது, விரல்களில் ஈரம் படியாமல் ரொட்டித்துண்டுகளை எடுத்து மெல்லுவாள் அவள். கிட்டத் தட்ட கழிவறைக் கோப்பையின் சாயலில் இருக்கும் வாஷ் பேஸினில் நான் கையையும் எவர்சில்வர் டப்பாக்களையும் கழுவிக்கொண்டு வருவேன். கைப்பையிலிருந்து எடுத்த டிஷ்யூ காகிதத்தால் சாயம் கலைந்துவிடாதவண்ணம் நாசூக்காக உதடுகளை ஒற்றியெடுப்பாள் ஐரீன்.

அடுத்த பத்து நிமிடங்கள் பல்வேறு விஷயங்களைப் பேசிக்கொண்டிருந்துவிட்டு இருக்கைக்குத் திரும்ப நாங்கள் முடிவெடுக்கவும், நிறை கர்ப்பம் போன்ற தொந்தி, ஐந்து அடுக்கு டிபன் கேரியர் மற்றும் பெருத்த ஓசையெழுப்பும் ஏப்பத்துடன் மாணிக்கவாசகம் சாப்பாட்டு அறைக்குள் நுழைய வும் சரியாக இருக்கும்.

ஒருநாள் எங்கள் வாடிக்கையாளப் பெண்மணி ஒருத்தி பற்றிப் பேச்சு வந்தது. எப்போதுமே அதீதமான ஒப்பனையுடன்

வருபவள் அவள். எரிக்கும் நிறங்களில் சேலை. அநியாயத்துக்குக் குதி உயர்ந்த காலணி. வரும்போதை விட, போகும்போது மேலும் விகாரமாகத் தெரியும் நடை. அவள் வங்கிக்குள் நுழைந்தவுடன் நானும் ஐரீனும் ஒருவரையொருவர் பார்த்துப் புன்னகைத்துக்கொள்வோம்.

அன்று எங்கள் புன்னகை பாதியில் உறைந்துவிட்டது. அந்தப் பெண்மணி தன்னுடன் அழைத்து வந்திருந்த சிறுவன் தான் காரணம். பெரிதாக ஓலமிட்டவாறு உள்ளே வந்தான் அவன். தலை ஒரு நிலையில் நிற்காமல் சதா சுழன்றுகொண்டிருந்தது. சின்னஞ்சிறிய, சப்பை மூக்கு. கீறல்போல் இடுங்கிய, பீளை கோத்த கண்கள். ஓசையெழுப்புவதற்காகத் திறந்த வாயில் பாதி மென்ற எதுவோ வெண்ணிறமாக நுரைத்துக் கொண்டிருந்தது. அந்தப் பெண்மணியின் புடைவையை இறுக்கிப் பிடித்துக்கொண்டிருந்தான். பள்ளிச் சீருடை அணிந்திருந்தான்.

மாணிக்கவாசகத்தின் இருக்கையில் சென்று டோக்கன் வாங்கிக்கொண்டு வரிசை நாற்காலியில் அமர்ந்துகொண்டாள். அந்தப் பையன் உரத்துக் கூவுவான். இவள் சிரித்த முகத்துடன் அவனிடம் ஏதோ சொல்லி சமாதானம் செய்வாள். இரண்டு விநாடி கழித்து அவன் மறுபடியும் ஓலமிடுவான். அவனுடைய கால்சட்டையில் ஈரம் படிந்திருந்ததை சற்று தாமதமாகத்தான் கவனித்தேன்.

மாணிக்கவாசகத்தால் சுறுசுறுப்பாகவும் வேலை பார்க்க முடியும் என்பதை அன்று அறிந்துகொண்டேன். சீக்கிரமே அந்தப் பெண்மணியின் காசோலை என்னிடம் வந்துவிட்டது. டோக்கன் எண் சொல்லி நான் அழைத்ததும் பையனையும் நடத்திக்கொண்டு கூண்டுக்கு அருகில் வந்தாள். மூத்திர நாற்றம் துளைத்தது. பணத்தை வாங்கும்போது அவளாகவே சொன்னாள்:

புது எடம்ங்குறதாலே பயப்புடுறான். இல்லாட்டி இவ்வளவு சத்தம் போட மாட்டான்.

நானும் உபசாரமாக ஓரிரு வார்த்தைகள் பேச வேண்டுமே என்று கேட்டேன்:

பள்ளிக்கூடம் போறானாம்மா?

ஆமா சார். கூப்புடப் போற ஆயா இன்னைக்கி வரலே. அதான் நான் போயிட்டு நேரா பேங்க்குக்கு வர வேண்டிய தாயிருச்சு. நீங்க ஒரு மணிக்கிக் குளோஸ் பண்ணிருவீங்களே?

பையனை நடத்திக் கூட்டிக்கொண்டு போனாள். அவன் மழலையாக 'ம்மா, ம்மா' என்று அழைத்து ஏதோ கேட்பதையும், இவள் குனிந்து அவனுக்கு பதில் சொல்லிக்கொண்டே போவதை

யும் அந்த ஹாலில் இருந்த அனைவரும் வேடிக்கை பார்த்தார்கள். கதவுக்கு அருகில் நின்று பையன் திரும்பிப் பார்த்தான். அத்தனைபேருக்கும் கையாட்டி விடைசொல்லிவிட்டு வெளியில் போனான் – அம்மாவின் புடவையைப் பிடித்த பிடி விலகாமல்...

அந்தம்மா மேக்கப்பெப் பாத்து இவ்வளவு நாளும் எனக்குள்ளெ ஒரு வெறுப்பு ஏறியிருந்துச்சு ஐரீன்.

எனக்கு வெறுப்பெல்லாம் இல்லே மணி ஸார். இவ்வளவு பொருந்தாமெ மேக்கப் செஞ்சிக்கிட்டு ஒரு லேடி வருதூன்னா அதுக்கு ஏதாவது காரணம் உண்டும்னுதான் நான் நெனைக்கும். இதே எங்கம்மாவெப் பாருங்கோ. மேக்கப்பே போடமாட்டாது...

அது வாஸ்தவம்தான். ஐரீனைப் பார்க்கச் சிலசமயம் வங்கிக்கு வருவார் அவளுடைய தாய். குளித்துத் தலைசீவியவுடன் நேரே தெருவில் இறங்கிவிட்ட மாதிரிப் பளிச்சென்று இருப்பார். விழியோரங்களிலும், நெற்றியிலும் நாலைந்து வரிகளாக ஓடும் சுருக்கங்களும், தலைமுடிக்குப் பூசிய அடர் கறுப்புச் சாயமும் தவிர வேறு ஒப்பனை எதுவும் கிடையாது. ஆனால், ஒருநாளும் புடவை கட்டி வரமாட்டார். இள நிறங்களில், முழங்காலுக்குச் சற்றுக் கீழோடு நின்றுவிடும் கவுன்தான் எப்போதும்.

...ஆங்கிலோ இண்டியன் கம்யூனிட்டியிலே இப்பிடி ஒரு ஆர்த்தடாக்ஸ் பொம்பளையைப் பாக்கவே முடியாது மணி ஸார். ஐயர் வீட்டுப் பொண்ணு மாதிரிப் பொத்திப் பொத்தியில்லே என்னெ வளக்குது.

சொல்லும்போது ஐரீனின் கண்கள் மினுங்கின. அதே கண்களில் நீர் மல்க, அதே தாயாரைப் பற்றி வேறு வாக்கியங்களில் பேசப்போகிறாள் ஐரீன் என்பது எங்கள் இருவருக்கும் அப்போது தெரியாது. ஆறே மாதத்தில் அந்த நாள் வந்துவிட்டது. அதைச் சொல்ல மனம் கனக்கிறது. கொஞ்ச நேரம் கழித்துச் சொல்கிறேனே. கெட்ட விஷயங்களைச் சற்று ஒத்திப் போட்டால் ஒன்றும் கெட்டுவிடாது, இல்லையா?...

அந்தப் பையன் சம்பந்தமா அந்தம்மாவுக்கு ஒரு இன்ஹிபிஷனும் இல்லே பாத்தியா ஐரீன்?

அதுதான் ஸார் மதர்ன்றது.

இதே வாக்கியத்தை இதே உணவறையில் வைத்து முந்தின மாதம் ஐரீனிடம் நான் சொல்லியிருந்தேன். சொன்னேன் என்பதைக் காட்டிலும் ஜம்னாவை மேற்கோள் காட்டினேன்

என்பதுதான் சரி. அன்று நாங்கள் பேசிக்கொண்டிருந்ததும் எனக்குப் பசுமையாக நினைவிருக்கிறது ...

வத்தலக்குண்டுவில் நாங்கள் ஒண்டுக் குடித்தனத்தில் குடியிருந்த நாட்கள். வீட்டு உரிமையாளர் கோவிந்த ராவ் ... அவருடைய மகள் ஜம்னாவால் ஏற்பட்ட சிக்கலைத்தான் ஐரீனிடம் கதையாகவும் ஆறுதலாகவும் சொன்னேன்.

அடுக்கு மாடிக் குடியிருப்பில் ஐரீன் வீட்டுக்கு நேர் கீழே உள்ள குடும்பத்தில் ரிச்சர்டு என்று ஒரு பையன் இருந்தான். கித்தார் வாசிப்பதில் கெட்டிக்காரன். போனி எம் மின் பாடல்களில் ஐரீன் மாதிரியே அவனுக்கும் அபாரமான ஈடுபாடு.

மொட்டைமாடிக்குத தற்செயலாக ஐரீன் போயிருக்கிறாள். ரிச்சர்டு கித்தாரை வைத்து நோண்டிக்கொண்டிருந்தானாம். இவளைப் பார்த்தவுடன் உற்சாகமாக 'ஹாய்' என்றிருக்கிறான். இருவருமாக 'பை த ரிவர்ஸ் ஆஃப் பாபிலோன்' பாடத் தொடங்கி நாலைந்து வரிகள் போயிருப்பார்கள். ஐரீனின் அம்மா வந்துவிட்டாள்.

பருந்திடமிருந்து குஞ்சைக் காப்பாற்றப் பாயும் தாய்க்கோழி மாதிரிப் பதட்டமாய் இருந்தாளாம். ஐரீனைப் பிடி விலகாமல் தரதரவென்று தங்கள் போர்ஷனுக்குள் இழுத்துப் போய்விட்டாள். உள்ளே நுழைந்தவுடன் பளாரென்று ஓர் அறை.

தென்னக ரயில்வேயில் என்ஜின் டிரைவராக இருந்து அகாலமாய் மரித்த அமரர் பெர்னார்டின் மறைவுக்குப் பிறகு – அவருடைய ஆன்மா சாந்தியடையட்டும் – இவளை வளர்க்கத் தான் பட்ட பாட்டையும், கணவரின் இடத்தில் தனக்குக் கிடைத்த ரயில்வே உத்தியோகத்தில் எத்தனையோ ஆண்கள் தன்னைச் சுற்றிச்சுற்றி வந்தபோதும் மனசையும் உடம்பையும் கல்லாக்கிக்கொண்டு இவள் ஒருத்திக்காகவே வருஷக்கணக்காகத் தனியாக இருந்து வருவதையும் ஆயிரத்திச் சொச்சமாவது தடவையாகக் கண்ணீர் மல்க ஒப்பித்தாள்.

> திட்டட்டும் மணி ஸார். நான் ஏதாவது மிஸ்டேக் பண்ணினா திட்டட்டும். யாராவது மென்கூடப் பேசினாலே 'ஊர் மேயுறே'ன்னு ஆரமிச்சா எப்பிடி ஸார். அதுலேயும் தமிள்லே திட்டுதா. ஏதோ குப்பத்திலே கேக்குற மாதிரி அவ்ளோ பச்சைபச்சையா இருக்கு ...

என்று கண்கலங்கினாள் ஐரீன். அவளுக்கு இதமாக இருக்கட்டும் என்றுதான் ஜம்னாவைப் பற்றிச் சொன்னேன். உண்மையில்,

நான் சொன்னது ஜம்னாவைப் பற்றி அல்ல. என்னுடைய அம்மாவைப் பற்றி.

ஒரே பையனான என்னையும் தன் மனைவியையும் விட்டுவிட்டு என் தகப்பனார் ஓடிப்போய்விட்டார். கம்பத்தில் கவர்மெண்ட் ஆஸ்பத்திரியில் வேலைபார்க்கும் நர்ஸ் ஒருத்தியுடன் குடித்தனம் நடத்துகிறார் என்று கேள்விப்பட்டு, என் தாய்மாமன்கள் மூன்றுபேரும் கொதித்துக் கிளம்பினார்களாம். அம்மா வேண்டாமென்று தடுத்துவிட்டாள்.

ஒடஞ்ச கலயம். இன்னிமே ஒட்டாதுண்ணா.

என்று பிடிவாதமாகச் சொல்லிவிட்டாள். மாமன்மார் மாதாந்திரம் கொடுத்த சொற்பத் தொகையும், அக்ரஹாரத்தில் நாலைந்து வீடுகளில் பாத்திரம் தேய்தது வந்த வருமானமும் கொண்டு என்னைப் படிக்க வைத்தாள் அம்மா.

தேசியமய வங்கியில் வேலை கிடைத்து, நான் திண்டுக்கல் கிளையில் சேர்ந்தேன். அந்த வாரக் கடைசியில் ஊருக்கு வந்தபோது, விசாலாட்சியம்மனுக்குப் பட்டுப் புடவை சாத்தினாள்.

கண் திறந்துட்டேடீம்மா. என் வயித்துலெ பாலெ வார்த்துட்டே.

என்று சந்நிதியில் குப்புற விழுந்து என் அம்மா கதறியதைப் பார்த்து கோட்டீஸ்வரக் குருக்கள் மிரண்டு போனார். அவரும் சின்ன வயதுதானே பாவம். என்னைவிடப் பத்து வயது அதிகமிருந்தால் ஜாஸ்தி. அர்ச்சனை முடித்துக் கிளம்பும்போது, என்னைத் தனியாக அழைத்து,

அம்பி, தாயாரெ ஒரு நல்ல டாக்ட்டர்ட்டேக் காமியேன். சித்தம் கலங்கினவ மாதிரின்னா நடந்துக்கறா.

என்று ஆலோசனை சொல்லி என் முறைப்பைப் பதிலாக வாங்கிக்கொண்டார்.

அவ்வளவு பிரியம் இருந்ததினாலேதான் அவ்வளவு ஆத்திரமும் வந்திருக்கு அவளுக்குன்னு புரியும்போது எனக்கு முப்பத்தைஞ்சு வயசாயிருச்சு ஐரீன். அம்மா காலமாயிப் பத்து வருஷம் ஆயிருந்தது . . .

என்று பெருமூச்சு விட்டேன். மாணிக்கவாசகம் ஏப்பம் விடும் ஒலி கேட்டது.

. . . சரி. நாளைக்கிக் கண்ட்டின்யூ பண்ணுவம்.

என்று எழுந்தேன்.

மறுநாள் ஞாபகமாகக் கேட்டாள் ஐரீன். நானும் விட்ட இடத்திலிருந்து தொடர்ந்தேன். நாங்கள் குடியிருந்த வீட்டின் உரிமையாளரான கோவிந்த ராவ் பேருந்து நிலையத்துக்கு எதிரே ஓட்டல் வைத்திருந்தார். அவருக்கு மூன்று மகள்களும் ஒரு மகனும். மகனை எஸ்ஸெஸ்ஸெல்ஸி முடித்தவுடன் கல்லாவில் உட்கார வைத்துவிட்டார். பள்ளிக்கூடத்திலேயே முதலாவதாக வந்துகொண்டிருந்த பையனை மேற்கொண்டு படிக்க விடாமல் கெடுத்துவிட்டார் ராயர் என்று தாயார் ருக்மிணி பாய் என் அம்மாவிடம் நாள்தவறாமல் சொல்லிப் புலம்புவாள். தினசரி இரவில் அவர்கள் குடும்பத்தில் பெரிய யுத்தம் நடக்கும் பெற்றவர்களுக்குள். ஒரு வார்த்தை விடாமல் எங்கள் போர்ஷனுக்குக் கேட்கும். ஆனால், கன்னடத்தில் நடக்கும் சண்டை என்பதால், எங்களுக்கு ஒரு வார்த்தையும் புரியாது.

மூன்றாவது மகள் ஜம்னா அருப்புக்கோட்டையில் வாழ்க்கைப்பட்டிருந்தாள். கணவர் மின்சார வாரியத்தில் வேலை பார்க்கிறவர். மூத்த பெண்கள் இருவரையும் கர்நாடகத்தில் ஓட்டல்களில் வேலை பார்க்கிறவர்களுக்குக் கொடுத்திருந்தது. கஷ்ட ஜீவனம்தான். ஆனால், அவர்களால் இவர்களுக்குப் பிரச்சினையில்லை. ஜம்னாவின் புருஷனோ ஓட்டலில் பங்கு கேட்கிறார்.

ஓட்டலை நம்பி குப்புராவின் படிப்பையும் கெடுத்தாகிவிட்டது. ருக்மிணிபாய் பங்கு கொடுக்கக் கூடாது என்கிறாள். 'கொள்ளிபோட என்று இருப்பது ஒரே பிள்ளை. அவன் தலையில் ஓட்டலைக் கட்டி வாழ்க்கையைக் கெடுத்தது போதும். மகளை வாழ வைக்க என்று இன்னொரு தடவை கெடுக்க வேண்டியதில்லை.'

பங்கு கொடுத்தால் தப்பில்லை என்பது ராயர் தரப்பு. 'தொழில் தெரிந்தவன் எப்படியும் பிழைத்துக்கொள்வான். பெரியகுளம் பஸ்ஸ்டாண்டில் இன்னொரு ஓட்டல் விலைக்கு வருகிறதாகச் சொல்கிறார்கள். மூன்றாம் பேர் அறியாமல் அதைக் குப்புவின் பேருக்கு வாங்கி விடலாம்.'

'பங்கு கொடுத்தால் தற்கொலை செய்துகொள்வேன்' என்று பயமுறுத்துகிறாள் ஜம்னா. கொடுப்பது என்று ஆரம்பித்துவிட்டால் இத்தோடு நிற்காதாம்.

இதுதான் தினசரிச் சண்டைக்குக் காரணம் என்று ஜம்னா விளக்கினாள்... ஆனால், சண்டை கன்னடத்தில் நடக்கவில்லையாம். கோவிந்த ராவ் குடும்பத்தின் தாய்மொழி துளு.

நான் பார்த்த பெண்களிலேயே பேரழகி என்றால் அது ஜம்னாதான். சுண்டினால் ரத்தம் தெறிக்கும் நிறம். பிற்பாடு ஏதோவொரு சினிமாப் பாட்டில் ‘வெண்சங்குக் கழுத்து’ என்று உவமானம் வந்தபோது எனக்கு உடனடியாக ஜம்னா வின் ஞாபகம் வந்தது. ஆனால், ஜம்னாவின் அழகைப் பூரண மாக மறைத்த கருந்திரை அவளுடைய கண்கள். லேசாகப் பழுப்பு நிறம் மினுங்கும் பூனைக் கண்களில் நிரந்தரமாக இருந்து வந்த துக்கத்தின் தன்மை அப்படி.

மின்வாரிய ஊழியர் பெண்டாட்டியை மட்டும்தான் பிறந்தவீட்டுக்கு அனுப்பியிருந்தார். இரண்டு வயதான இவர்கள் குழந்தையைத் தம்மிடமே வைத்துக்கொண்டு விட்டார். அதிக பட்ச அழுத்தம் கொடுக்காமல் சொத்தில் பங்கு வாங்க முடியுமா? தன் குழந்தையின் பிம்பத்தை வெட்டவெளி முழு வதும் தேடியவாறே நடமாடுகிறாள் ஜம்னா என்று தோன்றும் எனக்கு. ஆக, எனக்குப் பரிச்சயமான பெண்களில் தொட வேண்டும் என்ற விருப்பத்தைக் கடைசிவரை கிளர்த்தாத ஒரே பெண்ணும் அவள்தான்...

மணி ஸார், அப்ப நானு?

என்று கேட்டாள் ஐரீன். கண்களில் குறும்பு ததும்பியது.

அட நீ ஒண்ணு. நீ என் பொண்ணு மாதிரியில்லே இருக்கே. தவிர, அப்ப இருந்த வயசுக்கு இப்ப டபிளா யிருச்சே ஐரீன் எனக்கு?

என்றேன். இருவரும் சிரித்தோம்.

...ஆனால், என் அம்மாவுக்கு இந்த விஷயத்தில் நம்பிக்கை இல்லை. திண்டுக்கல்லிலிருந்து வார விடுமுறைக்கு நான் ஊர் வரும்போது, ஜம்னா சம்பந்தமாக நிச்சயம் ஒரு சண்டை யாவது எனக்கும் அம்மாவுக்கும் நடக்கும். இத்தனைக்கும் ருக்மிணிபாயும் அம்மாவும் நெருங்கிய சிநேகிதிகள். ஒருவேளை, தன் பிள்ளை அவ்வளவு யோக்கியன் இல்லை என்று அம்மா நினைத்திருக்கலாம். நான் யோக்கியன் இல்லைதான். ஆனால், அம்மாவுக்கு ஒரு விஷயம் புரியவில்லை. எந்த நேரமும் கொட்டித் தீர்த்துவிட ஆயத்தமாய் இருக்கும் கண்களைப் பார்த்ததுக்குப் பிறகும் ஒருத்தனுக்குக் காமம் எழும்புமா?

ஒரு சனிக்கிழமை. மொட்டை மாடியில் ஜம்னா என்னிடம் வழக்கம்போலத் தன் குழந்தை பற்றிய நினைவுகளைச் சொல்லிக் கலங்கிக்கொண்டிருந்தாள். அப்போது இவளுக்குப் பச்சை உடம்பாம். திடீரென்று மஞ்சள் காமாலை தாக்கிவிட்டது. குழந்தைக்குப் பால் கொடுக்கக் கூடாது என்று மருத்துவர்

கண்டிப்பாகச் சொல்லிவிட்டார். குழந்தையானால், வஞ்சக மில்லாமல் தாயிடம் குடிக்கக் கூடியவன். இவளுக்கும் தாராள மாகச் சுரக்குமாம். வீர் வீரென்று அவன் அழும்போது இவளுக்கு மார் கட்டிக்கொண்டு, மேலும் சிக்கலாகிவிட்டதாம்.

இதைச் சொல்லும்போது கரகரவெனக் கண்ணீர் வழிய, தன் நெஞ்சில் வலதுகையை வைத்து அழுத்திக்கொண்டாள் ஜம்னா. உதடுகள் கோணிவிடாமல் தடுக்கப் பெரும் பிரயாசைப் படுகிறாள். பாவம், அவளும் இதையெல்லாம் யாரிடம் சொல்லித் தீர்த்துக்கொள்வாள்? . . .

அந்தச் சமயத்தில் அம்மா மாடியேறி வந்தாள். ஜம்னா வின் புறம் திரும்பவேயில்லை. நேராக என்னைக் கண்ணுக்குக் கண் பார்த்தாள்.

மணி, கீழே வா. உங் கிட்டெக் கொஞ்சம் பேசணும்.

நாய்க்குட்டி மாதிரிப் பின்தொடர்ந்தேன். மறுத்து ஒரு சொல் பேசினாலும், ஜம்னாமீது பாய்ந்துவிடுவாளோ என்று அச்சம்.

அன்று நடந்த தகராறின் முடிவில் அம்மாவுக்கு நான் சில விளக்கங்களை எடுத்துரைக்க வேண்டி வந்தது.

1. காதல் திருமணம் செய்துகொள்ளும் உத்தேசம் எதுவும் எனக்குக் கிடையாது.
2. தவறிப் போய்க் காதலித்தாலும் மாத்வப் பெண்ணைக் காதலிக்க மாட்டேன்.
3. மாத்வப் பெண்ணாகவே இருந்தாலும் மணமான பெண்ணைக் காதலிக்க மாட்டேன்.
4. மணமான பெண்ணாகவே இருந்தாலும் நிச்சயம் ஜம்னாவைக் காதலிக்க மாட்டேன்.
5. ஒருவேளை ஜம்னாவைத்தான் காதலிப்பது என்று முடிவெடுத்துவிட்டேன் என்றால், எந்தக் கொம்பன், கொம்பியாலும் என்னைத் தடுக்க முடியாது.
6. அப்படி ஒரு வீம்பு எனக்குள் உருவாகாமல் பார்த்துக் கொள்வது அம்மாவின் பொறுப்புத்தான்.

கடைசி ஷரத்துக்கு விசுவாசமாகக் கடைசிவரை இருந்தாள் அம்மா என்று சொல்லிவிட முடியாது. அதற்குப் பிறகும் ஓரிரு தடவைகள் இதே பிரச்சினையை எழுப்பியிருக்கிறாள். என்ன, முந்தைய நான்கு விதிகளுக்கு நியாயமாய் நான் நடந்துகொண்டேன், பெரியவர்கள் பார்த்துவைத்த தாடகையைத் தான் திருமணம் செய்துகொண்டேன் என்பதை என் அம்மா உயிருடன் இருந்து பார்க்கக் கொடுத்துவைக்கவில்லை. தாய் மாமன்கள்தான் என் திருமணத்தை நடத்திவைத்தார்கள் . . .

அப்பவே நீங்க பாய்ண்ட் பாய்ண்டாத்தான் பேசுமா மணி ஸார்?

பின்னே? அதெல்லாம் பிறவியிலேயே வர்ற வியாதி ஐரீன்.

மறுபடியும் இருவரும் சிரித்தோம். ரொட்டித் துண்டை விழுங்கி விட்டு ஐரீன் கேட்டாள்:

ஒங்க அம்மா இப்பிடி டவுட் படுதூண்றது அவுங்களுக்கு, அதான் அந்த ஜம்னா மேடத்துக்குத் தெரியுமா மணி ஸார்?

நான்தான் சொன்னேன். ஜம்னா எவ்வளவு தங்கமானவ ன்னு எனக்குத் தெரியவந்தது அப்பொத்தான். சட்டுன்னு பதில் சொன்னா. 'அவுங்க நினைக்கிறதுலெயும் ஞாயம் இருக்குதானே மணி...'

பெருமூச்சு விட்டேன்.

பேசிக்கொண்டே சாப்பிட்டு முடித்திருந்தோம். நான் அழுக்குக் கோப்பையிடம் சென்று திரும்பினேன். கைக் கடிகாரத்தைப் பார்த்தேன். இன்னும் நேரம் இருக்கிறது. விட்ட இடத்திலிருந்து ஐரீன் தொடர்ந்தாள்:

நீங்க இதெப்போயி அந்த மேடத்துக்கிட்டே சொல்லி யிருக்க வேண்டாம் மணி ஸார். இன்ஸைட் எவ்வளவு சங்கடப்பட்டுருக்கும் அது?

வேணும்னு சொல்லலெ ஐரீன். சொல்ற மாதிரி சந்தர்ப்ப மாயிருச்சு.

...ஜம்னாவின் இன்னொரு பரிமாணம் தெரிவதற்குக் காரணமான அந்தச் சம்பவம் மறுவாரமே நிகழ்ந்துவிட்டது. வாரக் கடைசியில் ஊர் திரும்புகிறேன். பயணம் தொடங்கிய கொஞ்ச நேரத்திலேயே வயிறு கலக்க ஆரம்பித்துவிட்டது. முந்தின இரவு இரண்டாம் ஆட்டம் முடிந்து திரும்பும்போது அகாலத்தில் சாப்பிட்ட டபிள் ஆம்லெட்டும் சிலோன் புரோட்டாவும் ஒத்துக்கொள்ளவில்லையோ என்று சந்தேகம்.

வயிற்றுக்குள் பெரும் பிரளயம் நடக்கிறது. வத்தலக்குண்டுக்கு ரயில் வசதி இல்லை என்பதை ஏன் யாருமே கவனிக்க மாட்டேனென்கிறார்கள் என்று மிகமிக வேதனையாக உணர்ந்த வாறு தொடர்ந்து பயணம் செய்கிறேன். ஊர் வந்து விட்டது. பேருந்திலிருந்து படியிறங்கி நடக்க முடியவில்லை. வியர்க்க ஆரம்பித்துவிட்டது. முன்னங்கைகளில் முட்கள் பூத்த மாதிரி ரோமக்கால்கள் வியர்க்குரு தடிமனுக்குப் புடைத்துவிட்டன. மேற்கொண்டு எட்டு வைக்க முடியாதபடி கால்கள் பின்னு

கின்றன. ஜட்கா அமர்த்திக்கொண்டு போகலாமென்றால் வண்டித் தடதடப்புக்கு வயிறு வெடித்துவிடும் என்று பயமாய் இருக்கிறது.

எப்படி வீடு வந்து சேர்ந்தேன் என்றே தெரியவில்லை. நிலைவாசல் தாண்டி உள்ளே நுழைந்தவன், பேண்ட்டின் பித்தானைக் கழற்றுகிறேன். அதற்குமேல் பொறுமை காக்க முடியாத மலக்குடல் உள்ளாடை மீறிக் கழியத் தொடங்கியது. மூச்சுத் திணறவைக்கும் துர்நாற்றம். கிட்டத்தட்ட ஒரு மணி நேர வலி இதமாக வடிந்து இறங்குவதை ஆனந்தமாய் உணர்ந்த படி சுவரில் சாய்ந்து நின்றேன். உடம்பு இரண்டு மூன்று தடவை சிலிர்த்து அடங்கியது.

அம்மா வந்து என் தோளைப் பிடித்துக்கொண்டாள். நான் சமனப்பட்டுவிட்டேன் என்று தெரிந்ததும் குளியலறைக்குப் போய் பிளாஸ்டிக் வாளி நிறையத் தண்ணீரும் குவளையும் கொண்டு வந்தாள். தோளில் சலவைத் துண்டு கிடந்தது.

நா வேணா அலம்பிவிடட்டுமாடா?

வேணாம். வேணாம்.

என்று கூசினேன். துண்டை இடுப்பில் கட்டிக்கொண்டு பேண்ட்டையும் உள்ளாடையையும் கழற்றி அம்மாவிடம் கொடுத்தேன். அவள் சுருட்டி எடுத்துக்கொண்டு கொல்லைப் புறம் போனாள். நான் கழிவறைக்குப் போனேன். சுத்தம் செய்துகொண்டு திரும்பும்போது உறைத்தது – எத்தனையோ வருடம் கழித்து அம்மா என்னை 'டா' போட்டுப் பேசினாள் அன்று.

மொட்டை மாடியில் நானும் ஜம்னாவும் அமர்ந்திருந்த இடத்திலிருந்து விசாலாட்சியம்மன் கோவில் வாசல் நன்கு தெரியும். அம்மா கோவிலுக்குள் நுழைகிறாள். வெளியூரிலிருந்து வந்து முகாமிட்டிருக்கும் கிழவர் ஒருவர் பாகவதம் பிரவசனம் செய்கிறார். தினசரி சாயங்காலம் அம்மா போய்க் கேட்டு விட்டு வருகிறாள். உடன் இருக்கும் சிஷ்யன் பார்வையில்லாத வனாம். கதையைக் கிழவர் சொல்ல, இடையில் கீர்த்தனங் களை அவன்தான் பாடுகிறானாம். ஹார்மோனியத்தை வாசித்துக்கொண்டு அவன் பாடும்போது, எது குரல் எது வாத்தியம் என்றே பிரித்துப் பார்க்க முடியாது என்று புல்லரித்தாள் அம்மா... ஜம்னா என்னிடம் கேட்டாள்:

சாயங்காலம் ரொம்ப வேகமா வந்தியே மணீ. என்ன ப்ராப்ளம்?

முழுக்கதையையும் சொன்னேன். பொறுமையாகக் கேட்டுக் கொண்டிருந்துவிட்டு,

இருபத்து மூணு வயசுப் பிள்ளைக்கிப் பீயள்ளி அலம்பி விடறேங்கறால்லியா? அதான் அம்மா. உங்கம்மா மாதிரிப் பிரியமான தாயாரா என்னாலெல்லாம் இருக்க முடியு மான்னு தெரியலே மணி.

நீ அவளெப் பத்தி இப்பிடிச் சொல்றே. அவ உன்னை என்னன்னு நெனைக்கறா தெரியுமா?

ஜம்னாவின் பதில் கொடுத்த ஆச்சரியம் இன்றுவரை அடங்க வில்லை எனக்கு. என்னுடைய அம்மா தன்னைப் பற்றி என்ன நினைக்கிறாள் என்றுகூடக் கேட்டுக்கொள்ளாமலே அந்த பதிலைச் சொன்னாள்:

அவுங்க நினைக்கிறதுலெயும் ஞாயம் இருக்குதானே மணி ... அவுங்க இடத்துலெ நான் இருந்தா, நானும் சந்தேகப் படத்தான் செஞ்சிருப்பேன் ... போறது. நீ கீழெ இறங்கிப் போ மணி. இனிமே நாம தனியா உக்காந்து பேச வேணாம். தாயார் மனசெப் புண்படுத்தறது உனக்கும் நல்லதில்லே, எனக்கும் நல்லதில்லே.

கழுத்தில் கைவைக்காத குறையாக என்னை மாடியை விட்டு இறக்கி அனுப்பிவிட்டாள். அதன் பிறகு அவள் என்னிடம் தனியாகப் பேசுவது என்ன, பொது இடத்தில் பேசுவதுமே வெகுவாகக் குறைந்து வந்து அறுதியாக நின்றே விட்டது ...

அப்பறம் அந்த ஜம்னா என்ன ஸார் ஆனாச்சு?

அதையேங் கேக்கிறே. அவுங்க ஓட்டல் வாசல்லே பீடாக் கடெ போட வந்த ராஜஸ்தான்காரனோடெ நெருக்க மாயி ஓடிப் போயிட்டாளாம். பிற்பாடு கேள்விப்பட்டேன். எங்க அம்மா இறந்துபோனதாலே நான்தான் திண்டுக்கல் லெயே ரூம் பார்த்துத் தங்கீட்டெனே.

அந்த மேடத்தோடெ கொளந்தே?

அது இன்னமும் கொளந்தையாவா இருக்கும்? இப்பொ ஒன் வயசைத் தாண்டியிருப்பான்.

ஓ.

என்றவாறு எழுந்தாள் ஐரீன். நானும் எழுந்தேன். உள்ளே வந்த மாணிக்கவாசகம் டிபன் கேரியரை லொட்டென்று வைத்தார்.

கவுண்ட்டரில் சென்று உட்கார்ந்தேன். ஐரீன் தொடர்பாக எனக்குள் நிலவிவந்த பிரகாசத்தில் லேசாக இருள் கலந்து விட்ட மாதிரி உணர்ந்தேன். பின்னே? ஜம்னா என்ன ஆனாள் என்று அவ்வளவு ஞாபகமாகக் கேட்டுக்கொண்டவள், என் அம்மா ஏன் இறந்தாள் என்று கேட்கவே யில்லையே? ஒரு வேளை, நான் சொன்ன கதையின் போக்கில் ஜம்னாவையும் தன்னையும்தான் பொருத்திப் பார்த்துக்கொள்ள முடிந்ததோ என்னவோ அவளுக்கு.

ஐரீனுக்கு எப்படியென்றாலும் சரி. எனக்கு அம்மாவின் மரணத்தை நினைத்தால் அடிவயிற்றிலிருந்து பீதியும், குமுற லும் கிளம்பி வரும். பஸ் பிரயாணத்தில் தொந்தரவு பண்ண ஆரம்பித்த வயிறு நிரந்தரமாகப் படுத்த ஆரம்பித்ததும், தொடர் விடுமுறையில் இருந்துகொண்டு, ஆஸ்பத்திரிக்கும் கழிவறைக் கும் மாறி மாறி நான் ஓடித் திரிந்ததும், ஆசனவாயில் மிளகாயை அரைத்துத் தடவிய மாதிரி எந்நேரமும் காந்தல் இருந்ததும் எல்லாம் செப்டம்பர் மாதத் தொடக்கத்தில். அக்டோபர் ஆரம்பத்தில் அம்மா இறந்துவிட்டாள்.

ஒரே வாரம்தான். இன்ன வியாதியென்று டாக்டர்கள் கண்டுபிடிப்பதற்கு முன்பாகவே இறந்துபோனாள். எனக்கு செரிமானம் தொடர்பாக வந்திருந்தது தீரா வியாதி என்று அறிவித்த குடும்ப டாக்டர் சத்தியசீலன் எம் டி, மறுமுறை எடுத்த சோதனைகளில் ‘தடயமே இல்லாமல் வியாதி காணாமல் போய்விட்டதே’ என்று வியந்து சொன்னதை நானுமே ஆழ்ந்து அனுபவிக்க முடியாதபடி நிகழ்ந்து முடிந்திருந்தது அம்மாவின் மரணம்.

நள்ளிரவு தாண்டியும் தூங்கவிடாமல் ஐரீனைப் பற்றிய ஞாபகங்கள் இப்படி வரிசையாய் வந்து கொட்டுவதற்குக் காரணம் இருக்கிறது. இன்று சாயங்காலம் பல் மருத்துவரிடம் சென்றிருந்தேன். காத்திருக்கும் நேரத்தில் நோயாளிகள் படிப்பதற் காக ஆங்கிலத்திலும் தமிழிலுமாகச் சில பத்திரிகைகள் கிடந்தன. ஆங்கில மாதாந்தரி ஒன்றை எடுத்துப் புரட்டிக்கொண்டிருந்தேன்.

ஏழாவது பக்கத்தில் பளபளவென்று ஐரீனின் புகைப் படம். அதுதான் முன்னமே சொன்னேனே, ஐரீன் என்று சொன்னால் இன்னார் என்று உங்களுக்குத் தெரிய வாய்ப் பில்லை. அவளுடைய தற்போதைய பெயரில் குறிப்பிட எனக்கு விருப்பமில்லை. இந்தப் பெயர் சூட்டிக்கொண்ட ஆரம்ப நாட்களின் வேதனை அவளுக்கு வேண்டுமானால் மறந்திருக்க லாம். எனக்குப் பசுமையாக நினைவிருக்கிறது.

ஒருவார விடுப்பு முடிந்து அவள் பணிக்குத் திரும்பிய அந்த நாள் மிக நன்றாக நினைவிருக்கிறது. வழக்கமான மலர்ச்சி இல்லாது, கலங்கிய முகத்துடன் வந்து உட்கார்ந்தாள் ஐரீன். கடனேயென்று சொன்ன குட்மாணிங்கோடு சரி. பிரியமான அந்தப் புன்சிரிப்பைக் காணோம். அடிக்கடி கண்ணைத் துடைத்துக்கொண்டாள்.

பனிரெண்டு மணி சுமாருக்கு ஐரீனின் அம்மா வங்கிக்கு வந்தார். புத்தம் புதிய ஐநூறு ரூபாய்க் கட்டுகள் இரண்டைத் தம் கணக்கில் கட்டினார். நான் விசாரிக்காமலே, நயமான ஆங்கிலத்தில், கிசுகிசுப்பாக, பக்கத்துக் கூண்டுக்குக் கேட்காத வாறு, முகமெல்லாம் சிரிப்புடன், சொன்னார்:

> *மிஸ்ட்டர் மணி. இது என்ன தெரியுமா? ஐரீன் வாங்கி யிருக்கும் முதல் அட்வான்ஸ். அவள் சினிமாவில் நடிக்க ஒப்பந்தமாகியிருக்கிறாள். நீங்கள் அவளுடைய நெருங்கிய நண்பர், நலம் விரும்பி என்பதால் உங்களிடம் தெரிவிக்க விரும்பினேன்.*

மத்தியானம் உணவறையில் ஐரீனிடம் நான் விசாரித்துத் தொலைத்திருக்க வேண்டாம். பொங்கிக் குமுறிவிட்டாள்.

அது முன்பணம் இல்லை மணி ஸார். கூலி.

என்று விசித்தாள். பொதுவாக என்னிடம் ஆங்கிலத்தில் பேசாத ஐரீன் அன்று பேசிய நாலைந்து வாக்கியங்களில் செல்லமான கொச்சைத் தமிழ் எட்டியே பார்க்கவில்லை என்பதோ, என் கண்ணைப் பார்த்து அவள் ஒரு சொல்லும் பேசவில்லை என்பதோ அல்ல, அடுத்த நாளிலிருந்து என்னுடன் சேர்ந்து சாப்பிட வருவதை நிறுத்திவிட்டாள் என்பதுதான் எனக்குப் பெரிய துக்கம்.

மறு மாதம் வேலையை ராஜினாமா செய்தாள். 'முதல் படத்திலேயே டூ பீஸ் நீச்சலுடையில் நடித்த புரட்சிக்காரி' என்று பத்திரிகைகள் புகழ்ந்தன. பக்கத்து இருக்கையில் இருந்த போது ஓரக்கண்ணுக்குத் தட்டுப்பட்டதைவிடப் பல மடங்கு பெரிய முலைகளுடன் தமிழ் வாராந்தரிகளின் அட்டைப் படத்தை அலங்கரிக்கத் தொடங்கினாள். எவ்வளவுதான் இருந் தாலும், அந்தக் கண்களில் இருந்த கள்ளமின்மையை யாராலும் எதுவும் செய்ய முடியாமல்தான் இருந்தது.

துரதிர்ஷ்டம், அந்தப் படம் தோற்றுப்போனது. தொடர்ந்து இரண்டு மூன்று தோல்விப் படங்களில் நடித்துவிட்டுக் காணாமல் போனாள் ஐரீன். புகழ்பெற்ற பத்திரிகைக் குடும்பத் தலைமகனின் பராமரிப்பில் சவுகரியமாக இருக்கிறாள் என்று

ஏதோ பத்திரிகையில் கிசுகிசு வந்ததாக என் மனைவி படித்துச் சொன்னாள் . . .

இப்போது மருத்துவமனைப் பத்திரிகையில் பார்க்கும்வரை அவளுடைய ஞாபகம் இல்லாமலேதான் இருந்திருக்கிறது. இடையில், கார்கில் யுத்தம் முடிந்த சூட்டோடு வெளிவந்த ஹிந்திப் படம் ஒன்றை, என் மகன் எங்கிருந்தோ வாங்கிவந்த திருட்டு விசிடியில் பார்த்தேன். அகில இந்திய அளவில் பயங்கர மான வெற்றியைச் சம்பாதித்த படம் அது. அம்மா வேடத்தில் நடித்திருப்பது ஐரீன் என்பதே இடைவேளைக்குப் பிறகுதான் புரிந்தது எனக்கு.

புழுதியும், உச்சஸ்தாயியில் ஷெனாயும் வயலினும் சாரங்கி யும் மாறி மாறி அலறும் நாராச ஒலியோடு, கண்ணீரும் ரத்தமும் சிதறி நிரம்பிய கடைசிக்காட்சியில், தேசத் துரோகி யான மகனை பாக்கிஸ்தான் எல்லையில் வைத்து தன் சொந்தக் கைகளால் சுட்டுக்கொன்றுவிட்டுக் கதறிக் கதறி நாலுபக்கம் வசனம் பேசிவிட்டு தன்னையும் சுட்டுக்கொள்ளும் தாயார். அந்த வேடத்துக்காக தேசிய அளவில் சிறந்த துணை நடிகை விருதை அந்த வருடம் கொடுக்காமல் விட்டது தவறு என்று கண்டனம் தெரிவித்தது முன்குறிப்பு. ‘இந்தியாவின் பேரழகான தாய்’ என்பதுதான் அந்தப் பேட்டியின் தலைப்பே.

ஆனால், இன்று பார்த்த பத்திரிகைப் புகைப்படத்தில் இருந்தது ஐரீனே அல்ல. இந்தக் கண்களே வேறு. முற்றிவிட்டவை. இந்தியில் ஏழெட்டுப் படங்களில் நடிக்கிறாளாம். ‘எப்படியோ நன்றாக இருந்தால் சரி,’ என்று என் வயதுக்குப் பொருத்த மான ஆசி வாக்கியம் எனக்குள் எழுந்தது. என்ன, அந்தப் பேட்டியில் அவள் சொல்லியிருந்த இரண்டு மூன்று தகவல்கள் தாம் உறுத்தின.

1. பள்ளிக்கூடம் முடித்தவுடனே நேரே நடிக்க வந்துவிட்டாள் ஐரீன். அவளுடைய ஆதரிசங்கள் ஹாலிவுட்டில் மர்லின் மன்றோ. இந்தியில் நர்கீஸ். தமிழில்? சந்தேகமென்ன, ஐரீனேதான். ‘இதைச் சொல்லிவிட்டு அழகாகச் சிரித்தார்’ என்று அடைப்புக்குறிக்குள் குறிப்பு வேறு.
2. பூர்வாசிரமத்தில் தான் ஒரு ஹிந்துப் பெண். ராஜலட்சுமி என்று பெயர். சொந்த ஊர் ராஜமுந்திரிக்கு அருகில் உள்ள சிறு கிராமம்.
3. தன்னைத் திறமையான நடிகையாய் வளர்ப்பதில் தன் தாய்க்கு இருந்த அர்ப்பணிப்பு உணர்வு. இன்னொரு பிறவி எடுத்தாலும் திருமதி. மங்கம்மாவின் மகளாகவே பிறக்க ஆசைப்படுகிறாள் ஐரீன்.

4. தகப்பனார் ரோசைய்யா நிலச் சுவான்தார். தற்சமயம் அமரராகிவிட்டார்.

இந்தத் தகவல்கள் எதுவுமே உண்மையானவை அல்ல – அதனாலென்ன, அவளது தற்போதைய கண்களுடன் ஒத்துப் போகிறவை ... எப்படியோ, ஐரீன் புண்ணியத்தில் இன்று அம்மாவின் ஞாபகம் மிக மிக அதிகமாகச் சூழ்ந்திருக்கிறது என்னை.

பணியிலிருந்து ஓய்வு பெற்று மறுபடியும் வத்தலக்குண்டுவி லேயே வந்து ஸெட்டிலாக முடிவெடுத்தேன். வாழ்வின் இறுதிக் காலத்தை பால்யத்தின் இனிமையான ஞாபகங்களுடன் கழிக்க வேண்டும் என்பதுதான் பிரதானமான விருப்பம். மிகக் கச்சித மாக வட்டம் பூர்த்தியாகிவிடும் அல்லவா?

தவிர, என் குழந்தைகள் வளரவளர, அம்மாவின் ஆகிருதி யும் எனக்குள் வளர்ந்து வந்திருந்தது. அவள் இருந்த காலத்தி லெல்லாம் கிடைத்த ஒரு சந்தர்ப்பம் விடாமல் சண்டை போட்டுவிட்டு, நான் போய்ச்சேரும் காலம் வந்த பிறகு அம்மாவிடம் இவ்வளவு பாசமும் அவளிடம் நான் நடந்து கொண்ட விதம் பற்றிய ஆதங்கமும் பொங்கியது சற்று விநோத மான சமாசாரம்தான். ஆனால், உள்ளுணர்வின் ஆழத்தில் அதற்கு நியாயமான காரணம் ஒன்று இருந்திருக்கிறது என்பது சற்றுத் தாமதமாகத்தான் தெரிய வந்தது.

'சொந்த ஊரில் சென்று ஸெட்டில் ஆகட்டுமா' என்று கேட்டபோது என் குழந்தைகள் உடனடியாக 'சரி' என்று சொல்லிவிட்டார்கள். பக்திப் பழமான என் மனைவி மட்டும், 'பக்கத்துத் தெருவில் ஒரு சுவாமிஜி வந்திருக்கிறார். அவரிடம் சென்று ஒரு வார்த்தை கேட்டுவிட்டுத்தான் முடிவெடுக்க வேண்டும்' என்று தீர்மானமாகச் சொன்னாள்.

என்னையும் வற்புறுத்திக் கூட்டிப் போனாள். சுவாமிஜி பார்வையில்லாதவர். விழிகள் இருக்க வேண்டிய இடத்தில் வெற்றுக் குழிகள் இரண்டு மட்டுமே இருப்பது மாதிரி, புடைப் பின்றி இமைகள் மூடியிருந்தன. சோழிகளை உருட்டிப் பிரஸ்னம் பார்க்கிறார். கொத்தாக அள்ளித் தரையில் விசிறிவிட்டு, எத்தனை சோழிகள், அவற்றில் நிமிர்ந்திருப்பவை எத்தனை கவிழ்ந்திருப் பவை எத்தனை என்று மிகக் கச்சிதமாகச் சொல்கிறார்.

என் மனைவியின் முறை வந்தது. 'எந்த ஊரில் போய்க் குடியமர உத்தேசம்' என்று வினவினார். இவள் சொன்னாள். சுவாமிஜி கொஞ்சநேரம் பேச்சை நிறுத்திவிட்டார். ஏதோ யோசிக்கிறவர் மாதிரி நெற்றியில் வரிகள் ஓடின. தியானம்

மாதிரிக் கழிந்த ஓரிரு நிமிடங்களுக்குப் பிறகு, சுவாமிஜி சொன்னதன் சாரம் இதுதான்:

சுவாமிஜி இளைஞராக இருந்தபோது வத்தலக்குண்டுவுக்கு ஒருமுறை போயிருக்கிறார். தனியாக அல்ல, தமது குருவுடன் தான். அந்த ஊரில் பிரம்மாண்டமான விசாலாட்சியம்மன் கோவில் இருக்கிறதல்லவா? அங்கே இருபத்தோரு நாட்கள் பாகவதப் பிரவசனம் செய்தார்கள். குரு உரை நிகழ்த்துவார். இவர் பின்பாட்டு மட்டும். சில நேரம் முழுக் கீர்த்தனையையும் பாடச் சொல்லிச் சைகை செய்துவிடுவார் குரு. ('அவருக்குப் பேச முடியாமெ மூச்சிரைக்கும்போது' என்று சிரித்தார் சுவாமிஜி.)

இரண்டாவது வாரக் கடைசி. அந்த நாளை சுவாமிஜியால் மறக்கவே முடியாது. நிகழ்ச்சி முடிந்த பிறகு, ஜனங்களெல்லாம் கலைந்துபோன பிறகு, சுவாமிஜியும் குருவும் மட்டும் தனியாக இருக்கும்போது, ஓர் அம்மாள் வந்தாள். குரலை வைத்துச் சொன்னால் நடுவயதைக் கடந்தவளாக இருக்கலாம். குரல் ரொம்பத் தீனமாக இருந்தது. அவள் பிள்ளைக்கு ஏதோ வியாதி வந்திருக்கிறதாம். செரிமானம் சம்பந்தமாக ஏதோ பிரச்னை. டாக்டரிடம் தனியாகச் சென்று விசாரித்திருக்கிறாள். அவர் உதட்டைப் பிதுக்கிவிட்டாராம். 'அதிக நாள் தாங்க மாட்டான் – வந்திருக்கிற வியாதி காட்டும் அறிகுறிகளைப் பார்த்தால் குடலில் புற்று இருக்குமோ என்று சந்தேகமாக இருக்கிறது' என்று சொன்னாராம்.

எங் கொழந்தையெ எனக்கு மீட்டுத் தாங்கோ ஸ்வாமி.

என்று சொல்லிவிட்டு தாயார் குமுற ஆரம்பித்தாள். குரு எத்தனையோவிதமாக ஆறுதல் சொல்லியும் அடங்காமல் அழுகிறாள்.

> பகவானுடைய சித்தத்தை மனிதர்கள் போய் மாற்ற முடியாது அம்மா. நான் அவதூதனும் இல்லை, அவதாரமும் இல்லை. உள்ளே போய் அம்பாளிடம் சொல்லி அழு. அவள் மனசு இரங்குகிறதா பார்ப்போம்.

என்று குரு கறாராகச் சொல்கிறார். அந்த அம்மாள் ஓய மாட்டேனென்கிறாள். ஒரு கட்டத்தில்,

அட, என் காலை விடம்மா. நான் என்ன ஆண்டவனா?

என்று பதறுகிறார். முடிவாக ஒரு கட்டத்தில், கோபமாகக் கேட்கிறார்:

இவ்வளவு மன்னாடறியே? உன் உசிரைக் குடுப்பியா சொல்லு, உன் பிள்ளை உசிருக்குப் பதிலா?

உடனடியாக அழுகை நின்றுவிட்டது.

நிச்சியமாக் குடுப்பேன் சுவாமி. நிச்சியமாக் குடுப்பேன்.

குரலில் இருந்த உறுதியை இப்போது நினைத்தாலும் சிலிர்க்கிறது. (சுவாமிஜியின் முன்னங்கை ரோமங்கள் நிஜமாகவே குத்திட்டு நின்றதைப் பார்த்தேன்.) குரு சொன்னாராம்:

அப்படியானா ஒண்ணு செய். விசாலாட்சியோடெ வெளிப்பிரகாரத்தை ஒரு மண்டலம் அடிப்பிரதட்சிணம் பண்ணு. பலன் கிடைக்கும்.

அந்த அம்மாள் நமஸ்கரித்துவிட்டு எழுந்து போய்விட்டாள் போல. குரு சுருதி இறங்கிய குரலில் இவரிடம் சொன்னாராம்:

பைத்தியக்காரி. வாழ்க்கெலே இவ்வளவு அடிபட்டு நகர்ந்து வந்திருக்கா. சாவும் வாழ்வும் மனுஷக் கையிலே இல்லேங்கறதைப் புரிஞ்சுக்கலையே இன்னும். புராண காலத்திலே வாழ்ந்திருக்க வேண்டிய பிறவி.

அதற்கப்புறம் ஒரே வாரம்தான். கடைசிநாள் பிரவசனத்தை நடத்த முடியாமலே ஊரைவிட்டுக் கிளம்ப வேண்டியதாகி விட்டது. உச்சிகால பூஜை முடிந்து சாத்திய கோவில் நடையை, சாயங்காலம் திறக்க முடியாமல் போனது. அந்த அம்மாள் காலமாகிவிட்டாள். அந்தப் பிள்ளை என்ன ஆனான் என்று தெரியவில்லை . . .

எதற்குச் சொல்கிறேன், விசாலாட்சியோட ஸ்தலம் மட்டு மில்லே, இப்படிப்பட்ட மஹாத்மா நடமாடி அடங்கின ஸ்தலமும்கூட அது. அங்கே போய்க் குடியமர்றதுக்கு இன்னொருத்தர்ட்டே யோசனை கேக்கணுமா? அங்கே இருக்கற அத்தனை பேருக்கும் மூணு தாயார் ஆசீர்வாதம் உண்டு.

என்று முடித்தார் சுவாமிஜி. சுற்றியிருந்தவர்கள் எல்லாரும் பெருமூச்சு விட்டார்கள்.

எனக்குத்தான் கடுமையாக மூச்சுத் திணறியது.

தமிழ் பேப்பர்.நெட்

கற்புக்கரசன்

திருப்பதியின் முகம் மறந்துபோயிருந்தது என்பதே நேற்றுத்தான் ஞாபகம் வந்தது. என் உறவினர் மகளைப் பெண்பார்க்க ஒரு குடும்பம் வந்திருந்தது. பையனைப் பற்றி நான் என்ன நினைக்கிறேன் என்பது முக்கியம் என்று பெண்ணின் குடும்பம் நினைத்ததால் நானும் போயிருந்தேன்.

பையனின் தகப்பனாரைப் பார்த்ததும் எனக்கு இரட்டை அதிர்ச்சி. திருப்பதியைப் போலவே இருந்தார் அவர் என்பது முதலாவது. அதைவிட, இவ்வளவு நாள் திருப்பதியை எப்படி மறந்திருந்தேன் என்பது. 'வாழ்வை ஊடறுத்துக் கடந்து போகும் ஒவ்வொரு முகமும் ஆழ் மனத்தில் ஏற்படும் ஒவ்வொரு ரணம்' என்று ராமநாத புரத்தில் எனக்கு அதிகாரியாக இரண்டு வருடங்கள் இருந்த குருமூர்த்தி சொல்வார். அதன் பிரகாரம், திருப்பதி இவ்வளவு நாள் எனக்குள் பொருக்குத் தட்டி இருந்திருக் கிறார் போல.

பையனின் தகப்பனாருடன் பேச்சுக் கொடுக்கப் பலவிதமாக முயன்றேன் – திருப்பதியுடன் பேசிய திருப்தி கிடைத்துவிடாதா என்ற ஆசை.

ஆனால் இந்த மனிதர் சாயலில்தான் அவரைப் போல. அவரளவு கலகலப்பானவர் அல்ல. வந்து உட்கார்ந்தவுடன் மூடிய வாயை, சிற்றுண்டிக்காக மட்டுமே திறந்தார். வேலை முடிந்ததும் துரிதமாக மூடிக் கொண்டார். தவிர, எனக்கு அவர் ஞாபகப்படுத்திய முகம் முப்பத்திச் சொச்சம் வருடம் பழையது. இப்போது இருந்திருந்தால் திருப்பதி எண்பது வயதைத் தாண்டி யிருப்பார். முதுமையின் பாறைகளில் மோதி அவர் முகம் என்னென்னவிதமான நெளிவுகளுக்கு ஆளாகி யிருக்குமோ.

அது போகட்டும், எவ்வளவோ பேரைப் பற்றி எவ்வளவோ சமாசாரங்கள் சொல்லிக்கொண்டேயிருக்கும் நான், திருப்பதியைப் பற்றிச் சொல்ல எப்படி மறந்தேன் என்பதுதான் பேராச்சரியமாய் இருக்கிறது. 'எப்போது என்றாலென்ன, அவர் பெயர் ஞாபகம் வந்தவுடனே மனம் முழுக்க ஒருவிதமான நெகிழ்வு நிலவுகிறதே, அதுவல்லவா முக்கியம்' என்று நானாகவே சமாதானம் கொள்கிறேன்.

ராமநாதபுரத்தில் நான் வேலைபார்த்தபோது எங்கள் வங்கியில் கடைநிலை ஊழியராக இருந்தார் திருப்பதி. என்னைவிட சுமார் இருபது வயது மூத்தவர். ஆனால், எங்கள் நெருக்கத்துக்கு வயது தடையாகவே இருந்ததில்லை. எத்தனையோ சந்தர்ப்பங்களில், என்னுடைய சிகரெட்டை அவர் பற்ற வைத்திருக்கிறார் . . .

நான் வேலையில் சேர்ந்தது ஒரு திங்கள் கிழமை. பொதுவாகவே, வங்கியில் கூட்டம் அதிகமிருக்கும் நாள். எங்கள் கிளையின் மைய அறை கல்யாண மண்டபம் மாதிரிப் பெரியது. அது நிறைய வாடிக்கையாளர்கள். விதவிதமான உடைகள் மற்றும் முகங்களுக்கு மத்தியில், வெள்ளை நிறச் சீருடை அணிந்து, டேபிள் டென்னிஸ் பந்து போலக் குறுக்கும் மறுக்கும் திரிந்த திருப்பதியை வேடிக்கை பார்ப்பது தவிர்க்க முடியாமல் ஆனது. ஏதாவது ஒரு மூலையிலிருந்து,

தம்பீ, ரவி . . . இந்த வவுச்சர் என்னா, எண்ட்ரியா, டிஸ்ஸெண்ட்ரியா ?

என்று கூவும் குரல் கேட்கும். திருப்பதி தோன்றி மறைவார் !

அந்த வார இறுதியில் எனக்கு நெருக்கமான நண்பரானார். வாரந்தோறும், சனிக்கிழமை மாலைகளில் நண்பர்கள் குழுமி நடத்தும் குடி உற்சவத்துக்கு அவரும் வந்து சேர்ந்தார். தவறாமல் ஆஜராகிறவர் என்று பிற்பாடு தெரிந்துகொண்டேன். ஆனால், அவர் வருவது குடிப்பதற்காக அல்ல.

திலகவதி இல்லத்தில் குடியிருந்தவர்கள் ஏழுபேர். யாராவது வேறு அறைக்கோ, மாற்றலாகி வேறு ஊருக்கோ போனால் இன்னொருவர் வந்து சேர்வார். ராமநாதபுரம் கிளையில் நான் சேர வந்த சமயம், எல்லைஸி ஊழியர் சண்முகசுந்தரம் மதுரை திரும்பியதால் எனக்கு இடம் கிடைத்தது. முதல் சனிக்கிழமை மது விருந்தின்போது, திருப்பதி கேட்டார்:

மொதோ ரவுண்டு குடிக்கிம்போது என்னமோ ஒண்ணு சொல்லுவீங்களேடா, அது என்னாது?

டோஸ்ட்டு.

என்றான் திருச்செந்தூர்க்கார ரவிச்சந்திரன்.

அதெ, இந்தவாட்டி நம்ம கிஸ்ணனுக்காகச் சொல்லுங்கப்பா.

என்னாண்ணே, புதுசாச் சொல்லுறெ. வளக்கம் அதுதானே, புதுசா வந்தவங்களெ வாழ்த்திட்டுத்தானே அமிர்தத்தெத் தொடவே செய்வோம்.

அதுக்கில்லடா, இந்த ரூம்புக்குக் குடி வந்திருக்கிற நூறாவது ஆளுடா இவென்.

தொடர்ந்து, முதன்முதலாக, பதினைந்து வருடங்களுக்கு முன்னால், இந்த வீடு பிரம்மச்சாரிகள் தங்குமிடமாக மாறிய சந்தர்ப்பத்தை நினைவு கூர்ந்தார். தெரு முழுவதும் குடித்தனங்கள் இருந்தும், சுப்பய்யா துணிந்து ஏழு இளைஞர்கள் வசம் வீட்டை ஒப்படைத்ததாகவும், இன்றுவரை அக்கம்பக்கத்தவர் யாருக்கும் இடைஞ்சலில்லாமல் இந்த ஏற்பாடு தொடர்வதாகவும் சொன்னார்.

உரிமையாளர் சுப்பய்யா திருப்பதியின் வகுப்புத் தோழர். இவர்கள் இருவரோடும் 'ஒண்ணுமண்ணா இன்னொரு கூதியான் திரிஞ்சான். இப்ப எங்கிட்டோ கெடக்கான். வெறும் பய. அந்த நாறப்பயலெப் பத்தி இப்ப என்னா பேச்சு. நல்ல நேரத்திலெ.' அந்த நண்பரைப் பற்றி பின்னொரு சந்தர்ப்பத்தில் என்னிடம் சொல்லவும் செய்தார் திருப்பதி. நானும் பிறகு சொல்கிறேன்.

வெளியில் அழும்பு செய்கிற நபர்கள்கூட, இந்த அறைக்கு வந்ததும் 'ரீஸண்டானவர்களாக' ஆகிவிடுவதையும் பெருமையாகச் சொன்னார். இது எனக்கான புத்திமதி என்று எனக்குத் தெரியாது அப்போது. பின்னாட்களில், புதியவர்கள் வந்து சேரும்போது இந்த வாக்கியங்களை ஒப்பிக்குமாறு திருப்பதிக்கு நானே பலமுறை நினைவூட்டியிருக்கிறேன் . . .

அறையில் குடியிருந்துபோன மீதி தொண்ணூற்றொன்பது பேரையும், அவர்களது சொந்த ஊர், பணியில் இருந்த அலுவலகம் என்று கரதலப் பாடமாக ஒப்பித்தார் திருப்பதி. எனக்குப் பேராச்சரியம். ரவிச்சந்திரனிடம் மறுநாள் என் வியப்பைப் பகிர்ந்துகொண்டேன். அவன் சாதாரணமாகச் சொன்னான்:

இதுலெ என்னடே இருக்கு. அதுல முக்காவாசிப் பயக நாம இந்த ஊருக்கு வாரமும்பம் இருந்தவனுவொ. ஏளெட்டுப் பேரெ மாத்திச் சொன்னாலும் தெரியவா போகுது?

புதியவனான நான் மிதமாகவும், பழக்கத்தின் துணிச்சல் நிரம்பிய பழையவர்கள் அமிதமாகவும் குடித்து, அறையின் காற்றில் போதையின் நெடியும் குழறலும் நிரம்பிய பிறகு திருப்பதியின் இன்னொரு பரிமாணம் வெளிப்பட்டது.

டி.ஆர். மகாலிங்கம் மாதிரி வெண்கலத் தொண்டை திருப்பதிக்கு. வங்கி வேலைக்கு வருவதற்கு முன்னால், உள்ளூர் நாடக நடிகராக இருந்தாராம். 'செந்தமிழ்த் தேன்மொழியா'ளை யும், வள்ளி திருமணப் பாடல்களையும் ஏகப்பட்ட உபரி சங்கதிகள் போட்டுப் பாடிக்காட்டினார். ஆனால், கண்டசாலா வின் தமிழ்ப் பாடல்களை அவர் பாடிக் கேட்டபோது சொக்கியே போனேன். கண்டசாலா குரலில் உள்ள இயல்பான சோகம், திருப்பதியின் குரலிலும் ஏறி அபூர்வமான குழைவையும், கசிவையும் தொற்றவைத்தது. குடியின் இளக்கமும் சேர்ந்து, அழுதுவிடுவேனோ என்று தோன்றியவண்ணமிருந்தது.

குறிப்பாக, கண்டசாலாவின் இரண்டு பாடல்களை அவரைவிட திருப்பதிதான் நன்றாகப் பாடுகிறார் என்று பட்டது எனக்கு. முதன்முதல் விருந்தில் அவர் பாடக் கேட்டு அசந்ததால்கூட இருக்கலாம் . . . 'மாறாத சோகம்தானோ – யாரோடு நான் சொல்வேனோ;' அடுத்தது, 'முத்துக்கு முத்தாக, சொத்துக்கு சொத்தாக – அண்ணன் தம்பி பிறந்து வந்தோம் கண்ணுக்குக் கண்ணாக'.

திருப்பதி சம்பந்தமாக நான் ஆச்சரியத்தில் மூழ்கிய மூன்றாவது சமாசாரமும் உண்டு. நாங்களெல்லாம் முட்ட முட்டக் குடிக்கும்போது, எங்களைவிட இரண்டரை மடங்கு வயது கொண்ட திருப்பதி, எங்களுக்கு சோடா கலந்து தருவது, சிப்ஸ் பொட்டலத்தை நகர்த்துவது, மிதமிஞ்சிய போதையில் கை நடுங்குகிறவர்களுக்கு சிகரெட் பற்றவைத்து உதவுவது என்று குற்றேவல் செய்துகொண்டிருந்தார்.

ராணுவ ஒழுங்குடன் வாரந்தவறாமல் அவர் வருவதற்குக் காரணம் என்ன; எங்களுக்கு உபகாரம் செய்து இலவசமாக நொறுக்குத் தீனியும் ஓரிரு சீசாக்கள் பவண்ட்டோவும் குடித்து, பார்சல் வந்த புரோட்டா ஆம்லெட் சாப்பிடுவதற்கா; தனிக் கட்டையான மனிதர் என்பதால், இளைஞர்களுக்குச் சமமாக அரட்டை அடித்துப் பொழுது போக்க வருகிறாரா; நிஜமாகவே

எங்கள்மீது அவருக்குப் பிரியமா; அல்லது, ரவிச்சந்திரன் சொல்கிற மாதிரி, சுப்பய்யாவின் சார்பாகக் காவல் பணி புரியவும் ஒற்றறியவும் வருகிறாரா என்றெல்லாம் பின்னர் பலதடவை யோசித்துப் பார்த்திருக்கிறேன். இவை இல்லாது வேறொரு காரணமும் இருக்கலாமோ என்றும் சந்தேகம் வந்ததுண்டு.

எப்படியானாலும், 'அண்ணே அதெ எடு, அண்ணே இதெ எடு' என்று ஆளாளுக்கு ஏவினார்கள். அவரும் தட்டாமல் சிரித்தமுகமாகச் செய்தார். திருப்பதிக்குப் பன்மையில் விளித்தால் பிடிக்காது. என்னையே ஆரம்பத்தில் ஒருமுறை,

> 'போங்க, வாங்க' ண்டுக்கிட்டிருந்தே, களட்டிப்புருவென் களட்டி.

என்று மிரட்டியிருக்கிறார். இன்னொரு விஷயத்திலும் உறுதியானவர்தான். புதிதாய் வந்தவர்களோ, நிலை மறந்த பழையவர்களோ,

> அண்ணே, எனக்கோசரம் ஒரு மடக்குக் குடீண்ணே.

என்று வற்புறுத்தினால்,

> வேணாம்டா.

என்று மறுப்பார். இன்னும் கொஞ்சம் அழுத்தினால்,

> எலே, பொத்திக்கிட்டுக் கெடரா. நான் எத்தனெவாட்டி சொல்லீருக்கேன், இந்தச் சனியனெ மோந்துகூடப் பாக்குறதில்லே ண்டு ரத்துனத்துக்கு வாக்குக் குடுத்திருக்கனா இல்லயா?

என்று தலையை வேகமாக ஆட்டுவார்.

இதுதான் பிரச்சினை. நிஜமான மனிதர்களைப் பற்றிப் பேசும்போது, பீடிகை அநியாயத்துக்கு நீளமாகி விடுகிறது. கொந்தளித்து எழும் உணர்ச்சிகளை சமனப்படுத்திக்கொள்ள ஆழ்மனம் தானே உருவாக்கிக்கொள்ளும் உத்தியோ இது என்றுகூடத் தோன்றுகிறது.

உண்மையில், திருப்பதி சம்பந்தமாக நான் சொல்ல வந்ததே இந்த ரத்தினம் விவகாரம்தான். உறவினர் மகளின் திருமண ஏற்பாட்டின்போது அவருடைய நினைவு வந்ததற்கும், மேற்படி சமாசாரத்திற்கும்கூட, உள்ளார்ந்த பொருத்தம் எதுவோ இருக்கத்தான் செய்கிறது.

ரத்தினம் என்ற பெயரை எங்களிடம் எத்தனையோ தடவை உச்சரித்திருக்கிறார் திருப்பதி. நாங்கள் யாருமே 'அது யார்' என்று கேட்டதில்லை. காரணம் அந்தப் பெயர் திருப்பதி யின் முகத்தில் உருவாக்கும் வேதனை அப்படிப்பட்டது. 'ஏதோ, காதல் தோல்வி' என்கிற மாதிரி யூகித்து வைத்திருந்தோம்.

'87 டிசம்பரில், கிறிஸ்துமஸுக்கு முந்திய நாளில் எம்ஜீயார் இறந்தவுடன் எல்லா விஷயமும் தெளிவாகிவிட்டது.

எனக்கு ஆகஸ்ட்டில் திருமணமாகியிருந்தது. பத்மினி அரசுப் பணியில் இருக்கிறாள் என்றுதான் முன்பே சொல்லி யிருக்கிறேனே. இருவருமே இடமாற்றலுக்கு முயற்சித்துக்கொண் டிருந்தோம். திருப்பதி:

பாத்துரா, ரெண்டு பேருக்கும் கெடைச்சிரப் போகுது. அப்பறம், இதே கதைதாண்டி. கொத்தும் கிளி இங்கிருக்கஅஅ . . . கோவைப்பளம் அங்கிருக்கஅ . . .

டீயெம்மெஸ் பாட்டை கண்டசாலா பாடிக் கேட்கும் பாக்கியம் கிடைத்தது எனக்கு . . .

ஆக, வார இறுதிகளிலும், விடுமுறை நாட்களையொட்டி யும் நாங்கள் சந்தித்துக்கொண்டிருந்தோம். புதுத் தம்பதியின் பிரிவாற்றாமை புரியாத எம்ஜீயார் ஏடாகூடமான ஒரு நாளில் இறந்துவிட்டார்.

காலை பத்தரை மணி சுமாருக்கு திருப்பதி வந்து சேர்ந்தார். நான் சோகமாக வாசற்படியில் உட்கார்ந்து சிகரெட் பிடித்துக் கொண்டிருந்தேன். விடிந்ததிலிருந்து ஆறாவது சிகரெட்.

என்னடா கிஸ்ணா, பொண்டாட்டியெப் பாக்கப் போகலே?

என்று ஆச்சரியமாகக் கேட்டார்.

எங்கெண்ணே. பஸ்ஸெல்லாம் ஓடலியாமுல்ல?

அதுனாலெ என்ன? ரயிலு ஓடுதுல்ல?

நான் பேசாமலிருந்தேன்.

எந்திர்றா. காலைல வர்ற ராமேசுவரம் வண்டி இன்னம் வரலெ. பிடிச்சுப் போயிரு.

அதுலெ பயங்கரக் கூட்டமா இருக்குமேண்ணே.

அதுனாலெ என்னா? ஆம்பளெதானடா நீயி. முட்டி மொளஞ்சு ஏறிர வேண்டியதுதானெ. வா, நாங் கொண்ணாந்து ஏத்திவிடுறேன். எந்திரி, எந்திரி, பொட்டியெக் கட்டு. ராமசாமிகிட்டெ நான் நாளைக்கி

லீவு சொல்லிர்றேன். ரெண்டு நா அந்தப் பிள்ளெகூட இருந்துட்டு வந்து சேரு.

என்று என் முதுகில் தட்டி எழுப்பினார். ராமசாமி எங்கள் கிளை மேலாளர்! நான் எழுவதற்கு முன்பாகவே, அக்கம் பக்கம் ஒருமுறை பார்த்துவிட்டு,

பொம்பளெக நம்மளெ மாருதி யில்லடா. ஏங்கிப் போகும். நாமளாவது பேசி ஆத்திக்கிருவம். அதுக வாயில்லாப் பூச்சிக . . .

இதை ஏன் இவ்வளவு ரகசியமான குரலில் சொல்கிறார், பத்மினி இவர் நினைக்கிற அளவுக்கு அப்பிராணி கிடையாதே, திருமணமே ஆகாதவருக்கு மணமானவன்மீது எதற்கு இவ்வளவு அக்கறை என்றெல்லாம் என் சுபாவப்படி பொங்கக் கிளம்பிய மனத்தைத் தண்ணீர் ஊற்றித் தணித்த பிம்பம் பத்மினியின் எந்தக் கோலம் என்று விளக்க வேண்டுமா என்ன!

ஒரு பையைத் தாம் வாங்கிக்கொண்டார். மௌனமாக நடந்தோம். ரயில் நிலையம் போகும் வழியில், அங்கங்கே எம்ஜீயாரின் படத்தை வைத்து மாலையிட்டு ஊதுபத்தி கொளுத்தியிருந்தார்கள். எதிர்ப்படும் முகங்கள் அனைத்திலுமே வெளிப்படையாக துக்கம் படிந்திருந்தது. அடங்கிக் கிடந்த சொந்த சோகங்களை வெளிப்படுத்திக் கொண்டாடக் கிடைத்த நாள் என்று கருதுகிறார்களோ என்று தோன்றியது . . .

நிலையத்தில் ஏகக் கூட்டம். ரயில் எப்போது வரும் என்று நிலைய அதிகாரிக்கே தெரியவில்லை. விசாரிக்கப் போன திருப்பதியிடம் மூர்க்கமாகப் பதில் சொன்னார்:

ஒரே பதிலெ எத்தனெ வாட்டிய்யா சொல்றது? வரும் போது வரும்.

திருப்பதி முகம் சுணங்கித் திரும்பினார். அவரை உற்சாகப் படுத்தும் நோக்கில் கேட்டேன்:

ஏண்ணே, ஒண்ணு கேக்கட்டா?

கேள்றா கிஸ்ணா.

ரூமுலே வச்சு, பொம்பளெ மனசு அது இதுன்னு பேசினியே . . .

ஆமா.

ஒனக்கு எப்பிடிண்ணே இதெல்லாம் தெரியும்?

திருப்பதி என் முகத்தை உற்றுப் பார்த்தார்.

ஒன்னய எம்புட்டோ கெட்டிக்காரெண்டு நினைச்சிருந்தேன், இப்பிடி மக்குப் பயலா இருக்கியேடா தம்பீ... ஏண்டா, கல்யாணம் கட்டுனாத்தானாடா பொம்பளெ மனசு புரியும்? ஆத்தா வகுத்திலெ பொறக்காதவனா நானு? இல்லெ, அக்கா தங்கச்சிக இல்லாதவனா..?

முகம் மெல்லத் தளர்ந்தது. வழக்கமான புன்சிரிப்பு மலரும் அறிகுறிகள் தோன்றின.

...விட்டா, மனுசனே யில்லே ண்டு சொல்லீருவிக போலருக்கேடா.

சிரித்தார்.

தம்பீ... எம்புட்டோ கதெப் புஸ்தகமெல்லாம் படிக்கிறியே. அபுரூவமான கதெ ஒண்ணு கைவசம் இருக்கு. சொல்லட்டா?

நெஜக் கதையாண்ணே?

பின்னே. என் சொந்தக் கதெடா.

சொல்லுண்ணே.

நீங்கல்லாம் தங்கமான பயகடா.

ஏண்ணே.

எத்தனையோவாட்டி அந்தக் களுதெ பேரெச் சொல்லியிருக்கேன். அது யாரு எவ ண்டுகூட நீங்கல்லாம் கேட்டதில்லையேடா.

யாரு பேரெண்ணே?

அதாண்டா, ரெம்பத்தான் தெரியாதவம் மாரி கேக்குறாம் பாரு. அந்தச் சண்டாளி ரத்துனம் பேரெத்தான் சொல்லுறேன்.

வழக்கத்தை விடப் பலமடங்கு அதிகமான இறுக்கமும், கருமையும் அவரது முகத்தில் மண்டியது.

ஒரு தைப்பூசத்தன்று அவர்களுடைய முதல் சந்திப்பு நிகழ்ந்ததாம். கேணிக்கரை முருகன் கோவிலை நோக்கிப் பால்குடங்களும் காவடிகளும் வந்தவண்ணமிருந்தன.

கயகய ண்டு ஒரெ கூட்டம்டா.

என்றார் திருப்பதி. இவருக்கு இருபத்து மூன்று வயது. 'ராசபார்ட் மாதிரி' இருப்பாராம்.

> அவ மட்டும் என்னா, சாச்சாத் இஸ்திரீ பார்ட்டு கணக்கா சல்லுன்னு இருப்பா.

இவர்கள் சாதி உறவின்முறை சார்பில் போடப்பட்ட தண்ணீர்ப் பந்தலில் சேவையில் இருந்திருக்கிறார் திருப்பதி. நீர்மோரும் பானகமும் விநியோகம் செய்துகொண்டிருந்தவரின் கவனத்தை ஈர்க்கிற மாதிரி வந்து நின்றாளாம். குடித்து முடித்த தம்ளரை திரும்பத்திரும்ப நீட்டி வாங்கிக் குடித்திருக்கிறாள். நாலாவது தடவை நிரப்பிக் கொடுத்தபோதுதான் முகத்தை நிமிர்ந்து பார்த்தார் திருப்பதி.

> மொதோ வாட்டியே பாத்திருக்கலாமுல்ல? முக்கி முக்கிக் குடிச்சிருக்க மாட்டனே?

என்று மூச்சிரைத்துக்கொண்டு சிரித்தாளாம்.

> எனக்கு அந்தாளெ ரெம்பப் பிடிச்சுப் போனதுக்குக் காரணமே அதாண்டா தம்பீ. நம்ம நெனைப்போம், அவரு செஞ்சு காட்டீருவாரு . . .

என்றார் திருப்பதி. யாரைச் சொல்கிறார் என்று புரியாமல் பார்த்தேன்.

> . . . எம்ஞ்சாரைத் தாண்டா சொல்லுறென்.

ரத்தினத்திடமிருந்து கதை எப்போது, ஏன் நகர்ந்தது என்பது புரியவில்லை. என் கண்களில் அசட்டுத்தனம் படர்ந்திருக்கும் போல.

> ஒன்னய மக்குப் பயன்னு நான் கண்டுபுடிச்சது சரிதாண்டா . . .

என்று சிரித்தார் திருப்பதி.

> . . . இந்த முளி முளிக்கிறே. அந்தாளு பாடலே . . ? 'நாந் தண்ணீர்ப் பந்தலில் நின்றிருந்தேன் – அவள் தாகம் என்று சொன்னாள் . . .'

டி ஆர் மகாலிங்கம் எம் ஜீ யாருக்குக் குரல் கொடுத்தார். நானும் சிரித்தேன்.

திருவிழா முடிந்தபிறகு தற்செயலாகச் சந்திக்கிற மாதிரி நாலைந்து தடவை சந்தித்திருக்கிறார்கள். அப்புறம் திட்ட மிட்டுச் சந்திக்க ஆரம்பித்துவிட்டார்கள். தொட்டுக்கொள்ளாத

தூரத்தில்தான் உறவு தொடர்ந்திருக்கிறது. யதேச்சையாக ஒருநாள் கேட்டாளாம்:

அது சரீ, மாசத்துல ஒருநா ரெண்டுநா கூத்துக் கெட்ற. சம்பாரிக்கிறத்துக்கு என்னா செய்யிற?

சும்மாத்தேன் இருக்கேன். நமக்குத் தெரிஞ்சாளு ஒருத்தரு பேங்கு ஏசண்டா இருக்காரு. பியூன் வேலெ போட்டுத் தர்றேண்டுருக்காரு.

போனாப் போகுது. அதுந்தன்னியும் நான் துட்டுத்தாரேன் ஒஞ் செலவுக்கு.

இப்போது கேள்வி கேட்பது திருப்பதியின் முறை.

நீ என்னாண்டு சம்பாரிக்கிறே?

தன்னியல்பாக அவள் சொன்ன பதிலில் திருப்பதிக்கு வயிற்றைக் குமட்டியது.

தொண்டையிலெ மீன் முள்ளு மாட்டினது கணக்கா ஆயிருச்சுரா தம்பி எனக்கு.

என்றார் திருப்பதி. அவள் ராமேஸ்வரம் ரோட்டில் 'தொழில்' செய்கிறாளாம் . . . மௌனமாகி விட்டார்.

ரயிலுக்காகக் காத்திருந்தவர்களில் ஓர் இளம்பெண், மேலாடை விலகினது தெரியாமல் பராக்குப் பார்த்துக் கொண்டிருந்தாள். அவளுடைய நெஞ்சை உற்றுப் பார்த்தபடி சற்றுத் தள்ளி நின்றிருந்த இளைஞன். இது சற்றும் உறைக்காமல் அவளருகில் நின்றிருந்த அவள் கணவன். நான் மூவரையும் மாறி மாறிப் பார்த்தேன். அந்தப் பெண்ணின் சுழலும் பார்வை என்னை நோக்கி வருகிற மாதிரி உணர்ந்தபோது சட்டென்று திரும்பி திருப்பதியைப் பார்த்தேன். அவர் ரயில் வரும் திசையின் ஆழத்தில் சென்று செருகியிருந்த தண்டவாள நுனிகளை வெறித்துக்கொண்டிருந்தார்.

அண்ணே . . .

என்றேன். தியானம் கலைந்து என் முகத்தைப் பார்த்தார். 'அட, ஆமாம், நீ ஒருத்தன் இருக்கியே' என்கிற மாதிரிப் பார்வை.

ரெண்டு மூணுதபா சொல்லிப் பாத்தெண்டா தம்பி. அவ ஷ்டிக்கா சொல்லீட்டா. எனக்காண்டி நீ எதயுமே மாத்திக்கிற வேணாம். ஒனக்காண்டி நானும் மாத்திக்கிற மாட்டென்.

இதைச் சொல்லும்போது அவர் முகத்தில் கவிந்த வேதனையை இப்போது நினைத்தாலும் வயிற்றைப் பிசைகிறது. நாலைந்து நாள் தர்மசங்கடத்தில் மூழ்கிக் கிடந்திருக்கிறார். அவளை மறக்க முடியவில்லை. நினைக்கும்போது வரும் குமட்டலையும் தவிர்க்க முடியவில்லை. முழங்காலுக்குக் கீழே எலும்பே இல்லாத மாதிரிக் கொழகொழத்து, நடக்கும்போதே தொய்ய ஆரம்பித்த தாம். சாப்பாடு செல்லவில்லை. தூக்கம் நிரந்தரமாக விலகி விட்டது.

ஒருநாள் நடுராத்திரியில் தோன்றியதாம். சரி போகட்டும், இத்தனை நாள் எவனெவன் கூடவோ இருந்திருக்கிறாள் – இன்னும் கொஞ்ச நாள் இருந்துவிட்டுப் போகட்டுமே. உடம்பு கட்டு விட்டுவிட்டால் எவன் சீந்துவான்? நம்மோடுதானே இருந்தாக வேண்டும்?

எழுந்து விடுவிடுவென்று நடந்து அவள் வீட்டு வாசலுக்குப் போய்விட்டார். வண்டிக்காரத்தெருவில் இருந்த இவர் வீட்டி லிருந்து கிலோமீட்டர் கணக்காக நடை. லெவல் க்ராஸிங் தாண்டி ஊர் முடியுமிடத்தில் இருந்தது அவள் குடியிருந்த வீடு. வியர்க்க வியர்க்கப் போய் நின்றார் திருப்பதி. வாசலில் அவளுடைய சொந்தக்காரப் பயல் ஒருத்தன் உட்கார்ந்திருந்தான்.

உள்றெ ஆள் இருக்கு.

என்று கறாராகச் சொன்னான். இவர் காத்திருந்தார். வாடிக்கை யாளன் தோள்துண்டால் முகத்தைத் துடைத்தபடி, மறு கையால் அரையிடுக்கைச் சொறிந்தபடி, தலைகுனிந்து வெளியேறியபிறகு இவர் உள்ளே போனார். அவள் பின்புறம் கழிவறை போய் விட்டுத் திரும்பியிருந்தாள். கழுவி வந்த முகத்தைத் துடைக்கா மல் ஈரத்துடன் நின்றிருந்தாள். இவரை எதிர்பார்க்கவில்லையா, ஆவேசமாக ஓடிவந்து தழுவிக்கொண்டாளாம்.

அவ மூஞ்சியோடெ ஈரம் எம் மூஞ்சியிலெ ஒட்டுச்சுரா தம்பி. உள்ளுக்குள்ளெ எம்புட்டோ ஆளத்துலெ குளுந்துச்சு எனக்கு. 'இந்த சொகத்துக்காக எதெ வேணும்ண்டாலும் விட்டுக் குடுத்துரலாமே' ண்டு தோணுச்சு.

தான் எடுத்த முடிவைச் சொன்னார். அவள் இன்னமும் இறுக்கிக்கொண்டாள்.

அடுத்த பிரச்சினை மறுநாளே ஆரம்பித்தது. திருப்பதி இளம் வயதிலேயே பெற்றோரைப் பறிகொடுத்தவர். வளர்த்த தும் ஆளாக்கியதும் உறவினர்கள்தாம். இவரைவிட ஆறு வயது பெரியவரான அண்ணனின் குடும்பத்தோடு வசித்தார் – ரத்தினத் தின் தொடர்பு ஏற்பட்ட நாட்களில். ரத்தினத்தைவிடக் கறாராகச் சொன்னார் அண்ணன்:

அரசல்பொரசலாக் காதுக்கு வந்துச்சு. அது உம்மெதானா? இருக்கட்டும். எவ ண்டாலும் பரவால்லெ. ஒம் மனசுக்குப் பிடிச்சிருந்தாச் சரிதாம். ஆனாக்கெ, கண்டுசனாச் சொல்லிப்புரு. தாலியெக் கட்டிக் கூட்டியாந்துரணும். நம்ம பொம்பளேண்டு ஆகாட்டி, கலியாணம் எதுக்கு முடிக்கிறது?

அவளானால் தன்னுடைய முடிவில் பிடிவாதமாக இருக்கிறாள்:

ந்தா பாரு. ஒன்னெ எனக்குப் பிடிச்சிருக்கு. என்னெ ஒனக்குப் பிடிச்சிருக்கு. அதுதான் முக்கியம். இதுல தாலி என்னா, மண்ணாங்கட்டி என்னா? இப்பத் தாலி கட்டுவே, அப்பறம் ஒங்கூட வந்து இரு ம்பே. நமக்கு அதெல்லாம் ஒத்துவராது சாமி. நீ வேணும் ண்டா இங்கே எங்கூடவே வந்து தங்கிக்க.

சரி தாயி. பேங்கு வேலெ கெடச்சதுக்கப்பறமாவது தொளிலெ விட்டுர்றயா?

அந்தப் பேச்சே வேணாம். என்னாத்தெத்தான் நான் விட்டுட்டெண்டாலும், நான் இப்பிடி இருந்தவ ண்றது யாருக்கும் மறக்கவா போகுது? அதெல்லாம் வேணாம். நான் இப்பிடித்தேன் இருப்பென். நீயும் இருக்குற மாதிரி இருந்துக்கொ. என்னெப் பொஞ்சாதீண்றியா, சொல்லிக்கொ. வப்பாட்டீண்றயா. சொல்லிக்கொ. இல்லெ, வாடிக்கெயாளு மாரி இருந்துக்கிர்றேன், தோணுறப்ப வந்துபோய்க்கிறே ண்றியா, செஞ்சுக்கொ. நான் ஒங்கிட்டெக் காசுகீசு கேக்க மாட்டென். எம் மேலெ காதல் வந்துருச்சு ண்டு இங்கெ வந்து போற எல்லாப் பயலும் சொல்லத்தேன் செய்யிறான். கட்டிக்கிர்றேண்டு சொன்ன மொதோ ஆளு நீயி. ஒன்னையெ என் உசுரா நெனப்பேன். அதுலெ கொறை வய்க்க மாட்டென். அதுக்காண்டி கலியாணம் கட்டியே தீருவேண்டு மக்கர் பண்ணாதெ...

திருப்பதி பெருமூச்சு விட்டார். அந்த நாட்களில் ரயில் நிலையத்தில் சிகரெட் பிடிக்கத் தடை கிடையாது. நாங்கள் ஆளுக்கொரு சிகரெட் பற்றவைத்துக்கொண்டு, ஜனக்கூட்டத்தை விட்டு விலகி, நடைமேடையின் மறுகோடியை நோக்கிப் போனோம். திருப்பதியிடம் எனக்கு ஏற்கனவே நெருக்கம் உண்டுதான். அவர் வந்து சேர்ந்த தர்மசங்கட நிலையைக் கேட்ட பிறகு அவரிடம் நெருக்கம் அதிகரித்துவிட்ட மாதிரி உணர்ந்தேன்... நடை நின்றதும் கேட்டேன்:

அப்பறம் என்னாண்ணே ஆச்சு?

நம்ம சுப்பய்யா மாதிரி இன்னொரு சேக்காளி இருந்தாண்டு சொல்வெனால்லியா?

ஆமாமா.

அவெம் பேரு முருகேசென்.

ம்.

அவிங்ய ரெண்டுபேத்துகிட்டெயும் ரோசனெ கேட்டேன். சுப்பய்யா எங்கண்ணன் கச்சி. இந்தப் பய முருகென் அந்தப் பிள்ளெ கச்சி. பேசுறம் பேசுறம், பேசிப் பேசிப் பாக்குறம், ஒண்ணும் தெகைய மாட்டெங்குது. கடேசிலெ, ரத்துனம் சொல்ற பிரகாரம் செஞ்சுறலாம், அண்ணென் வீட்டெவிட்டுப் படியெறங்கீறலாம் ண்டு முடிவெடுத்தேன்.

அந்தம்மா சந்தோசப் பட்டுருப்பாங்களே!

அங்கெதாண்டா தம்பி முடிச்சு இருக்கு. அப்பிடியெல்லாம் நாம நெனச்ச பிரகாரம் வாள விட்டுருமா? அப்பிடியா எளுதி அனுப்பியிருக்கான், நம்ம தலெயிலெ?

ஏண்ணே?

பின்னெ. இந்த முண்டெகிட்டப் போயி சொல்லலாம்ண்டு வேகமாப் போறேன் – அவ வீட்டு வாசல்லெ கூட்டமா நிக்கிது?

என்னண்ணே ஆச்சு?

என் நாடித் துடிப்பு எனக்கே கேட்டது.

என்னாத்தெச் சொல்ல, தட்டுவாணி முண்டே விடியக் கருக்கல்லே நாண்டுக்கிட்டாளாம். சன்னல் வளியா ஊரே பாக்குது. தூக்குச்சட்டி கணக்காத் தொங்குறா...

சும்மா கேட்டுக்கொண்டிருக்கும் எனக்கே அதிர்ச்சியாய் இருக்கிறதே, அனுபவித்த மனிதனுக்கு எப்படி இருந்திருக்கும்? திருப்பதியின் முகத்தைப் பார்த்தேன். உணர்ச்சியேயில்லாமல் கனத்துக் கிடந்தது. பேச்சு மட்டும் நிற்காமல் தொடர்ந்தது.

தலையெக் குனிஞ்சுக்கிட்டு வந்த வளி திரும்பீட்டென். 'அம்புட்டுத்தாண்டா மசிராண்டி, இத்தோடெ பொம்பளெ யாவுகத்தெ விட்டொளீ' ண்டு நானாச் சொல்லிக்கிட்டேன்.

ம்.

அப்பறம் எல்லாரும் சொன்னாங்ய. 'வேற பொம்பளையப் பாக்குறோம். நீ குடுத்தனம் நடத்து' ண்டு. அதெல்லாம்

யுவன் சந்திரசேகர்

முடியுமாடா தம்பி. அந்த அவுசாரி முண்டெ சும்மாவா தொங்குனா? நம்ம மனசையும் கையிலெ பிடிச்சுக் கிட்டுல்லெ போய்ச் சேந்தா? ஒரு ஆறு மாசத்துக்கு லூசுப்பய மாதிரித் திரிஞ்சண்டா தம்பி. என்னமோ, இந்த பேங்கு வேலெ கெடச்சுச்சு, கொஞ்சம் மீண்டு வந்துட்டென்... ஆனாக்கூட, ஒருநா ராத்திரி முளிப்பு வந்து குமுறிக் குமுறி அளுதண்டா தம்பி. அதுக்கப்பறம் தான் ஒரு நெகாவுக்கு வந்தன். அன்னக்கி எதெ நெனச்சு அளுதேங்கிறே?

சொல்லுண்ணே.

ஊர்ல இருக்கவன்லாம் அவகிட்டப் போயிட்டு வந்தானே. சுண்டுவெரல்கூடப் படாமெ, இப்பிடிக் கிறுக்கனா இருந்துட்டமே. ஒரு தபா தொட்டுருந்தா இம்புட்டு வேதனெ இருந்திருக்காதோ ண்டு நெனப்பு வந்துச்சு. அம்புட்டுத் தேன், படீர்ண்டு தெறிச்சுருச்சு... ஆனா, சும்மா சொல்லக் கூடாதுரா. அன்னெயிலேயிருந்து இன்னைக்கி வரைக்கும் இந்த சுப்பய்யாப் பயதேன் எனக்கு ஒரு ஆறுதல் பாத்துக்க.

அந்த இன்னொரு ஃப்ரெண்டு என்னானாரு?

யாரு, முருகேசனக் கேக்குறியா?

ஆமா. அவருதான்.

அந்த நாயெப் பத்திப் பேசாதரா. மனுசனாடா அவன்?

ஏண்ணே?

இந்தப் பிள்ளெ செத்துப்போனால்லெ, அதுக்கு மறு மாசம் அவென் மெற்றாஸ் போயிட்டான். சினிமாவுலே சேந்து, சிறுகச் சிறுக வளந்து பெரிய டயிரட்டராயிட்டான்.

அட!

அவுரு முருகேசன் இல்லெ இப்ப. வேல. முருகேஸ்...

திருப்பதியின் குரலில் பழைய கிண்டல் திரும்பிவிட்டது. அவர் சொன்ன இயக்குநரை நான் கேள்விப்பட்டிருக்கிறேன். குடும்பக்கதை நிபுணர் அவர். அம்மன் படங்களும் நாலைந்து எடுத்திருக்கிறார். ஒரே கதைதான். அம்மனின் பெயர்களும் ஊர்களும்தான் வெவ்வேறு. குடும்பமும் ஒரே குடும்பம்தான்.

ஆனா, அவன் மேல எனக்குத் தீராத கோபம் ஒண்ணு இருக்குடா தம்பி.

என்னண்ணே?

பின்னெ? நாயி கண்ட கண்ட கதெயெல்லாம் படமெடுக்குது. இங்க ஒர்த்தன் வாள்க்கெ இப்பேர்க்கொத்த கதையா இருக்கு. இதோட நெளுவுசுளுவு அம்புட்டும் ஒனக்குத் தெரியும். இதெ எடுத்தா ஒனக்கென்ன கொள்ளையா போயிரும்?

நியாயம்தாண்ணே. ஆனா, இதெக் கதைன்னு எப்பிடிண்ணே நெனைக்கிறது?

ஏலெ, நீ என்ன இம்ம்ம்புட்டு மக்கா இருக்குறெ. நடக்கும் போதுதானரா அது சமாசாரம். நடந்து முடிஞ்சப்பறம்? கதெதானெ? இந்தா, இதே எம்ஞ்சாரு இருந்தாரு. இருந்தவரிக்கிம் அவரு நடிகரு, மொதல்வரு. இன்னைக்கி? அவரு கதையாயிட்டாரா இல்லையா?

பட்டறிவின் விவேகத்தில் ஒரு சொட்டு உதிர்த்தார் திருப்பதி.

ரயில் வருவதற்கான பரபரப்புகள் நடைமேடையில் ஆரம்பித்தன. நானும் திருப்பதியும் முன்பு நின்றிருந்த இடத்தை நோக்கி வேகமாகத் திரும்பினோம். எஞ்சினிலிருந்து நாலாவது பெட்டியில் என்னை அமுக்கித் திணித்துவிட்டு, கீழே கையாட்டிக்கொண்டு நின்றார் அவர்.

அசாத்தியமான நெரிசல். ஆனாலும், பரமக்குடி வந்ததும் உட்கார இடம் கிடைத்துவிட்டது. அதற்குள் கழிவறைக்குள் புகுந்து ஒரு சிகரெட்டும் குடித்து முடித்திருந்தேன். இதெல்லாம் அனிச்சையாக நடந்துகொண்டிருக்க, எம் ஜீ யாரும், திருப்பதியும், பத்திரிகைப் புகைப்படங்களில் நான் பார்த்திருந்த வேல. முருகேஷும், நான் பார்த்தேயிராத ரத்தினமும் என்று பிம்பங்கள் எனக்குள் ஓடிக்கொண்டேயிருந்தன. பத்மினியின் ஞாபகமே வரவில்லை என்பதை மதுரையில் வந்து இறங்கும்போது ஆச்சரியமாக உணர்ந்தேன்.

பின்னர் நான் ராமநாதபுரத்திலிருந்து மாற்றல் கிடைத்துப் போய்விட்டேன். அங்கே ஆத்மார்த்தமாகப் பழகிய சக ஊழியர்கள் பலருடனும் உறவு இற்றுத் தேய்ந்துகொண்டே வந்து அற்றுப் போய்விட்ட மாதிரி, திருப்பதியுடனும் தொடர்பு ஒய்ந்துவிட்டது. ஆனால், அவரை மீண்டும் ஒருதடவை பார்க்கக் கிடைத்தது – கிட்டத்தட்டப் பத்து வருடம் கழித்து.

மதுரை நண்பனின் சகோதரன் மெற்றாஸ் சென்று அமெரிக்கா போகவிருந்தான். பாண்டியன் எக்ஸ்ப்ரஸ்ஸில் அவனை வழியனுப்பப் போயிருந்தபோது, அதே ரயிலில்

பிரயாணம் செய்ய திருப்பதியும் உள்ளூர்க்கார சக ஊழியன் பாலசுப்பிரமணியனும் வந்திருந்தார்கள்.

வயசாயிருச்சில்லப்பா. பெரிசு தனியாப் போக பயப்புடுது. நீயும் வாடான்னு ஒரே அனத்தல். எங் கிட்டெக் கேக்கா மெயே டிக்கெட் போட்டுருச்சு.

என்று செல்லமாகக் கோபம் காட்டினான் பாலு. ‘அப்படியாவது மெற்றாஸ் போயாகவேண்டிய கட்டாயம் என்ன’ என்று எனக்குள் ஓடிய கேள்வி திருப்பதிக்குக் கேட்டிருக்கும் போல. என்னைத் தனியாக நகர்த்திக்கொண்டு போனார்:

இந்த விருதாப்பய கூறுல்லாமெப் பேசுறாண்டா தம்பி. நம்மாளு, அதாம், நம்ம முருகேசு கடேசியில நம்ம கதையப் படமா எடுத்துட்டானாம். முக்கியஸ்தர்களுக்குப் போட்டுக் காட்டப் போறானாம். நம்மளையும் வரச்சொல்லி போன்ல சொன்னான். போறதுதானெப்பா மொறெ?

திருப்பதியின் முகத்தில் பிரமாதமான மலர்ச்சி இருந்தது.

சந்தோஷமாப் போயிட்டு வாண்ணே.

ஆனால், அது அவ்வளவு சந்தோஷமான விஜயமாய் அமைய வில்லை. அதற்கு ஒருவாரம் கழித்து பாலு தொலைபேசியில் கூப்பிட்டான்.

சொல்லுப்பா.

பெரிசெ மெற்றாஸுக்குக் கூட்டீட்டுப் போனன்ல்ல?

ஆமாம்.

போன எடத்துல எம் மானத்தெ வாங்கிருச்சப்பா.

ஏன், என்னாச்சு?

ஹோட்டல் ரூம்லெ சூஸைட் பண்ணிக்கிச்சுப்பா.

என்னடா பாலு சொல்றே?

ஆமப்பா. படம் பாக்கத்தானே போனோம்? அங்கெ ராஜ மரியாதெ. த்ரீ ஸ்டார் ஹோட்டல்லெ ரூம் என்ன, கார் என்ன, கூட்டிட்டுப் போக வர ஆளென்ன ன்னு ரொம்ப கவுரவமா நடத்தினாங்க. ப்ரீவ்யூ தியேட்டர் வாசல்லெ திருப்பதியும் வேல முருகேஷும் கட்டிப்பிடிச்சுக் கண் கலங்கினாங்க. படமும் நல்லாத்தான் இருந்துச்சு. ஏன்னு தெரியலெ, படம் முடிஞ்சு திரும்பி வந்ததிலருந்தே பெரிசு என்னமோ டல்லாயிருந்துச்சு. மறுநாள் நான்

நம்ம ஜோனல் ஆஃபீஸ் வரை போயிட்டு வந்துர்றேன்னு போயித் திரும்புறேன், இந்தாளு தூக்குலெ தொங்கீட்டாரு.

அடடே, பெரிய பிரச்சினையாயிருக்குமே?

நல்லவேளெ, அவரு முருகேஷுக்கு உள்ள செல்வாக்கு, ஸ்டார் ஹோட்டலுக்கு உள்ள செல்வாக்கு எல்லாமாச் சேந்து, ஹார்ட் அட்டாக்னு விஷயத்தெ முடிச்சிட்டாங்க.

அடடா. நல்ல மனுஷன் பாலு அவரு. எம்புட்டுப் பிரியமா இருப்பாரு, இல்லே?

யாரு இல்லேன்னா? அதுக்காக? சாகுறதுன்னு முடிவெடுத்தா, சொந்த ஊருக்கு வந்து செத்துத் தொலைய வேண்டியதுதானே. தொணைக்கி வந்தவன் தாலியெ ஏன் அறுக்கணும்?

அதுவும் சரிதான்.

அந்தப் படத்தின் பெயர் 'கற்புக்கரசன்'. எங்கள் ஊரில் புதிதாகத் திறந்திருந்த சீனிவாசா தியேட்டரில் வெளியானது. தமிழ்ப் படங்கள் பார்ப்பதை நான் தவிர்த்து வந்த நாட்கள். புதிய தியேட்டரின் உள் அமைப்பும் ஒலி வசதியும் பிரமாதமாக இருக்கிறது, முழுக்க கிரானைட் பதித்துப் பளபளக்கிறது, படம் முடியும்வரை ஏஸி போடுகிறார்கள் என்றெல்லாம் ஊரே சிலாகித்ததாலும், 'நம்ம திருப்பதியின் கதை; நாம் போய்ப் பார்த்தால் ஒருவேளை அவருடைய ஆத்மாவுக்குக் கூடுதலாக சாந்தி கிடைக்கலாம்' என்று தோன்றியதாலும் போனேன்.

ஆனால், அது திருப்பதியின் கதை மாதிரியேயில்லை. யாரோ, சொந்த அண்ணன் மனைவியுடன் தொடர்பு வைத்திருந்த கொழுந்தனின் கதை.

குரு குலம்

எந்த நாளில் என்ன விதமான உணர்வு நிலையை மனம் தேர்வு செய்யும் என்று உறுதியாகச் சொல்ல முடியவில்லை. காரணமற்ற உற்சாகம் காலை முதலே பொங்கி வழியும் நாட்களும், நெருங்கிய உறவு அகால மாய் இறந்துபோனது மாதிரி துக்கம் கொண்டாடும் நாட்களும் மாறி மாறி வருகின்றன.

குறிப்பாக மனம் தோய்வதெற்கென்று நிகழ்ச்சி நிரல் ஒன்றும் இல்லாத நாட்களில் இன்னும் சிரமமாகி விடுகிறது. பாதி நாள் ஒரு மனநிலையிலும், மீதி நாள் அதற்கு நேர் எதிரான மனநிலையிலும் ஊறிக் கிடக்கிற மாதிரி ஆகிவிடுகிறது.

இன்று காலையில் எழுந்ததும் பத்ரி சார் ஞாபகம் வந்துவிட்டது. மேற்சொன்ன எதிர்நிலைகள் இரண்டும் ஒரே சமயத்தில் நிலவுகிற மாதிரி உணர்கிறேன். இப்படி பொத்தாம்பொதுவாகச் சொல்வதைவிட, நேரம் கொஞ்சம் அதிகம் எடுத்தாலும் பரவாயில்லை என்று விளக்கமாகச் சொல்லிவிடுவது உத்தமம். எனக்கும் கனம் கொஞ்சம் நீங்கின மாதிரி இருக்கும்.

பள்ளிப்படிப்பை முடித்து முப்பத்திச் சொச்சம் வருடம் ஆகிவிட்டது. ஆனால், ஆரம்பக் கல்வியிலிருந்து எஸ்ஸெஸ்ஸெல்ஸி வரை எனக்குப் பாடம் எடுத்த ஆசிரியர்கள் ஒவ்வொருவரையும் நினைவிருக்கிறது. அவர்கள் எனக்குக் கற்றுக்கொடுத்ததும், கொடுக்காமல் விட்டதும் என்று பெரிய பட்டியல் ஒன்று வைத்திருக் கிறேன். அதெல்லாம் பிறகு.

என் அப்பா ராணுவத்தில் இருந்தார். கிராமத்தில், பாட்டி வீட்டில் பிறந்தேன் நான். நான்காம் வகுப்புவரை

அங்கேயேதான் படித்தேன். அப்பாவை அவர் விடுமுறையில் வரும்போது மட்டுமே பார்த்திருக்கிறேன். அதன்பிறகு, என்னையும் அம்மாவையும் தன்னுடன் அழைத்துக் கொண்டார்.

வருஷத்துக்கு ஒரு ஊர் வீதம் இடம் மாறிக்கொண்டேயிருந்தது குடும்பம். வெவ்வேறு மாநிலங்கள். வெவ்வேறு சீதோஷ்ணம். வெவ்வேறு உணவு வகைகள். வெவ்வேறு பண்டிகைகள். வெவ்வேறு கலாசாரச் சூழ்நிலைகள். ஆனால், சொன்னால் நம்ப மாட்டீர்கள், பள்ளிக்கூடங்கள் விஷயத்தில் மட்டும் ஒரு மாறுதலும் கிடையாது.

எனக்கு இப்போது ஞாபகம் வந்த பத்ரி சாருக்கும், திப்யேந்து பரூவா சாருக்கும் ஒரு வித்தியாசமும் கிடையாது. பத்ரி சார் கன்னடத்து ராயர். கறுப்பு நிறத்தில் சாந்துப் பொட்டு வைத்திருப்பார். பரூவா சாரின் முகம் சற்று மங்கோலியச் சாயல் கொண்டிருக்கும். தவிர, பரூவா சார் இறந்ததற்குக் காரணம் தீபாலி மிஸ். (மதுரையில் வந்து நாங்கள் குடியேறி, பத்துப் பன்னிரண்டு வருடங்கள் வரை தொடர்பிலிருந்த தேபு சவுத்ரி கடிதத்தில் தெரிவித்த சங்கதி இது.) மற்றபடி பத்ரி சாரும் பரூவா சாரும் ஒருவரேதான். அதே போல, சேது வாத்தியாரும் தீனபந்து மதோங்க்கர் சாரும் ஒரேமாதிரியான மணிப் பிரம்பு வைத்திருப்பார்கள். பயன்பாட்டில்தான் வித்தியாசம்.

இரண்டாம் வகுப்புக்குச் சென்றபோது சேது வாத்தியார் எங்களுக்கு வகுப்பெடுத்தார். அதாவது, அப்பா எங்களை அழைத்துச் செல்வதற்கு முன்பு. முதல் வகுப்பில் இருந்தபோதே அவரை நான் கவனித்திருக்கிறேன். கிராமப் பள்ளிக்கூடம் அல்லவா? ஒரே கட்டடம்தான். அதன் விசாலமான ஒற்றை அறையை மூன்று பகுதிகளாகப் பிரித்து நடுப்பகுதியில் ஒன்றாம் வகுப்பு இருக்கும். பள்ளியின் அதிகபட்ச மாணவர் எண்ணிக்கை முதல் வகுப்பில்தான். இரண்டாம் வகுப்புக்குச் செல்லும்போது கிட்டத்தட்டப் பாதியாகக் குறைந்துவிடும். ஆறு வயதாகியிருக்கும் என்பதால் மாணவர்கள் விவசாய வேலைகளில் உதவவும் மாடுமேய்க்கவும் சுயதொழில் செய்யும் தகப்பன்மாருக்கு ஒத்தாசையாய் இருந்து தொழில் கற்கவும் என்று பள்ளிக்கூடத்தைவிட்டு நின்று விடுவார்கள்.

இரண்டாவது சிறகைச் சரிபாதியாய்ப் பிரித்து இரண்டாம் வகுப்பும் மூன்றாம் வகுப்பும் இருக்கும். இந்த வகுப்புகளில் தரையில் உட்கார வேண்டியதில்லை. நீளமான பலகைகள் போட்டிருக்கும். இந்தப் பக்கம் உள்ள மூன்றாவது சிறகும்

இதே மாதிரித்தான், நான்காவது ஐந்தாவது வகுப்புகள் அங்கே இருக்கும்.

நான்காவது வகுப்பு மாணவர்களுக்கு வேலைச் சுமை அதிகம். தலைமையாசிரியருக்குப் பொடி வாங்கிவருவது, பள்ளிக்கூட மணியாய்த் தொங்கும் தண்டவாளத் துண்டை வேளை தவறாமல் இரும்புக் கம்பியால் அடித்து ஒலிப்பது, சைக்கிள் ஓட்டத் தெரிந்த மாணவர்கள் தாலுக்கா தலைமை யிடமான பக்கத்து ஊருக்கு ஏதாவது வேலையாகப் போய் வருவது, மதிய உணவு தயாரிக்கும் பெண்மணிக்கு சமையலில் உதவுவது, இரண்டாம் வகுப்பு ஆசிரியர் சேது வாத்தியாருக்கு அடிக்கடி நாயர் கடையில் போய் ஃப்ளாஸ்க்கில் கொதிக்கக் கொதிக்கத் தேநீர் வாங்கிவருவது என்று.

வாத்தியார் தோள்துண்டால் பற்றிய கண்ணாடி கிளாஸைக் கூரையைப் பார்த்துத் திறந்த வாயில் தொண்டைக்குழிக்கு நேராகக் கவிழ்ப்பார். விழுங்கி முடித்தவுடன் வாயிலிருந்து ஆவி எழும். சேது வாத்தியாருக்கு ஏதோ தீராத வியாதி இருந்துவந்தது. இப்போது யோசிக்கும்போது அது காசநோயாக இருக்கலாம் என்று தோன்றுகிறது. எந்நேரமும் வேர்த்து வழியும் முகம். நாற்காலிக்குப் பின்புறமுள்ள ஜன்னல் வழியே சதா காறித்துப்புவார்.

அவர் ஒருபோதும் உபயோகிக்காத மணிப் பிரம்பு எந்நேர மும் கையில் இருக்கும். முதல் வகுப்பில் சேர்ந்த நாளன்று அழாமல் என் இடத்தில் சென்று உட்கார்ந்தவன் நான். இரண்டாம் வகுப்புக்குப் போன அன்று ஓயாமல் அழுது கொண்டிருந்தேன். எந்நேரமும் மூத்திரம் முட்டிக்கொண்டிருந் தது. சேது வாத்தியார் கையில் இருந்த பிரம்புதான் ஒரே காரணம்.

ஆனால், வாத்தியார் அப்படிப்பட்டவர் அல்ல என்பது இரண்டாம் நாளே தெரிந்துவிட்டது. பெரும்பாலும் நானும் அவரும் ஒரே சமயத்தில் இருமிக்கொண்டிருப்போம் என்ப தால் அபூர்வமான ஓர் இணக்கம் அவருடன் உடனடியாக எனக்கு ஏற்பட்டது. சிறுவயதில் எனக்கு ஈஸ்னோஃபீலியா இருந்தது.

எத்தனை தடவை வாங்கிவந்தாலும், தேநீரைத் தன் கைவசமுள்ள கண்ணாடித் தம்ளரில் ஊற்றித்தான் குடிப்பார் சேது வாத்தியார். பிறகு, மதிய உணவுச் சமையல் கொட்டகையி லிருந்து வெந்நீர் வாங்கிக் கழுவி வைத்துக்கொள்வார். வலது

பக்க ஜன்னல் உயரம் வளர்ந்திருக்கும், பள்ளிக்கட்டடத்துக்குப் பின்புறம் இருக்கும், கள்ளிச்செடியை வெறித்துப் பார்ப்பார். கையில் வைத்து உருட்டிக்கொண்டே இருக்கும் பிரம்பை, மாணவர்கள் தன் அருகில் நெருங்காமல் தடுப்பதற்கு மட்டுமே பயன்படுத்துவார்.

மதோங்க்கர் ஸார் அப்படியல்ல. 'இதர் ஆவோ' என்று பிரியமாகக் கூப்பிடும்போது அவர் கண்களில் மலரும் சிரிப்பைப் பார்க்கப் பயமாக இருக்கும். சிக்கினவன் முதுகு பழுத்துவிடும் பழுத்து.

நியாயமாகப் பார்த்தால், சேது வாத்தியாருக்கும் மதோங்க்கர் ஸாருக்கும் ஒப்புமை சொன்னது சரியில்லை. அவருக்கும் பத்ரி ஸாருக்கும்தான் இணைப்புக்கோடுகள் உண்டு. மாணவர்களை ஒருபோதும் திட்டாதவர்கள் இருவரும். சிரிக்காத முகம் கொண்டவர்கள். சேது வாத்தியாருக்கு நாயர் டீக்கடை யில் கடன் இருந்தது. பத்ரி ஸாருக்குக் கடன் கேப்டன் கடையில். அதாவது, கார்ப்பரேஷன் பள்ளிக்கூடத்தின் சுற்றுச் சுவரை யொட்டி இருந்த அண்ணாச்சி கடையில். அங்கங்கே எலும்புகள் துருத்தித் தெரியும் உடம்பும், பூனையைக் கூட மிரட்ட வாகில்லாத கீச்சுக் குரலும் கொண்ட அண்ணாச்சியை எல்லாரும் ஏனோ 'கேப்டன்' என்று அழைப்பார்கள். என் அப்பாவையும் அவரை யும் மானசீகமாக ஒப்பிட்டு மறுகுவேன் நான்.

ஆனால், வகுப்பெடுக்கும்போது உற்சாகமான ஆளாக மாறிவிடுவார் பத்ரி சார். ஒருமுறை வகுப்பில் கேட்டார் – அண்ணாச்சி கடையிலிருந்து தூக்குக் கம்பியில் வந்திருந்த தேநீரைக் குடித்து முடித்து கண்ணாடித் தம்ளரை அப்போது தான் லொட்டென்று மேசையில் வைத்திருந்தார்.

அருணாசலம், எந்திரி. சுவைகள் எத்தனை?

ஆறு சார்.

சொல்லு பாப்பம்.

சொன்னான்.

இதுபோக ஏழாவது சுவை ஒண்ணு இருக்கு தெரியுமா?

தெரியாது ஸார்.

தெரிஞ்சுக்கோ, நம்ம கேப்டன் கடை டீதான் அது. மத்த ஆறுலெயும் அடங்காது.

நாங்கள் ரொம்ப நேரம் சிரித்துக்கொண்டிருந்தோம்.

சேது வாத்தியாருக்கும் பத்ரி சாருக்கும் இரண்டு வித்தியாசங் களும் உண்டு. ஒன்று, பத்ரி சார் ஆரோக்கியமானவர். மற்றொன்று, இவரைத் தேடிப் பள்ளிக்கூடத்துக்கே கடன்காரர்கள் வந்து விடுவார்கள். வகுப்பை ஒட்டிய வராந்தாவில் நின்று அவர் களுடன் பேசுவார். வகுப்பெடுக்கும்போது இருக்கும் கம்பீர மெல்லாம் வடிந்து, நகைச்சுவை வாக்கியங்கள் காணாமல்போய், சித்திரக் குள்ளன் போலக் குறுகியிருப்பார்.

பத்ரி சார் தொடர்பாக ஏகப்பட்ட ஞாபகங்கள் இருக்கின்றன. அவருடைய வீட்டுக்கு எதிரில் எண்ணெய்ச்செக்கு இருந்தது. மாதம் ஒரு தடவை அம்மா என்னை அனுப்புவாள். மூன்று மாதத்துக்கு முன்புதான் நாங்கள் பீஹாரின் – இப்போதுதான் ஜார்க்கண்ட் ஆகிவிட்டதே அது – ராஞ்சியிலிருந்து மதுரைக்கு வந்து குடியமர்ந்திருந்தோமா, மதுரையின் சகல அம்சங்களும் எனக்கு வெளிமாநிலத்தின் நகரத்தில் போலவே புதிதாகவும் சுவாரசியமாகவும் இருந்தன.

இரண்டாம் முறை எண்ணெய் வாங்கப் போனபோது எதிர் வீட்டின் வாசற்படியில் பத்ரி சார் உட்கார்ந்து பேப்பர் படித்துக்கொண்டிருப்பதைப் பார்த்தேன். கைவைத்த பனிய னும் கட்டம் போட்ட பழைய லுங்கியும் அணிந்திருந்தார். முழுக்கைச் சட்டையைப் பாண்ட்டுக்குள் விட்டு, பளபளக்கும் ஷூக்களுடன் – அந்த நாளில் மாநகராட்சிப் பள்ளிக்கு இப்படி உடையணிந்து வரும் ஆசிரியர்கள் வெகு அபூர்வம் – வரும் பத்ரி சார் மாதிரியே இல்லை.

அவருடைய வீட்டுக்குள்ளிருந்து எண்ணெய் வாங்கக் கிளம்பி வந்த பெண்மணியும், மாநிறமும் குள்ளமுமான பத்ரி சாருக்கு மனைவி மாதிரியே இல்லை. புளிபோட்டுத் தேய்த்த வெண்கலச் சிலை மாதிரி இருந்தார் அந்த அம்மாள். என்னுடைய தலைமுறையைச் சேர்ந்தவர் என்றால் உங்களுக்கு சங்கராபரணம் சினிமாவை, அதன் நாயகியும் ஓங்குதாங்கான ஆகிருதி கொண்டவருமாகிய மஞ்சுபார்கவியை, அவரைத் திரையில் பார்த்த மாத்திரத்தில் உங்களுக்குள் உருவான குறுகுறுப்பை ஞாபகம் இருக்கும். இந்தப் பெண்மணி அதே மாதிரி இருந்தார். ஆனால், அவர்தான் பத்ரி சாரின் மனைவி யாம். அவர்கள் வீட்டுக்கு அடுத்த வீட்டில் குடியிருந்த சின்னச் சொக்கு சொன்னான்.

சின்னச் சொக்குவுக்கு அப்போதே முகச்சவரம் செய்து கொள்ளும் வழக்கம் இருந்தது. என்னைவிட இரண்டு வயது

பெரியவன். ஐந்தாம் வகுப்பிலும் எட்டாம் வகுப்பிலும் ஒவ்வொரு வருடம் அதிகமாக இருந்து படிக்க வேண்டி வந்துவிட்டது, பாவம். வகுப்பின் கடைசி வரிசையில் உட்காரத் தான் பிரியப்படுவான். வகுப்பில் வந்து உட்கார்ந்ததும் தன் டவுசர்ப் பைக்குள் நுழைத்துக்கொள்ளும் இடதுகையை வகுப்பு முடியும்போதுதான் எடுப்பான் என்று அவனைப் பற்றி வகுப்புத் தோழர்கள் பேசிச் சிரித்துக்கொள்வார்கள்.

அந்த அம்மாளைப் பற்றி இன்னொரு தகவலும் சொன்னான் சின்னச் சொக்கு. பிற்பாடு நானே என் கண்ணால் தங்கம் தியேட்டரில் பார்க்கும்வரை அதை நம்பவில்லை நான். அல்லது நம்புவதற்குப் பிடிக்கவில்லை என்றும் வைத்துக் கொள்ளலாம் . . . ஆனால், சின்னச் சொக்குவிடம் அப்போது முளைவிட்ட துளிர் பின்னாட்களில் பெருவிருட்சமாய் வளர்ந்து பெருகியது என்பதை நீங்கள் தெரிந்துகொள்வதற்காக ஓர் உபரித் தகவல் மட்டும் சொல்கிறேன்.

சின்னச் சொக்கு பட்டப்படிப்பு முடித்ததும் அரசாங்கத் துக்கு மனுச் செய்து தன் பெயரை 'சிவசங்கரன்' என்று மாற்றிக்கொண்டான். கெஜட்டில் வந்தது. நாலு வருஷங்களுக்கு முன்னால், சென்னை மாநிலத்தின் உச்சபட்ச விபசாரத் தரகன் என்று போலீஸாரால் குற்றம் சாட்டப்பட்டு அத்தனை பத்திரிகைகளிலும் அட்டைப்படமாக நாறினானே, அதே சிவசங்கரன்.

போகட்டும், நான் பத்ரி சாரைப் பற்றியல்லவா சொல்லிக் கொண்டிருந்தேன் ?

பள்ளிக்கூடத்துக்கு சார் அவ்வளவு பிரமாதமாக உடை யணிந்து வருவதற்கு இன்னொரு காரணம் இருந்தது. அதை நானே தற்செயலாகக் கண்டுபிடித்தேன்.

சிறு வயதிலிருந்தே எனக்கு ஈஸ்னோஃபீலியா தொந்தரவு இருந்து வந்தது என்று சொன்னேனா? கொதிக்க வைத்த நீரைக் குளிர்வித்து சீசாவில் கொடுத்து அனுப்புவாள் அம்மா. புத்தகப் பையின் வெளிப்புறம், பக்கவாட்டில், சீசாவை வைப்பதற்கு ஒரு புடைப்பு அறை உண்டு.

விளையாட்டு நேரம் அது. மைதானத்தில் தீரர்கள் விளையாடுவார்கள். என்போல வியாதியஸ்தர்களும் மண்ணாந்தைகளும் ஓரமாக உட்கார்ந்து வேடிக்கை பார்ப் போம். எங்களை மாதிரிக் கூவிக் கதறிக் குரல்கொடுக்கும் பார்வையாளர்கள் இல்லாமல் போனால், கபடி விளையாடும் இரண்டு அணிகளுக்கும் விளையாட்டு நிரக்குமா?

அன்று சற்று அதிகமாகவே அலறிவிட்டேன் போல. சீக்கிரமே தொண்டை வறண்டு விட்டது. தண்ணீர் குடிப்பதற்காக வகுப்பறைக்கு வந்தேன். வராந்தாவில் வரும்போதே, மூங்கில் பிளாச்சுத் தட்டியின் இடைவெளி வழியாக அந்தக் காட்சி தென்பட்டது. மேஜைக்கு முன்பாக நாற்காலியை இழுத்துப் போட்டுக்கொண்டு, கால்மேல் கால் போட்டு அமர்ந்தவாறு, எதிர் வகுப்பை உறுத்துப் பார்த்துக்கொண்டிருந்தார் பத்ரி சார். அங்கேயிருந்து வள்ளியம்மாள் டீச்சரின் குரல் கேட்டது.

சுருக்கென்று பெயர் சொல்லிவிட்டேனேயொழிய, டீச்சரைப் பற்றித் தனியாகத்தான் எழுதவேண்டும். விரிவாகவும் தான். அவகாசம் இல்லை என்பதால் சில வாக்கியங்கள் மட்டும் சொல்லிச் செல்கிறேன்.

அந்தக் காலகட்டத்தில், மதுரை நகரத்திலேயே, டிசைன் போட்ட உள்பாடி அணியும் மிகச் சில பெண்களில் வள்ளியம்மாள் டீச்சரும் ஒருவர் என்பது சின்னச் சொக்குவின் ஆராய்ச்சி முடிவு. டீச்சரின் கூர்மையான மூக்கு இடது புறமாகச் சற்றுக் கோணியிருக்கும். சாதாரணமாகப் பேசும் போதே உதடுகள் சற்றுக் கொஞ்சலாக வெளிப்புறம் மடியும். இமைகளை அடிக்கடியும் அநாவசியமாகவும் கொட்டுவார். அடுத்த வகுப்பில் டீச்சர் பாடம் நடத்தினால் இங்கே பவுடர் மணக்கும். இப்போதைய ஞாபகத்தில் டீச்சர் அழகாக இல்லை என்பது மட்டுமல்ல, சில நேரங்களில் விகாரமாகக்கூடத் தெரிகிறார். ஆனால், மூர்த்தி சாரும் பிச்சைக்குட்டி சாரும் தலைமையாசிரியர் அறைக்கு முன்பாகவே கட்டி உருண்டு சண்டையிட்டதும், மெமோவும் இடமாற்றலும் பெற்று பள்ளிக் கூடத்தைவிட்டுப் போனதும் வள்ளியம்மாள் டீச்சரை முன்னிட்டுத்தான் என்பது அந்நாட்களில் ஊருக்கே தெரிந்திருந்த செய்தி... யாரோ மாணவனை விளையாடப் போகவிடாமல் எதிரே நிறுத்தி, மனப்போக்கில் வைதுகொண்டிருந்தார் டீச்சர்.

நான் கண்ணுக்குத் தட்டுப்பட்டதும் லேசாக விதிர்த்தார் பத்ரி சார். உடனடியாகத் தன் மடியில் கிடந்த வேதியியல் தேர்வுத் தாளில் – அப்போதெல்லாம் ரசாயனம் அது – பார்வையைப் பதித்துக்கொண்டார். லேசான ஒரு பார்வைக்கு அவர் என்னுடைய தாளைத் திருத்துவது மாதிரித்தான் தெரிந்தது. விடைத்தாள்களை விநியோகம் செய்தபோது உறுதிப்பட்டது.

குறிப்பிட வேண்டிய விஷயம், பத்ரி சார் பார்வையைத் திருப்பினாரேயொழிய, கவனத்தைத் திருப்ப இயலாமல் சிரமப் பட்டிருக்கிறார் என்பதுதான். நூறு சதவீதம் வாங்கியிருந்த

என்னுடைய தாளில், 'வி.குட்' என்று எழுதுவதற்குப் பதிலாக 'வள்ளி' என்று எழுதிக் கையொப்பமிட்டிருந்தார்.

அந்தத் தாளை சின்னச் சொக்குவிடம் மட்டும் ரகசியமாகக் காட்டினேன். அவன் இதுமாதிரி விஷயங்களில் விற்பன்னன்.

> யார்ட்டெயும் காட்டாமெ பத்தரமா வையி. என்னைக் காவது அந்தாளு இம்செ பண்ணினான்னா போட்டுப் பாத்துரலாம்.

என்று அறிவுரைத்தான்.

விதி வேறுவிதமாகத் திட்டமிட்டிருந்தது. பத்ரி சாரை நான் மிரட்டுவதற்குப் பதிலாக, அவர் என்னை மிரட்டுகிற மாதிரி ஆகிவிட்டது நிலைமை. முதல் வரிசையில் உட்கார்ந்து, வேதியியல் உள்ளிட்ட சகல பாடங்களிலும் முதல் மதிப்பெண் வாங்குகிற மாணவன், ஆசிரியரைப் பார்த்தால் பயந்து நடுங்க வேண்டி வந்தது எதனால் என்று யாருக்கும் சந்தேகம் வரத்தானே செய்யும்?

அதற்கு, ரஹமத்துல்லாவையும் பெருமாளையும் அறிமுகப் படுத்தியாக வேண்டும். எங்கள் வகுப்பின் சராசரி வயது பதினைந்து. கிட்டத்தட்ட அத்தனைபேருக்குமே பூனைமயிர் முளைத்திருந்த பருவம். 'கிட்டத்தட்ட' என்று சொன்னதற்குக் காரணம் பெருமாள். கருகருவென்று மீசையும், பள்ளி மைதானத் தின் கடைக்கோடியில் இருந்த அரசமரத்துக்குப் பின்னால் ஒளிந்துகொண்டு பீடி குடிக்கும் தைரியமும் கொண்டவன். இவனுடைய முழுநேர உதவியாளன் மாதிரி செயல்பட்டவன் ரஹமத்துல்லா. பெருமாளின் மீசையைவிட சற்றுக் குறைவான அடர்த்தி இவன் மீசைக்கு. இவர்கள் இருவரும் இல்லாமல் போயிருந்தால் எங்கள் வகுப்பில் பலபேர் ஆண்மகன் ஆவதற்கு ரொம்ப சிரமப்பட்டிருப்பார்கள்.

ரீசஸ் இடைவேளைகளிலும், மதியஉணவு இடைவேளையி லும் பெருமாளைச் சுற்றி வகுப்புத்தோழர்கள் குழுமுவார்கள். சரோஜாதேவி, ரஸபந்தி, ப்ளேபாய் என்று பலமொழிகளில்; படம் போட்ட, போடாத, வழுவழு தாள், சாணித்தாள் புத்தகங்கள் அடிக்கடி புதிதாகக் கொண்டுவருவான் பெருமாள்.

கூட்டத்துக்குள் தலைநுழைத்து எட்டிப் பார்க்கும் ஆவல் மீறும் எனக்குள். ஆனால், முதல் மாணவன், கெச்சலான உயரக்குறைவான உடல்வாகு, மழுமழுவென்ற மேலுதடும்

மோவாயும், முணுக்கென்று கண் சுரக்கும் சுபாவம், தினசரியும் நெற்றியில் உடைவாள்போல ஒற்றை இட்டுக்கொண்டு பள்ளிக்கு வரும் ஐயங்கார்வீட்டுப் பையன், ஒருவிதமான தற்காப்பு யுக்தியாக நானே சூட்டிக்கொண்டிருந்த அப்பிராணிப் பயல் பிம்பம் . . . என்று ஏகப்பட்ட விஷயங்கள் ஒன்று சேர்ந்து தடுத்துவிடும். உள்ளூறக் குமைவேன்.

சம்பவ தினத்தன்று, மதிய உணவு இடைவேளையில், வகுப்பறை வெறிச்சோடியிருநதது – அபூர்வமாக. தயங்கித் தயங்கி ரஹமத்துல்லாவின் இடத்துக்குப் போனேன். அரை குறையாய்த் திறந்திருந்த புத்தகப் பைக்குள் லேசாகத் தலை நீட்டிக்கொண்டிருந்தது அந்த சாணித்தாள் புத்தகம். அந்தச் சனியனைப் புத்தகம் என்று சொல்லக் கூடாது – என் தலையெழுத்து.

'மாமனாரின் காமவெறி' என்று எதுகை பொங்கும் தலைப்பு. முதல் வரியிலேயே மருமகள் குளிக்க ஆரம்பித்தாள். இரண்டாவது பாரா ஆரம்பிக்கும்போது, தென்னங்கிடுகு மறைப்பின் சற்றே பெரிய துவாரம் வழி மாமனாரின் விழிகள் வேடிக்கை பார்க்கத் தொடங்கின. மாமனாருக்கு அறுபது வயது. சட்டென்று நான் அறுபது வயதில் போய்ச் சேர்ந்திருந்தேன். மருமகள் சோப்புப்போடும் வைபவம் இரண்டு முழுப்பக்கங்களுக்குத் தொடர்ந்தது. ஒவ்வொரு அங்கத்திலும் அவள் கை படுவதும், அப்போது அவள் கொள்ளும் மனக் கிளர்ச்சியும், விழிகள் சொக்கி உதடுகள் பிதுங்கி என அவள் முகத்தில் மாறும் பாவங்களும், வெளிநாட்டில் வேலைக்குப் போயிருக்கும் அவளது கணவனாக இடதுகையின் நடுவிரல் விசுவரூபம் எடுப்பதும் என்று. எனக்குள் புதுவிதமான வெதுவெதுப்பு திமிறி உயருவதைக் கட்டுப்படுத்திக்கொள்ள இயலாமல் தடுமாறினேன்.

மாமனார் கள்ளத்தனமாகப் பார்ப்பதை மருமகள் பார்த்துவிடுகிறாள். இந்த இடத்தில் என் பின்னந்தலையில் சொடேரென்று அடி விழுந்தது. ரஹமத்துல்லா அல்லது பெருமாள் வருவதற்கு என் உள்ளுணர்வு முன்னரே தயாராகி இருந்தது. ஆனால், வந்தவர் பத்ரி சார்.

புத்தகத்தை நான் ரஹமத்துல்லாவின் பைக்குள் பதற்றமாகச் செருகி வைக்கும்வரை பொறுமையாக நின்றுகொண்டிருந்தார் அவர். பிறகு நாற்காலியை நோக்கி நடந்தார். அவர் சற்று விலகிப் போன மாத்திரத்தில் எனக்குள் பதற்றம் சற்றே தாழ்ந்தது. கால்மேல் கால்போட்டு கம்பீரமாக உட்கார்ந்து வலதுகைச் சுட்டுவிரலை ஒரேயொரு தடவை ஆட்டி என்னை அழைத்தார். இப்போது, பதற்றம் பன்மடங்காகப் பெருகித் தொலைத்தது.

உடனடியாக ஒன்றுக்குப் போனால் தேவலை என்கிற மாதிரி அடிவயிற்றில் முட்டியது.

என்னா ரங்கா, ஃபஸ்ட் ரிவிஷனுக்குப் படிக்க ஆரமிச்சிட்டயா?

ஆரமிச்சிட்டேன் ஸார்.

பத்தாங்கிளாஸ் முழுப் பரிட்செ ங்குறது எல்லாப் பயகளுக்குமே ஒரு கண்டம்தான், பாத்துக்க.

ம்.

லேசிலெ படிக்க விடாது. வயசு அப்பிடி. ஸ்டூடன்ட்டு என்ன செய்வாம் பாவம். ஒடம்பெக் கவனிப்பானா, பாடத்தெக் கவனிப்பானா? . . .

இந்த இடத்தில் பத்ரி சார் சிரித்தார். எனக்கு சிரிப்பு வரவில்லை. அவருடைய முகத்தைப் பார்க்க அருவருப்பாய் இருந்தது. ஆனால், அந்தவிதமான அருவருப்பு எனக்குப் பிடித்தும் இருந்தது என்பதை இப்போது நினைத்தால் ஆச்சரியமாய் இருக்கிறது.

. . . ஒங்கப்பா என்னா செய்றாருன்னு சொன்னே?

'ஒனக்குத்தான் ஏற்கெனவே தெரியுமேடா நாயே' என்று உள்ளுக்குள் கறுவியவாறு, பணிவாகப் பதில் சொன்னேன்.

ஆர்மியிலே இருக்கார் ஸார். மதுரை யூனிட் என் சி சியிலே ஆஃபீஸர்.

அப்ப நல்ல சம்பளம் இருக்குமே.

எனக்குத் தெரியாது ஸார்.

வாஸ்தவம்தான். இதெல்லாம் கொஞ்சம் லேட்டாத்தான் தெரியும். இந்த வயசிலெ தெரிஞ்சிக்க வேண்டிய விஷயங்களே வேறேல்ல . . .

மறுபடியும் அதே சிரிப்பு. பத்ரி சாரின்மீது பாய்ந்து அவரை உதைக்க வேண்டும், முன்னம்பல் தெறித்து விழுகிற மாதிரி ஓங்கிக் குத்த வேண்டும் என்று வெறி ஊறியது.

. . . நீ என்ன பண்றே . . .

சொல்லுங்க சார்.

ஒங்கப்பாட்டெக் கேட்டு எனக்கு ஒரு ஆயிரம் ரூபா வாங்கிட்டு வர்றே. சும்மா இல்லே, கடனாத்தான். ஒண்ணரை வட்டி குடுத்துர்றேன்னு சொல்லு. அவசரம்

இல்லே, இந்த மாசக் கடைசிக்குள்ளாறே வாங்கிக் குடுத்தாப் போதும் . . .

இதற்குள் வராந்தாவில் செருப்புகள் உரசும் சப்தம் கேட்டது.

. . . போ, போ. போய் ரிவிஷனுக்குப் படி. இப்பலேர்ந்தே உழைச்சாத்தான் அடுத்த வருஷம் பப்ளிக்லெ ஸெண்ட்டம் வாங்கலாம்.

தலை திடீரென்று பலமடங்கு கனம் அதிகரித்துவிட்ட வேதனை யுடன் என் இடத்துக்குப் போனேன். பார்வை மங்கிவிட்ட மாதிரி உணர்ந்தேன். வகுப்பில் என்னைத் தவிர எல்லாரும் சந்தோஷமாக இருக்கிறார்கள் என்று தோன்றியது. சின்னச் சொக்குவிடம் மட்டும் இந்தச் சிக்கலைப் பகிர்ந்துகொள்ள லாம் என்று யோசனை தோன்றி, அந்த வாக்கியம் முடிவதற்கு முன்னாலேயே ரத்து செய்தேன்.

என் அப்பாவைப் பற்றி உங்களுக்குத் தெரியாது. கோபமே வராத மனிதர். ராணுவத்தில் இருந்துகொண்டு இப்படி ஒரு சாதுப்பிராணியாக எப்படி இருக்கிறார் வெங்கடேசன் என்று ஊரே வியக்கும். நிஜமாகவே அப்பா சாதுதான். ஆனால், இரண்டு விஷயங்களில் படு கறாரானவர்.

ஒன்று, என் படிப்பு. மாதாந்திரத் தேர்வுகளாகட்டும், கால் பரிட்சை அரைப்பரிட்சை என்ற சித்ரவதைகளாகட்டும், மற்றவர்களுக்கெல்லாம் ஒரே ஒரு முறை என்றால், எனக்கு மட்டும் இரண்டு.

கடைசித் தேர்வு நாளின் சாயங்காலம் எனக்கு இரண் டாவது தொடங்கும். கேள்வித்தாள்களைக் கொத்தாகக் கையில் எடுத்து, வரிசையாகக் கேட்டுக்கொண்டே வருவார் அப்பா. கணக்குப் பரிட்சை வினாத் தாளில் விடைகளைக் குறித்துக் கொண்டு வரவேண்டும் என்று நிரந்தர ஆணை இருந்தது எனக்கு.

ஒரு தடவையாவது அறையோ, பெல்ட் வீறலோ வாங்கா மல் அந்த நிகழ்ச்சி முடிவுற்றதே கிடையாது. முன்னிரவில், மிலிட்டரிச் சரக்கை அன்று மட்டும் கொஞ்சம் அதிகமாகவே குடித்துவிட்டு எனக்கு புத்தி புகட்டத் தொடங்குவார் அப்பா. சிறுகச் சிறுகப் படியேறி உச்சியை அடையும்போது, என்னை அழைத்து மார்போடு இறுக்கி அணைத்துக்கொண்டு கண் கலங்குவார். அவருடைய கனவுகளின் மொத்தத் தொகுப்பு

தானே நான். என்னை ஒரு ஆளாக ஆக்குவதற்காகத்தானே பனியிலும் மழையிலும் கடுமையான வெயிலிலும் அவர் மாடாக உழைத்துவந்திருக்கிறார். 'வெங்கடேசன் பிள்ளை' என்று பெயர் எடுக்க வேண்டாமா? என்னை விட்டால் அவருக்கு யார்தான் இருக்கிறார்கள் ... இந்த இடத்தில் அழுகை வெடித்துக் கிளம்பும். அவராக விடுவிக்கும்வரை பொறுமையாக நின்றுகொண்டிருப்பேன். அவருடைய மூச்சிலிருந்து கிளம்பும் அழுகிய பழவாசனை எனக்கு மிகவும் பிடிக்கும்.

எஸ்ஸெஸ்ஸெல்ஸி மதிப்பெண்கள் வரும்வரை இந்த வைபவம் தொடர்ந்தது. பி யூ ஸி சேர்ந்தவுடன் என்னுடைய பயம் குறைய ஆரம்பித்தது. பட்டப்படிப்பை மிகுந்த துணிச்சலுடன் மூன்றாவது வகுப்பில் தேறி முடித்தேன்.

மொத்தத்தில், தனியார் மோட்டார் கம்பெனியில் கிரீஸ் அப்பிய காக்கி உடையுடன் மண் தரையில் தார்ப்பாய் விரித்துப் படுத்து நாள் முழுவதும் நான் பேருந்துக்கு வைத்தியம் பார்ப்பதற்கு ஒரே காரணம்தான் – நான் மிகச் சிறப்பாகப் படித்து மிக உயர்ந்த வேலையில் அமர்ந்து கைநிறையச் சம்பளம் வாங்கவேண்டும் என்று வெறியோடு இருந்த என் அப்பா.

அப்பாவின் இரண்டாவது பலவீனம், சிக்கனம். மிகச் சிறிய உதாரணத்தில் இதை விளக்கிவிட முடியும். அப்பாவிடம் ஒரு லாம்ப்ரெட்டா ஸ்கூட்டர் இருந்தது. என்னையும் அம்மாவையும் அதில் ஏற்றிக்கொண்டு கோவிலுக்குப் போவார். தன்னுடைய மற்றும் எங்களுடைய செருப்புகளை வண்டியின் முன்புறம் உள்ள பெட்டிக்குள் போட்டுவிட்டுத்தான் கோவிலுக்குள் நுழைவார். செருப்பில் சாணமோ வேறு ஏதாவதோ ஒட்டியிருந்தாலும் கவலையில்லை – தெருவில் கிடக்கும் கல் எதிலாவது தேய்த்துத் துடைத்துவிட்டுப் பெட்டிக்குள் போடுவார். கட்டணப் பராமரிப்பிடத்தில் முப்பது பைசா தண்டம் அழுவது எதற்காக என்பது உட்பொருள். இதையெல்லாம், மற்றவர்கள் 'கஞ்சத்தனம்' என்று சொல்வார்கள். அதைப் பற்றி என்றைக்குமே அப்பா கவலைப்பட்டது கிடையாது.

படிப்புக்காக நான் அடிவாங்குவேன் என்றால், பண விவகாரங்களுக்காக அம்மா அடிவாங்குவாள். ஒருவேளை, அவளையும் உரிய முறையில் சமாதானம் செய்வாரோ என்னவோ, அடிகளை அம்மா பொருட்படுத்தியதில்லை.

ஆக, அப்பாவின் நிம்மதியைக் குலைக்கிற இரண்டு சமாசாரங்களில் என்னை ஒரே சமயத்தில் சிக்க வைக்கிற வேண்டுகோளை பத்ரி சார் விடுத்துவிட்டார். சும்மாவா, இரண்டு தடவை ரிவிஷன் பரிட்சையை ஞாபகப்படுத்தியிருக்கிறாரே?

ஆறுதலுக்குச் சின்னச் சொக்குகூட இல்லாத அநாதை யாக உணர்ந்தேன்.

மறுநாளிலிருந்து நானும் பத்ரி சாரும் கண்ணாமூச்சி ஆட ஆரம்பித்தோம். வகுப்பாசிரியர் அவர்தான் என்பதால், பெரும்பாலும், ஒரு நாளின் முதல்வகுப்பும் கடைசிவகுப்பும் அவர் எடுக்கிற மாதிரித்தான் கால அட்டவணை இருக்கும். வகுப்பு தொடங்கி மிகச் சரியாக ஒரு நிமிடம் கழித்து நுழைந்து என் இருக்கையில் போய் அமர்வேன். மதிய உணவை மைதானத் தின் எதிர்க்கோடியில் சுற்றுச்சுவரையொட்டி இருக்கும் வேப்ப மரத்தடியில் போய்ச் சாப்பிடுவேன். இதில் ஒரேயொரு சிக்கல், சுவருக்கு மறுபுறம் மாநகராட்சிப் பொதுக்கழிப்பிடம் மிகுந்த இயல்புத்தன்மையோடு இருந்தது.

விளையாட்டு இடைவேளைகளில் வெகு ஆர்வமாக விளையாட்டுகளில் பங்கேற்க ஓடுவேன் – மூச்சிறைத்துக் கொண்டு. ரிவிஷன் பரிட்சைகள் ஆரம்பித்த பிறகு, எழுதி முடித்த தாளை சமர்ப்பித்தவுடன் நூலகத்தில் நுழைந்து கொண்டு மறுநாள் பரிட்சைக்குப் படிக்க ஆரம்பித்துவிடுவேன். நூலகம் என்பது ஜன்னல்களேயற்ற, புழுக்கை நெடி அடிக்கிற, ஒற்றை அறை. தலைமையாசிரியர் அறைக்கு நேர் எதிரில் இருப்பது.

பத்ரி சார் தன் தரப்புக்கு இப்படியெல்லாம் சிரமப்படவே இல்லை. ஒரே ஒரு விஷயம் மட்டுமே செய்தார். வேதியியல் நடத்தும்போது, யாருக்கும் பதில் தெரியக்கூடிய கேள்விகளை வேண்டுமென்றே என்னிடம் கேட்பார். உதாரணமாக, தண்ணீருக்குக் குறியீடு ஹெச் டூ ஓ என்று தெரியாத மாணவன் இருப்பானா? இதைக் கேட்டுவிட்டு, பதிலளிக்க எழுந்து நிற்கும் என்னைக் கண்ணுக்குக் கண் உறுத்துப் பார்ப்பார். வகுப்பில் வேறு யாருக்கும் புலப்படாத பிரகாசம் அந்தப் பார்வையில் ஒரு கணம் மின்னும்.

அதானே, நீ கெட்டிக்காரப் பயலாச்சே.

என்று உடனடியாக என் பதிலைப் பாராட்டி உட்காரச் சொல்லுவார்.

நிஜத்தில் அப்படி எதுவும் இல்லாமல்கூட இருந்திருக்கலாம். வெறுமனே, என்னுடைய பயத்தை நான் பார்க்கக் கிடைத்த சந்தர்ப்பங்களாகக் கூட இருக்கலாம். ஆனால், ஒரு மணிநேர வகுப்பு முடியும்வரை முட்டும் மூத்திரத்தை அடக்கிக்கொண்டு உட்கார்ந்திருப்பது எவ்வளவு பெரிய வேதனை, சொல்லுங்கள்?

முதல் ரிவிஷனில் நான்காவது பரிட்சை வேதியியல். அதற்குமேல் என்னால் தாங்க முடியவில்லை. சின்னச் சொக்குவைத் தனியாகக் கூட்டிக்கொண்டுபோய் விஷயத்தைச் சொன்னேன். அவன் அபூர்வமான நண்பன்.

எலே, என்ன. இதுக்கெல்லாம் போயி சின்னப் புள்ளெ மாதிரி அளுதுக்கிட்டு?

என்று வாஞ்சையுடன் கண்டித்தான். கொஞ்சநேரம் ஆறுதல் சொல்லிக்கொண்டிருந்தான்:

அதுக்கப்பறம் ஒன்னெ எப்பனாச்சிம் கூப்புட்டுக் கேட்டானா?

இதுக்காகத்தான் அந்தாளு சும்மா ஒன்னயவே கேள்வி கேட்டு நைக்கிறானா? என்னடா, இந்தப் பயலெப் புதுப் பொண்டாட்டியெ நோண்டுற மாதிரி நோண்டுறானே ண்டு நெனச்சேன்.

சரி, விடுறா. நீயென்னா எங்களை மாதிரி வெட்டிக் களுதையா. ரசாயனம் நல்லாப் படிக்கிறவன்தானே. இன்னம் கொஞ்சம் சாக்கிரதையாப் பரிச்செ எளுது. அம்புட்டுத்தானே.

அவென் 'வள்ளீ' ண்டு கையெளுத்துப் போட்டானே, அந்தப் பேப்பர் பத்தரமா இருக்குல்ல? எடுத்து விட்ருவமா!

மார்க்குலெ கையெ வச்சான்னு வையி, கக்கூஸ் செவுர்லெ இவம் பொண்டாட்டியைப் பத்தி எளுதிருவோம், கவலெப் படாதே. எலே, நீ யேன் பதர்றே. நொட்டாங்கையாலெ எளுதப் போறவன் நாந்தானே, அப்பறமென்னா?

அதுக்கும் அடங்கலேண்டா, அவென் வீட்டுக் கதவுலெ வெங்காய வெடி அடிச்சுறலாம்.

சும்மா ஒரு கல்லு விட்டுப் பாக்கலாம்ண்டுகூட அந்தாளு கேட்டுருப்பாண்டா. ஒண்ணும் பலிக்கலேண்டா தள்ளிப் போயிருவான். அவனுக்குப் போயி பயப்புடுறியே. வெறும் பிள்ளெப்பூச்சிடா அவென்.

பயம் தெளியவில்லையே தவிர, மிகப் பெரிய பாரம் இறங்கின மாதிரி உணர்ந்தேன்.

சின்னச் சொக்கு கடைசியாய்ச் சொன்ன வாதம் சரியென்று கூடப் பட்டது. அன்று இரவு முழுவதும் யோசித்து அது 'சரியேதான்' என்று நம்பவும் தொடங்கினேன். மறுநாள் நான்

எழுதிய வேதியியல் விடைத்தாள் மாநில அளவில் முதல் மதிப்பெண் பெறுமளவு நேர்த்தியாக இருந்தது.

அடுத்த இரண்டு ரிவிஷன்களும் கூட குந்தகமில்லாமல் நடந்து முடிந்தன. மூன்று ரிவிஷனிலுமே நான் நூற்றுக்கு நூறு வாங்கியிருந்தேன். பத்ரி சாரைப் பற்றி நான் பயந்தது எவ்வளவு தவறு என்று மதிப்பெண்ணைப் பார்த்ததும் உணர்வேன். ஆனால், 'விடைத்தாளைக் கொடுக்கும்போது அவருக்கும் எனக்கும் மட்டும் புரிகிற அந்தப் பார்வையைப் பார்த்தாரே அவர், அதற்கு என்ன அர்த்தம்?' என்று மனத்தின் இன்னொரு பகுதி குடையும்.

ஆனால், நான் சந்தேகப்பட்ட அளவு கண்ணியமானவர் இல்லை பத்ரி சார் என்பதை அவரே நிரூபித்தார். முழுப் பரிட்சைக்குப் படிப்பதற்காக மறுநாளிலிருந்து பத்துநாள் எங்களுக்கு விடுமுறை. மனம் நிரம்பக் குதூகலத்துடன் வீடு செல்லக் கிளம்பியவனை, கேப்டன் கடை வாசலில் தேநீர் அருந்திக்கொண்டு நின்ற பத்ரி சார் பார்த்துவிட்டார்.

ஆட்காட்டி விரலை அசைத்து என்னைக் கூப்பிட்டார். மாமனார் – மருமகள் சம்பவம் நடந்த அன்று கூப்பிட்டாரே, அதே மாதிரி. என் புலன்கள் அத்தனையும் சடாரென்று ஒடுங்கின. 'முட்டாள்த்தனம் பண்ணிவிட்டோமே, இன்னும் பத்து நிமிஷம் கழித்துப் புறப்பட்டிருக்கக் கூடாதா' என்று மனம் ஏங்கியது.

என்னா ரங்கா, டீ சாப்புடுறியா?

வேணாம் சார்.

ஒனக்கென்ன ராஜா வீட்டுக் கன்னுக்குட்டி. வீட்டுக்குப் போனவுடனே அம்மா திக்கான காஃபி கலந்து குடுப்பாங்க. ஐயங்கார் வீட்டு டிக்காஷன் காஃபி பிரமாதமா இருக்குமேப்பா. நீதான் என்னெ 'வீட்டுக்கு வாங்க சார்'னு கூப்புடவே மாட்டேங்குறே. வந்தாக் காஃபி கேட்டுரு வான்னு பயமா?...

'இந்த மனிதனைப் போய்த் தவறாக நினைத்துவிட்டேனே' என்று மனம் புழுங்கினேன். அப்படிப் புழுங்கியதுதான் தவறு என்று உடனே உணர்ந்தேன்.

...அது சரி ரங்கா, நான் ஒரு விஷயம் கேட்டேனே. அப்பாட்டேச் சொன்னயா?

பத்ரி சாரின் குரல் தழைந்திருந்தது. நான் கொஞ்சமும் யோசிக்காமல் பதில் சொன்னேன் – அல்லது என்னையும் அறியாமல் நான் உள்ளூற யோசித்து வைத்திருந்தேனோ என்னவோ.

அப்பா ஊர்லெ இல்லே சார். ஒரு மாசம் கேம்ப் போயிருக்காரு.

ஓஹோ ... பரவாயில்லே. வந்தவொடனெ ஞாபகமாக் கேட்டுரு. என்னா?

இத்தோடு விட்டிருக்கலாம் அவர். உபரியாக ஒரு செய்தியும் சொல்லித் தொலைத்தார்:

யார்ட்டெயும் சொல்லாதே. நீ நம்ம பய ங்குறதாலே சொல்றேன். நம்ம க்ளாஸ் முளுப்பரிட்செ ரசாயனப் பேப்பரெ நாந்தான் திருத்துறேன்.

கடைசிப் பரிட்சை முடிந்து வெளியேறுகிறோம். சக மாணவர்கள் அளப்பரிய உற்சாகத்தோடு தெருவில் விரைகிறார்கள். எனக்குக் கால்கள் பின்னின. இரும்புக்குண்டுபோலத் தலை கனத்தது. அவ்வளவு கொடூரமாக வருடாந்தர விடுமுறை ஆரம்பித்ததேயில்லை எனக்கு.

அன்றிரவு முழுவதும் நான் தூங்கவில்லை. உடல் அயர்ந்து கண் தளரும்போதும் எறும்புச் சாரிபோலக் கனவுகள் பொங்கின. ஒரு கனவில் நான் மறுபடியும் பத்தாம் வகுப்பில் உட்கார்ந்திருந்தேன். வராந்தாவில் லெவந்த் டி நோக்கி நடந்துசென்ற சின்னச் சொக்கு என்னைப் பார்த்து உல்லாசமாகக் கையசைத்து விட்டுச் சென்றான். விதிர்த்து விழித்துக்கொண்டேன்.

ஒரு காக்காய் சத்தம் கொடுத்தது. தொடர்ந்து வேறு பறவைகளின் குரல்கள். ஜன்னல் வழியாகத் தெரிந்த ஆகாயத்தில் சாம்பல் நிறம் படர்ந்திருந்தது. மனம் தன் வேதனைகள் அனைத்திலிருந்தும் படீரென்று தெறித்து விடுவித்துக்கொண்டது. மிகத் தெளிவாக ஒரு முடிவு எனக்குள் உதயமானது. வெளிச்சம் பரவப் பரவ அது உறுதியாகிக்கொண்டே போனது ...

ஆனால், கண்ணுக்குப் புலனாகாத பேரருள் என்மீது மிகுந்த வாஞ்சையுடன் இருந்திருக்கிறதுபோல. அந்த ஓர் இரவு மட்டும்தான் நான் அவஸ்தைப்பட வேண்டியிருந்தது.

விடிந்த கொஞ்ச நேரத்துக்கெல்லாம் சின்னச் சொக்கு என் வீட்டுக்கு வந்தான். தெருமுனைக்கு என்னை அவசரமாக

இழுத்துச் சென்றான். வேகவேகமாக இரைத்த மூச்சு கொஞ்சம் சமனமானதும்,

ரங்கா. இன்னமே நீ கவலைப்பட வேணாம்டா.

என்றான். எனக்கு எதுவுமே புரியவில்லை.

அந்தாளு சம்சாரத்தெ நேத்துலேர்ந்து காணம்டா. ஓடீருச்சு போல.

நான் இன்னமும் புரியாமல் விழித்தேன். என் பின்னந்தலையில் செல்லமாய்த் தட்டினான். பிறகு விரிவாகச் சொன்னான்.

நேற்றுக் கடைசித் தேர்வு முடிந்ததல்லவா, ஆசிரியர் அறையில் உட்கார்ந்து கொஞ்சநேரம் அரட்டையடித்துவிட்டு, பத்ரி சார் ஏழு மணி சுமாருக்கு வீடு திரும்பியிருக்கிறார். வீட்டுக் கதவு பூட்டு இல்லாமல் சாத்தியிருந்திருக்கிறது. இவர் கைவைத்ததும் திறந்துகொண்டதாம். பதற்றமாக உள்ளே நுழைந்திருக்கிறார். அக்கம்பக்க வீடுகளில் விசாரித்திருக்கிறார். சின்னச் சொக்குவின் அம்மாவுக்கும் தகவல் ஒன்றும் தெரிந் திருக்கவில்லை. எதிர்ச்சாரி எண்ணெய்ச்செக்கு உரிமையாளர் சொன்னாராம்:

அம்மா மத்தியானம் மூணு மணிக்கெல்லாம் வெளியெ போனாகளே. வாடகெக்காரு வந்து கூட்டீட்டுப் போச்சு. ரெண்டு பெரிய பெட்டியும் கார்லெ ஏறுச்சே?

மறுபடியும் பத்ரி சார் வீட்டினுள் சென்று பார்க்கும்போது தான் கவனித்திருக்கிறார். ஒரேயொரு உள்ளாடையோ, ரவிக்கைத் துணியோகூட விட்டுவைக்காமல் மொத்தத்தையும் அந்த அம்மாள் கொண்டுபோய்விட்டாள். ஒரு பெண் வசித்ததற் கான தடயமே இல்லாமல் கிடந்திருக்கிறது வீடு . . .

இவென் பொண்டுகப் பயடா. ஆரம்பத்துலேயே நாலு வப்பு வச்சிருந்தா இப்பிடி ஊருமேயப் பொறப்புட்டுருக் குமா அந்தக் களுதெ?

என்று சொல்லி முடித்தான் சின்னச் சொக்கு.

எனக்கு ஏனோ பத்ரி சார்மீது விசித்திரமான கனிவு பிறந்தது அந்தக் கணத்தில். அவர் தொடர்பாக எனக்குள் உயர்ந்து வந்திருந்த வெறுப்பும் விரோதமும் கற்பூரக் கட்டி போல ஆவியாவதை உணர்ந்தேன். இதையறியாத சொக்கு சொல்லிக்கொண்டே போனான்:

இனிமே ஒன்னையத் தொசங்கட்டுறதுக்கு அவனுக்கு யோசனெ ஓடாது. விடு.

மறுநாள் காலையிலும் அதே நேரத்துக்கு சின்னச் சொக்கு வருவான் என்று நான் கொஞ்சமும் எதிர்பார்க்கவில்லை.

ஏற்கனவே சொன்ன மாதிரி, இதெல்லாம் நடந்து முப்பத்திச் சொச்சம் வருடம் கடந்துவிட்டது. ஆனால், ஒவ்வொரு தகவலும் உறுதியாக எனக்குள் பதிந்திருக்கிறது. சம்பந்தாசம்பந்தமில்லாத சந்தர்ப்பங்களில் பத்ரி சார், சின்னச் சொக்கு, வள்ளியம்மாள் டீச்சர், எண்ணெய்த்தூக்குடன் செக்கிலும் அபரிமிதமான ஒப்பனையுடன் தங்கம் தியேட்டரிலும் காட்சி தரும் மஞ்சு பார்கவி என்று விதவிதமான நபர்கள், நினைவின் ஓடை தன் கிறுக்குத்தனத்தோடு பாயும்போது அடித்தரைக் கூழாங் கற்கள் போல வந்துபோவது வழக்கம்தான்.

ஆனால், என் ஒவ்வொரு பிறந்த நாளிலும் மேற்சொன்ன அத்தனையும் வரிசை பிசகாமல் நினைவு வரும். இன்றுகூட எனக்குப் பிறந்த நாள்தான். நாற்பத்தைந்து நேற்றோடு முடிந்து விட்டது . . .

இரண்டாம் நாள் காலையில் வந்த சின்னச் சொக்குவின் முகத்தில் கலவையான உணர்ச்சிகள் மாறிமாறித் ததும்பியது நேற்றுப்போல் ஞாபகமிருக்கிறது.

பத்ரி சார் தன் வீட்டுப் படுக்கையறை உத்தரத்தில் தூக்குப் போட்டுத் தற்கொலை செய்துகொண்டுவிட்டாராம். 'போலீஸ் வந்துருக்கு' என்றான் சின்னச் சொக்கு.

சிலீரென்று என் ரத்த நாளங்களில் பனித் தண்ணீர் பாய்ந்தது. இனம் புரியாத நடுக்கம் உடலெங்கும் மின்சாரம் போல ஓடி மறைந்தது. பத்ரி சாரை நினைத்து ஒரு கணம் விம்மி ஓய்ந்தது மனம். தன் உயிரைக் கொடுத்து என் உயிரைக் காப்பாற்றிவிட்டார் அவர் என்று தோன்றியது எனக்கு.

ஆமாம், அவர் தொங்காவிட்டால், அடுத்த நாள் இரவில் நான் தொங்கியிருப்பேன் – அப்படித்தான் முடிவெடுத்திருந்தேன்.

மறு விசாரணை

1

1984 அக்டோபர் ஆரம்பத்தில் இந்தியா முழுவதும் புகழ் சம்பாதித்தது ஒரு சம்பவம். பஞ்சாபின் ஜலந்தரி லிருந்து அமிர்தசரஸ் செல்லும் பெருந்தடத்தில் உள்ள கர்த்தார்பூர் என்ற சிறுநகரின் புறநகர்ப்பகுதியில் நடந்த கொலை. தமிழ்நாட்டில் வெளியாகும் ஆங்கில, தமிழ் நாளிதழ்கள்கூட முக்கியத்துவம் கொடுத்து வெளியிட்ட செய்தி அது.

நவம்பர் முதல் வாரத்தில் நிலைமை வேறு மாதிரி ஆகிவிட்டது. கிட்டத்தட்ட எல்லாருமே பழையதை மறந்துவிடும் அளவுக்கு, புதிய படுகொலை ஒன்று தலைப்புச் செய்திகளை ஆக்கிரமித்தது. இந்தியப் பிரதம ராக இருந்த திருமதி காந்தி மெய்க்காவலர்களால் சுட்டுக் கொல்லப்பட்டார்.

கர்த்தார்பூரில் கொலை செய்யப்பட்டவரும் பெண்மணிதாம். ரேஷ்மா சிங் என்று பெயர். நடுத்தர வயதுப் பெண். வேகமாக வளர்ந்து வந்த தொழிலதிபர். 'கர்த்தார்பூர் கொலை வழக்கு' என்று உடனடியாக தேசியப் புகழ்பெற்றுவிட்ட துர்நிகழ்வில் சந்தேகத்துக் குரியவர்களாக யாருமே கைது செய்யப்படவில்லை – அக்டோபர் இறுதி வரை. இருபத்திரண்டாம் தேதி இரவில் இரண்டு பேரைக் கைது செய்தது காவல் துறை.

அக்டோபர் கடைசி வாரத்தில் வெளியான இல்லஸ்ட்ரேட்டட் வீக்லியில், சிறப்புச் செய்தியாளர் டாக்டர் ரமண் துபே என்பவரின் சிறு கட்டுரை பிரசுர மானது. இந்திய சமூக அமைப்பில் முன்னணிக்கு நகர முனையும் பெண்களின் கதியும் வலியும் பற்றியது.

சுருக்கமான, ஆனால் கனத்த கட்டுரை. கவித்துவமான தலைப்பு. 'The Fate of Ladybirds Poised for the High-Sky.' அத்துடன், கர்த்தார்பூர் வழக்கு பற்றி விரிவான செய்தித் தொகுப்பும் பிரசுரமானது. ஏழெட்டுப் பெட்டிச் செய்திகள், தெளிவான புகைப்படங்கள் கொண்டது. அந்தக் கட்டுரையைப் படித்ததும் என்னுடைய சந்தேகம் உறுதியானது.

பஞ்சாபில் எத்தனையோ ரேஷ்மாக்கள் இருக்கக் கூடும் – நம்மூர் லட்சுமிகள் மாதிரி.

சீச்சி. நாம் நினைக்கிற மாதிரியெல்லாம் இருக்காது...

அவளாவது, அல்பாயுசில் சாவதாவது. சூறாவளியைப் போய் இடி தாக்குமா..?

என்று முந்தைய மூன்று வாரங்களாக உழம்பிக்கொண்டிருந்த மனத்தில் சடாரென்று ஒரு சமநிலை படிந்தது. கொலையான சடலத்தின் புகைப்படம் என செய்தித்தாள்கள் காட்டியது மிகச் சிதைந்த உடலை. முகம் கோரமாகக் கிழிந்திருந்தது – அடையாளம் தெரியாத அளவுக்கு.

ஆனால், வீக்லி பிரசுரித்த மூன்று புகைப்படங்களில் திருத்தமான ரேஷ்மாவின் முகம். சிரித்துக்கொண்டிருக்கும், விருந்தில் மதுக்கோப்பையை உயர்த்திப் பிடித்திருக்கும், யாரோ ஓர் ஆண்மகனோடு கைகோத்து அலைவிளிம்பில் நின்றிருக்கும் ரேஷ்மா. நானறிந்த ரேஷ்மா. என் வாழ்நாளின் மறக்க முடியாத முத்தத்தை எனக்குள் பதித்த, அதே ரேஷ்மா.

முதலாவது பெட்டிச் செய்தி சொன்ன செய்தி இது: கர்த்தார் பூரில் புதிதாக நிர்மாணிக்கப்பட்டு வரும் துணை மின் நிலையத்தின் காவலாளிகளில் ஒருவர் ஹர்ச்சரண் சிங். வளாகச் சுற்றுச்சுவரில் உள்ள பக்கவாட்டுத் திறப்பின்வழி வெளியேறி யிருக்கிறார் – சிறுநீர் கழிப்பதற்காக. அதிகாலை ஐந்து மணி. வளாகத்தின் பின்புறமிருந்து ஓடிவந்த நாயின் வாயில் மனிதக் கை ஒன்று இருப்பதைக் கண்டார். இவர் கல்லெடுக்கக் குனிந்ததும், கையைப் போட்டுவிட்டு நாய் ஓடிவிட்டது.

ஹர்ச்சரண் சிங் கிட்டத்தட்ட மூர்ச்சையாகும் ஸ்திதிக்கு வந்துவிட்டார். மெல்ல மெல்ல தைரியப்படுத்திக்கொண்டு பின்புறம் சென்றிருக்கிறார். அங்கே ஒரு பெண்ணின் சடலம் கிடந்தது. பதறிப் போனார் சிங். முழங்கையிலிருந்து வெட்டுப் பட்ட இடது கை தனியாகக் கிடந்திருக்கிறது. ஓடிச்சென்ற நாய் ஒருவேளை திரும்பி வந்திருந்தால் இரண்டாவது கையையும்

கொண்டு சென்றிருக்கும் . . . அவசரமாக காவலர் அறைக்குத் திரும்பிய ஹர்ச்சரண் சிங் ஜலந்தர் காவல்துறைக்குத் தொலை பேசியில் தகவல் சொன்னார். அவருடைய தலையெழுத்து, பாவம், அவரும் தற்போது விசாரணையின் பிடியில் சிக்கி யிருக்கிறார்.

இரண்டாவது பெட்டிச் செய்தி, பிரேதப் பரிசோதனை அறிக்கையின் சுருக்கம். முப்பத்து மூன்று இடங்களில் கத்திக் குத்து இருந்தாலும், கழுத்து நெரிக்கப்பட்டுத்தான் ரேஷ்மா கொல்லப்பட்டிருக்கிறார். இறப்பதற்கு முன்னால் பாலியல் உறவுக்கு ஆட்பட்டிருக்கிறார். உடலில் ஏற்பட்டிருக்கும் காயங் களின் தன்மை, ஒரே கத்தியால் ஏற்பட்டவை அவை என்று தெரிவிக்கிறது. சில இடங்களில், குறிப்பாகப் பிறப்புறுப்பிலும் மார்பகங்களிலும் கத்தி ஒன்றரை செ.மீ வரை ஆழமாக இறங்கியிருக்கிறது. சடலம் அதிகாலையில் கண்டெடுக்கப் பட்டாலும், கொலை நிகழ்ந்தது முந்தின இரவு சுமார் பனிரெண்டரை மணி வாக்கில் இருக்கலாம் என்று தடயங் கள் ஊர்ஜிதம் செய்கின்றன.

மூன்றாவது, தடயவியல் ஆய்வின் முதல் கட்டக் கண்டு பிடிப்புகளும், சில தரவுகளும். உடல் கிடந்த இடத்தில் ரத்தம் கசிந்து தேங்கவில்லை. மோப்ப நாய் சுமார் ஒரு மணி நேரத் தொலைவில் உள்ள பியாஸ் நதிப் பாலம் வரை ஓடித் திரும்பி யது. ஆகவே, சடலம் கர்த்தார்பூரில் கிடைத்தாலும், கொலை நடந்தது வேறு இடத்தில்தான் என்பது உறுதியாகி இருக்கிறது. கைப்பற்றப்பட்ட உடலில் கிடைத்த ரேகைப் பதிவுகள் அனைத்தும் ஒரே கைகளுடையவை. கொலைக்கு முன்பாக பாலியல் உறவு நிகழ்ந்திருப்பது உண்மை. ஆனால், அது வல்லுறவு என்பதற்கான சான்றுகள் எதுவும் தென்படவில்லை. உடன்பட்டே உறவுகொண்ட பெண்மணி கொல்லப்பட்டதற் கான காரணம் முதல்கட்டத்தில் தெளிவாகவில்லை. எனினும், புழையிலும் உறுப்பின் மேற்புறமும் கிடைத்த விந்துத் தடயங் கள் அடுத்த கட்டப் புலன் விசாரணைக்கு மிகவும் அனுகூல மாக இருக்கும். திருமதி ரேஷ்மா அணிந்திருந்த நகைகள் எதுவும் காணாமல் போகவில்லை. நாய் தூக்கிக்கொண்டு ஓடிய வலது கையில் இருந்து கழன்ற தங்க ப்ரேஸ்லெட் கூட, பிணம் கிடந்த இடத்திலிருந்து நூற்றைம்பது அடி தொலைவில் கிடைத்துவிட்டது.

நாலாவது பெட்டிச் செய்தியில், பத்திரிகையின் புலனாய் வில் சந்தேகத்துக்குரியவர்கள் என்று சிலரைப் பூடகமாகக் குறிப்பிட்டிருந்தது. பஞ்சாபைச் சேர்ந்தவரும் பம்பாய்த் திரையுலகில் பிரபலமானவருமான இசையமைப்பாளர்,

மாவட்ட ஆட்சியர் ஒருவர், பிரபலமான பாங்ரா நடனக் கலைஞர், தொழில்துறைப் பிரமுகர் என்று கலவையான பட்டியல் அது.

'இவர்கள் அத்தனைபேரையும் விசாரிக்கக்கூட முனையாத காவல்துறை, அப்பாவிகளான இரண்டு மீனாக்களைக் கைது செய்திருப்பது கேலிக்கூத்து' என்றது செய்தி. வளர்ந்து வரும் மின்நிலையத்துக்கு எதிர்ச்சாரியில், பெட்ரோல் நிலையத்துக்கும் தாபாவுக்கும் இடையில் உள்ள வெட்டவெளியில் கூடாரம் அமைத்துக்கொண்டு, நடைபாதையில் கடைவிரித்திருந்த ராஜஸ்தானியப் பழங்குடியினர் அவர்கள். ஸவாய் மதோபூரி லிருந்து கிளம்பி ஊர் ஊராக விற்பனைக்குச் செல்கிறவர்கள். கண்ணாடித் துண்டுகளாலான அலங்காரச் சரவிளக்குகள் செய்து விற்பவர்கள்.

ஐந்தாவது பெட்டிச் செய்தியில், இந்தியாவில் விளையாட்டு, அரசியல், கலை உட்படப் பல்வேறு துறைகளில் உயரும் பாதையில் தற்கொலை செய்துகொண்ட, அல்லது கொல்லப் பட்ட பெண்மணிகளின் பட்டியல். 'மஹாத்மாவின் பிறந்த நாளுக்கு அடுத்த நாள் இரவில், இத்தனை கொடூரமான முறையில் ஒரு பெண் கொல்லப்பட்டதில் பகடியானதொரு செய்தி இருக்கிறது. 'உடல் முழுவதும் நகை பூட்டிய இளம் பெண் நள்ளிரவில் தன்னந்தனியாக நடந்துசெல்லும் நாளில் தான் இந்தியாவுக்கு சுதந்திரம் கிடைத்தது உறுதியாகும்' என்று சொன்ன மஹாத்மாவின் ஆன்மா இன்னும் எவ்வளவு காலத்துக்குத்தான் சாந்தியின்றித் துன்புறும்?' என்று கேட்டது தொடர்ந்த குறிப்பு.

அந்த இதழை நான் பத்திரமாக வைத்திருக்கிறேன். ரேஷ்மா வின் ஞாபகார்த்தமாக. பழைய நினைவு ஒன்றின் நிரந்தரச் சின்னமாக. ஒரேயொரு முத்தத்தின் அழியாத ஈரமாக.

டாக்டர் ரமண் துபேவின் கட்டுரை இப்படித் தொடங்கு கிறது:

...சுதந்திர பாரதத்தின் மாபெரும் வர்த்தக ஆளுமைகளில் ஒருவராக உயர்வார் என இந்தியத் தொழில்துறை நம்பிய தாரகையின் நெடும்பயணம் அற்பாயுளில் முடிந்துபோனது. அழகும் அறிவும் சரளத் தன்மையும் வெளிப்படையான செயல்பாடுகளும் அபூர்வமான விகிதத்தில் கலந்தவரும், நவீன பஞ்சாபின் இளம் தொழிலதிபருமான திருமதி ரேஷ்மா சிங்கின் அகால மரணம் துரதிர்ஷ்டவசமானது. வருந்தத் தக்கது. பல்வேறுவிதமான, எண்ணற்ற, சமூகவியல் கேள்விகளை உற்பத்தி செய்வது...

சரி. ஒரு செய்தியாளருக்கு அவ்வளவுதான் தெரியவரும். அதற்கு மேலும் தெரிகிறது என்றே வைத்துக்கொள்வோம். தெரிந்ததையெல்லாம் அப்படியே எழுதி விட முடியுமா என்ன?

எனக்குக் கொஞ்சம் கூடுதலாகத் தெரியும். சில மணி நேரங்களே என்றாலும் மிக அந்தரங்கமாகத் தெரியும். சவுகரியமும் பாதுகாப்பும் கருதித் தனக்கெனத் தானே நிர்மாணித்த தங்கக் கூண்டை, தவறுதலாக உட்புறம் தாழிட்டுக்கொண்டுவிட்ட பரிதாபமான பறவையின் கதை அது.

2

'83 கடைசியில், மிகச் சரியாகச் சொல்வதென்றால் டிசம்பர் 26 முதல் 29 வரை, நான் ஜலந்தரில் சும்மா இருக்க வேண்டியதானது. முன்னதாக, நான் பார்த்து வந்த வேலையை ராஜினாமா செய்திருந்தேன். பாஸ்மதி அரிசி ஏற்றுமதி நிறுவனத்தின் கொள்முதல் பிரதிநிதியாக இருந்தவன். சொந்த மாநிலமான தமிழ்நாட்டில், கோயம்புத்தூரில், ஜவுளி நிறுவனமொன்றில் பணி நியமனமாகியிருந்தது எனக்கு. அதிகாரபூர்வமாக என்னை விடுவிக்கும் உத்தரவில் கையெழுத்திட வேண்டிய பொது மேலாளர் திரு. கே.எஸ். அரோரா, அலுவல் ரீதியாக ஈரான் சென்றிருந்தார். 30ஆம் தேதி காலைதான் திரும்புவார். அன்று இரவு டெல்லி செல்ல ரயிலில் முன்பதிவு செய்திருந்தேன். புதிய நிறுவனம் எனக்கு ஜனவரி இரண்டாம் வாரம் வரை தவணை வழங்கியிருந்ததால் நெருக்கடி எதுவும் இல்லை.

ஆனால், நாலு இரவுகளை எங்கே கழிப்பது? விடுவிப்பு உத்தரவைப் பிறகு வாங்கிக்கொள்ளலாம் – ஆனால் நிறுவனம் வழங்கியிருந்த ஓரறைத் தங்குமிடத்தை உடனடியாகக் காலி செய்துவிட வேண்டும் என்று தெரிவித்துவிட்டார்கள். நானுமே அப்படியொரு மனநிலையில்தான் இருந்தேன். ஆனால், வாடகை கொடுத்து ஓட்டல்களில் தங்கமுடியாது. பஞ்சாபின் தொழில் தலைநகரான ஜலந்தரில் விலைவாசிகள் கடுமை.

ராஜினாமா கடிதம் கொடுத்த மறு நிமிடத்திலிருந்து பழைய நிறுவன ஊழியர்கள் என்னை ஒரு துரோகியைப் போல நடத்தினர். அவதார் சிங் ஒருவர்தாம் விதிவிலக்கு. எங்கள் அலுவலக மேலாளருக்கு உதவியாளர் அவர். ஒருவிதமான சீக்கிய நேர்மை கொண்டவர். ஜலந்தர்வாசிதான். ஆனால், அவருடனும் தங்க முடியாது.

நீ நல்லவன்தான் பையா. உன்னைத் தாராளமாக நம்புவேன். ஆனால், பருவமடைந்து நிற்கும் என்னுடைய

மூன்று பெண்களில் ஒருத்தியைக்கூட என்னால் நம்ப முடியாதே?

என்று குறும்பாகச் சிரித்தவர்[1],

...அவர்களில் எவளாவது உன்னை இழுத்துக்கொண்டு ஓடிவிட்டால்?

என்று கண்சிமிட்டி முடித்தார்.

ஆனால், டியர் வாசுதேவன், வேறொரு ஆலோசனை சொல்லட்டுமா?

சொல்லுங்கள் ஜீ.

ஜலந்தரில் இசைவிழா நடக்கவிருக்கிறது. வெளியூரிலிருந்து வரும் ரசிகர்களுக்காக இலவசத்தைவிடச் சற்றே அதிக வாடகை வாங்கிக்கொண்டு அறைகள் ஒதுக்கித் தருவார்கள். முன் வரிசையில் அமர்ந்து கேட்பதற்கான நுழைவுச் சீட்டுக்கு நான் ஏற்பாடு செய்து தருகிறேன். என்ன சொல்கிறாய்?

ஆனால், ஜீ. எனக்கு இசை கேட்டுப் பழக்கமில்லையே. அதிலும் ஹிந்துஸ்தானி இசை பற்றி ஒன்றுமே தெரியாதே!

டியர் , டியர், டியர், வாசுதேவன். இப்படியொரு அப்பிராணியாக இருக்கிறாயே. உன்னை யார் இசை கேட்கச் சொன்னார்கள்? பிடித்தால் அங்கே போய் உட்காரு. இல்லாவிட்டால் வெளியில் போய் ஓரிரு பெக் அடித்துவிட்டு அறையில் போய்ப் படுத்துக்கொள். அவ்வளவுதானே. என்ன, தங்குமிடம் இருப்பது கோவில் வளாகத்துக்குள். அங்கே குடிக்க அனுமதிக்க மாட்டார்கள். பரவாயில்லையா?

---

1. அவதார் சிங் திருமணமே ஆகாதவர் என்றும், ஜலந்தர் முதல் இந்தப் பக்கம் லூதியானா அந்தப் பக்கம் வாகா எல்லைவரை அவர் அறியாத விபசாரிகளே கிடையாது என்றும், அவர்களிலும் தங்கள் வழக்கமான கூலியில் பாதியை மட்டுமே பெற்றுக்கொண்டு இவருடன் இருந்து செல்கிறவர்கள் அநேகர் உண்டு என்றும், மிதமிஞ்சிக் குடிக்காமல் அவரால் இரவுப்பொழுதைத் தாண்ட முடியாது என்றும் குலாம் முஸ்தஃபா தகவல் சொன்னான். விடுதலை உத்தரவை என்னிடம் அவன் கொடுத்தபோது, கடந்த நாலு நாட்களாக எங்கே தங்கியிருந்தேன் என்று கடனுக்கு விசாரித்தான். அவதார் சிங் சொன்னதைச் சிரித்துக்கொண்டே தெரிவித்தேன். அவனும் பதிலுக்குக் குலுங்கிச் சிரித்துவிட்டு மேற்படித் தகவல்களைச் சொன்னான்.

இன்னொன்றும் சொன்னான். பொதுமேலாளர் பயணத்தைப் பாதியிலேயே முடித்துக்கொண்டு திரும்பி விட்டாராம். டிச. 26ஆம் தேதியே உத்தரவு கையெழுத்தாகிவிட்டது. 'உன்னைத் தேடிப் பிடிக்க முடியவில்லை' என்று செயற்கையாகக் கரிசனம் காட்டினான். 'அதனால் ஒன்றும் கெட்டுவிடவில்லை' என்று பதிலளித்தேன்.

சம்மதித்தேன். அதன் மிகப் பெரும் பலனாக, வளாகத்தில் குடியிருக்கும் தேவியையும், ஆகிருதியிலும் மகத்துவத்திலும் அவளுக்குச் சற்றும் குறைவில்லாத ரேஷ்மாவையும் தரிசிக்கும் வரம் கிடைத்தது.

இசைக்கும் எனக்கும் ஒருவிதமான சம்பந்தமும் கிடையாது. ஏதோ கொஞ்சம் சினிமாப் பாட்டுக் கேட்பேன். லீவு நாட்களில் ஸிலோன் ரேடியோவைத் திருகும்போது, சிவாஜி கணேசனுக்காக டீயெம்மெஸ் பாடிய பாடல்கள் வந்தால் கேட்கப் பிடிக்கும். பி சுசீலா பாட்டுகளும் பிடிக்கும். அதிலும், காதல் தோல்விப் பாடல்கள். ஆனால், எந்தப் பாட்டு எந்தப் படத்தில் வந்தது என்றோ இசையமைத்தவர் யார் என்றோ கேட்டால் திகைத்துப் போவேன்.

ஜலந்தரில் வேலைக்கு வந்த ஒன்றேகால் வருடத்தில் அந்தப் பழக்கமும் தேய்ந்துபோய்விட்டது. முழுக்க முழுக்க வைதிகமான ஹிந்துஸ்தானி இசையை – முன் எப்போதும் கேட்டிராத சப்தக் கூட்டத்தை – கண்களால் உணர்ந்து அறிய முடியுமா என்று முயன்றுகொண்டிருந்தேன், அந்த நான்கு நாட்களும்.

இசைவிழா அரங்கம் தேவலோகம் மாதிரி இருந்தது. தரையில் விரித்த மெத்தைகள். அவையின் இரண்டு புறங்களிலும் தூண்கள்போல உயர்ந்து நின்ற கணப்புகள் – டிசம்பர் மாத ஜலந்தர் குளிரில், போன பிறவியில் எடுத்த உடம்புவரை குளிரும் – பிரமாதமான ஒலிபெருக்கு அமைப்பு, சின்னஞ் சிறிய இடைவெளிகள் விட்டு தொடர்ந்து நடக்கும் கச்சேரிகள், வாய்ப்பாட்டு ஒன்று வாத்தியக் கச்சேரி ஒன்று என சீராக அமைக்கப்பட்ட நிகழ்ச்சி நிரல்.

இவற்றைவிட, உடல் முழுக்கக் கம்பளிக்குள் மறைத்து, புதிதாய்ப் பூத்த டாலியாக்கள்போல மேடையை நோக்கிக் குவிந்திருக்கும் அழகிய வெண்ணிறப் பெண் முகங்கள். மணமாகாதவனான எனக்குள் அவை கிளாத்திய வெம்மை மட்டுமே போதும், எப்பேர்ப்பட்ட குளிரையும் சமாளிக்க.

முக்கியஸ்தர்கள் வருகிறார்கள். ஓரிரு கச்சேரிகள் கேட்கிறார்கள். எழுந்து போய்விடுகிறார்கள். அவர்களை வரவேற்கவும், அவர்களுடன் நின்று புகைப்படம் எடுத்துக் கொள்ளவும், புறப்படும்போது அவர்களுடன் விஐபி நுழை வாயில்வரை கொண்டுவிட்டுத் திரும்பவும் என ஒரு மின்னல் என் முன்னால் வெட்டி வெட்டி மறைந்துகொண்டிருந்தது.

குதிகால் உயர்ந்த வார்ச்செருப்பணிந்து உயர்ஜாதிக் குதிரை மாதிரித் திரிந்தது.

சிலவேளை, பாடகருக்கு சால்வை அணிவித்து கௌரவிப் பதற்காக மேடைக்குப் பிரமுகர்களை அழைத்துச் செல்லும் பணியும் அதே மின்னலுடையதுதான். மேடையில் அது நிற்பதைப் பார்வையாளனாக இருந்து பார்க்கும்போது, ஒளிரும் குழல்விளக்கு விஸ்வரூபம் எடுத்துவிட்ட மாதிரி எனக்கு மூச்சடைக்கும். வரவேற்புக் குழுவின் செயலரான திருமதி ரேஷ்மா சிங் என்று அறிவிப்பாளரின் குரலில் நாலைந்து தடவை காதில் விழுந்தது.

'சபைக்கு மறைக்கிறது' என்று யாரோ கூவியதைப் பார்ப்பதற்காக ஒருமுறை அவசரமாகத் திரும்பியது மின்னல். துப்பட்டாச் சனியன் நழுவி வீழ்ந்துவிட்டது. எடுப்பதற்காக மின்னல் குனிந்தது. மிக நிதானமாகக் குனிந்து, மிக நிதான மாகத் துப்பட்டாவை எடுத்து, மனசேயில்லாத மாதிரித் தோளில் போர்த்தி, தயக்கத்தோடு முன்புறம் இழுத்துவிட்டுக் கொண்டது. நான் கொழுந்துவிட்டு எரியும் தழல்போல ஆனேன்.

எனக்கு இடம் காட்டி, கொண்டு விட்டுத் திரும்புவதற்காகத் தமது குடிவிழாவை சில மணி நேரம் ஒத்திப் போட்டிருந்த அவதார் சிங்கிடம் ரகசியமாகக் கேட்டேன்:

ஜீ, அந்தப் பெண் யார்?

அவர் குலுங்கிக் குலுங்கிச் சிரிக்கத் தொடங்கினார், வழக்கம் போல.

பையா, உன்னைப் போய் நல்லவன் என்று நினைத்து விட்டேனே ...

நான் அசடு வழிகிறேன் என்பது எனக்கே தெரிந்தது. நல்ல வேளை, ராஜினாமா செய்துவிட்டேன். இல்லையோ, இந்தச் சண்டாளக் கிழவன் ஆயுட்காலம் முழுவதும் கேலி செய்தே கொல்வான். அத்தோடு, சக ஊழியர்கள் ஒருத்தர் விடாமல் டமாரம் அடித்துவிடுவான்.

...சரி விடு. அவதார் சிங் என்றைக்குமே தனி ஆள் அல்ல. ஊரெல்லாம் ரகசியமாய்ச் செய்கிற விஷயங்களை, இவன் பகிரங்கமாய்ச் செய்கிறான். வேறென்ன ..?

திரும்பவும் சிரித்தார். நல்லவேளை, வீரியம் குறைந்துவிட்ட சிரிப்புதான். பிறகு அவராகச் சொன்னார்:

பையா, உருவத்தைப் பார்த்து ஏமாறாதே. நேர்த்தியான ஒப்பனை கிழவியைக் குமரியாக்கிவிடும். பெண்ணுடம்பில்

இந்த மாதிரி மதிப்பீடுகளுக்கெல்லாம் உரிய இடங்களே வேறு.

என்று சொல்லி, விரசம் தொனிக்க மறுபடி சிரித்து முடித்து விட்டு, நயமான குரலில் கேட்டார்:

உன் வயது என்ன பையா?

இருபத்தாறு.

மறுபடி சிரிப்பு. இறங்கப் போகும் இடியை எதிர்பார்த்து முன்கூட்டியே அவமானம் கவிந்தது எனக்குள். ஆனால், சிரிப்பு அடங்கிய பின் அவதார் சிங்கின் குரலில் வந்து சேர்ந்த உணர்ச்சியை என்னால் அடையாளம் காண முடியவில்லை.

அதைப்போல கிட்டத்தட்ட இரண்டு பங்கு வயது அவளுக்கு. நானறிய முப்பது வருடமாக ஜலந்தரைக் கொளுத்திப் போட்டுக்கொண்டிருக்கிறாள். இப்போது பார், நெருப்பின் நாக்கு தமிழ்நாடு வரை எட்டிவிட்டது.

மறுபடி சிரித்தார். நான் நெளிந்தேன். இடைப்பட்ட நேரத்தில் அவதார் சிங்கின் குரல் சற்று உரக்க ஆரம்பித்திருந்தது. அக்கம்பக்க முகங்கள் எங்களை வெறிக்கத் தொடங்குவதைப் பக்கவாட்டிலும் பின்புறமும்கூட உணர்ந்தேன். தேவை யில்லாத கேள்வியைக் கேட்டுத் தொலைத்துவிட்டோமே என்று நொந்துகொண்டவனுக்கு ஆறுதல்போல அவதார் சிங் சொன்னார்:

இதையெல்லாம் விரிவாகப் பேச வேண்டும். வா, வெளியில் போய் ஒரு கப் சாயாவுடன் பேசலாம்.

எழுந்து வெளியேறினோம். இதற்குள் பனாரஸைச் சேர்ந்த சுனிலால் ஜா மேடைக்கு வந்து அமர்ந்திருந்தார். நெட்டுக்குத் தாக நெற்றியின் மையத்தில் உயர்ந்து நடுவகிடை நோக்கிப் பாய்ந்த அகலமான குங்குமக் கீற்று, ஜா பாடகரா கசாப்புக் கடைக்காரரா தேவியின் பெயரால் கொலைகள் நிகழ்த்த வந்திருக்கும் பூதகணமா என்று சந்தேகத்தைக் கிளப்பியது.

சாயாவுக்குப் பிறகு, சிகரெட் பற்றவைத்துக்கொண்டேன். அவதார் சிங் சாயா மட்டும் குடித்தார். சீக்கியர்கள் பெரும்பாலும் புகைபிடிப்பதில்லை.

3

அவதார் சிங் சராசரியைவிட குறைந்தது நாலு அங்குலமாவது அதிகம் இருப்பார். கருகருவென்று சாயம் பூசிய தாடியும் தங்க நிற மூக்குக் கண்ணாடியும் என இளைஞன்போலத்

தெரிவதில் மிகவும் அக்கறை உள்ளவர். மடிப்புக் குலையாத, முதன்முறையாக உடுத்துபவைபோலத் தென்படும் உடைகள் அணிவார். கனத்த குரல். ஆனால், இது எதுவுமே அவரது சிறப்பம்சம் அல்ல. அது வேறொன்று.

ஓயாமல் பேசுவதில் இன்பம் காண்பவர் அவர். உறங்குவதும் உண்பதும் போக, எஞ்சிய பொழுதுகள் எல்லாமே பேசுவதற்காக உருவாக்கப்பட்டவை என்று நம்புகிறவர். விற்பனைப் பிரிவுக்கு ஏற்ற மனிதர். அமிர்தாரி சீக்கியர்களுக்கும் நிரங்காரிகளுக்கும் உள்ள பதினேழு வேறுபாடுகள், இரண்டு நூற்றாண்டுகளுக்கு முன்னால் இருந்த உடைப் பழக்கத்தை இன்னமும் கைக்கொண்டு வரும் நிஹாங்குகளில் அநேகர் படிப்பு வாசனையே இல்லாதிருப்பதற்குக் காரணங்கள் யாவை, நாம்தாரி சீக்கிய சமூகத்தினர் கிட்டத்தட்ட அனைவருமே பணக்காரர்களாய் இருப்பது எங்ஙனம், குல்ச்சாவுக்குப் பக்கத் துணையாக ஆலு–கோபியை உண்பது ஏன் ருசிக்குறைவான விஷயம், ஜின் குடிப்பதற்கு ஏற்ற பருவம் எது, ப்ளடி மேரிக்கும் ஸ்க்ரூ ட்ரைவருக்கும் அடிப்படைச் சேர்மானங்களில் என்ன வேறுபாடு என்று விதவிதமான சமாசாரங்கள் வந்துகொண்டேயிருக்கும்.

நான் யாரென்று கேட்ட பெண்மணியைப் பற்றி மிகமிக விரிவான சித்திரத்தை வழங்கினார். அதன் ஊடே அவர் கூறிய ஓர் அரசியல்வாதியின் பெயர் என்னை என் கல்லூரி நாட்களுக்கு இட்டுச் சென்றது. அதை முதலில் சொல்லிவிடுகிறேன்.

1975 ஜூன் மாதம் அப்போதைய பிரதமர் இந்திரா காந்தி நெருக்கடி நிலையை அறிவித்தவுடன் எதிர்க்கட்சித் தலைவர்கள் பலரும் நள்ளிரவில் கைது செய்யப்பட்டனர் அல்லவா? இந்திரா காங்கிரஸ் கட்சிக்குள்ளேயே புரட்சிகரமானவர்களாகக் கருதப்பட்ட சிலரும் கைதானார்கள். தப்பித் தலைமறைவானவர்களும் இருக்கத்தான் செய்தனர்.

இவர்களைப் பற்றிய முழுத் தகவல்களும் நெருக்கடி நிலை விலக்கப்பட்ட பிறகு வெளியாகத் தொடங்கின. அந்த நாட்களில் நான் நாள்தவறாமல் *தினமணி* படிப்பேன். இளங்கலை கடைசிவருடத்தில் நுழைந்திருந்தேன். துடிப்பான இளைஞன் என்று என்னைக் கருதிக்கொண்ட சமயம் அது.

*தினமணி*யில் வெளியான செய்திகள் துப்பறியும் தொடர்கதைபோல வளர்ந்துகொண்டே சென்றன. அதன் மூலம் புதுப்புது நாயகர்கள் கிடைத்துக்கொண்டே இருந்தார்கள். நான் அவர்களாகவே ஆகிவிட்ட பிரமையுடன் ஆர்வமாகப் படிப்பேன். அவர்களில் பலரும் பின்னாட்களில் கோமாளி

களாக, வில்லன்களாக, யாரை எதிர்த்து அரசியல் செய்தார்களோ அவரது அடிவருடிகளாக உருமாறிய நாட்களில் நானும் அரசியல் என்ற தளத்தின்மீது இருந்த ஆர்வமெல்லாம் வடிந்து நானுண்டு என் வேலையுண்டு என்று சராசரி மிடில் க்ளாஸ் காரனாக மாறியிருந்தேன்.

எனது அன்றைய நாயகர்களில் வி.டி. பூஞ்ச்வாலே ஒருவர். விஷ்ணு திகம்பர் பூஞ்ச்வாலே. ஆளும் காங்கிரஸுக்குள் புரட்சி செய்ய முயன்றவர்களாகக் கருதப்பட்டவர்களும், காமராஜர் போன்ற மூத்த தலைமுறையினரை அடக்கிவைப்பதற்காக இந்திரா காந்தி இறக்கிய துருப்புச் சீட்டுகள் என்ற சந்தேகத்தைச் சம்பாதித்தவர்களும், 'இளந்துருக்கியர்' என்று அறியப்பட்டவர்களுமான சந்திரசேகர், மோகன் தாரியா, கிருஷ்ண காந்த், ராம் தன் போன்றவர்களின் குழுவில் இணைந்து செயல்பட்டவர். ஜம்முவில் பிறந்து வளர்ந்தவரான வி டி, ஹரியானாவுக்கு இடம் பெயர்ந்து மாநில அரசியலில் ஆழமாக வேர் பிடித்திருந்தார். அன்றைய உள்துறை இணை அமைச்சரான ஓம் மேத்தா இவரைப் பிடிக்கத் தனிப்படையே அமைத்திருந்தாராம். ஒன்றும் வேலைக்காகவில்லை.

அந்த நாட்களில், மதுரையில் எனக்கு ஒருவர் பழக்கமாகியிருந்தார். சிவனணைஞ்ச பெருமாள் என்று பெயர். நாகர்கோயிலுக்கு அருகே ஏதோ கிராமத்தைச் சேர்ந்தவர். தேசிய அளவில் பரவியிருந்த இயக்கமொன்றின் முழுநேர அலுவலர்.

இயக்கத்தின் மேன்மைகளை நாங்கள் சந்திக்கும்போதெல்லாம் எடுத்துச் சொல்வார். அதன்மீது சுமத்தப்பட்ட தீராப் பழிகள், அவற்றை எதிர்கொண்டும் தாண்டியும் இயக்கம் வந்து சேர்ந்திருக்கும் உன்னதமான இடம், தேசத்தின்மீது நாங்கள் காதல் கொண்டே ஆக வேண்டிய நிர்ப்பந்தம் என்று பல்வேறு விஷயங்கள் பற்றி ஒரே தொனியில் உரை நிகழ்த்துவார். மதுரையின் சுற்றுவட்டாரங்களில் உள்ள கிராமங்களுக்கு அடிப்படைச் சுகாதாரம் பற்றி வகுப்பெடுக்கப் போகும் அவருடன் உதவியாளனாகப் பல தடவை சென்றிருக்கிறேன்.[2]

---

2. 'ராஜாஜி பூங்காவில் இயக்கத்தின் மாநிலத் தலைவர் வேமூரி ஸ்ரீதர ராவ் பேசப் போகிறார், மிகச் சிறிய கூட்டம் தேர்ந்தெடுத்த நபர்களை மட்டும் அழைத்திருக்கிறோம். நீ அவசியம் வரவேண்டும் வாசு' என்று எஸ்ப்பி வற்புறுத்தி அழைத்ததால் போனேன். அவ்வவளவு சிறிய கூட்டம் என்று எதிர்பார்த்திருக்கவில்லை. மிகச் சரியாகப் பதினேழு பேர் மட்டும் இருந்தோம். ராவின் பின்புறம் இருந்த விளக்க அபத்தமான ஒளிவட்டத்தை அவரது தலைக்குப் பின்னால் வரைய, நாங்கள் வாய்மூடித் தரையில் அரைவட்டமாய் அமர்ந்து கேட்டோம். ராவும் தரையில் சம்மணமிட்டு அமர்ந்திருந்தார்.

அதிகாலையில் சாத்தமங்கலத்தில் ஒரு தனியார் திடலில் அவர்கள் தினசரி நடத்திய உடற்பயிற்சி வகுப்புக்கு மட்டும் என்னால் செல்ல முடியவில்லை – ஆதியிலிருந்தே, வெயில் முற்றுமுன் எழுவதற்கு விருப்பப்படாதவன் நான்.

எஸ்ப்பி ஒருநாள் திடீரென்று கூப்பிட்டுவிட்டார். நெருக்கடி நிலை அறிவிக்கப்பட்டு ஒரு வருடம் போல ஆகியிருந்தது. கிருஷ்ணாராயர் தெப்பக்குளப் பகுதியில் உள்ள ஆஞ்சநேயர் கோவிலுக்கு சாயங்காலம் ஏழரை மணி வாக்கில் வருமாறு இன்னொரு நண்பனிடம் சொல்லியனுப்பியிருந்தார்.

போனேன். மிருதங்கம், இரண்டு ஜோடி ஜாலரா, ஒரு கஞ்சிரா, சிப்ளாக்கட்டைகள் இரண்டு, இவற்றை வாசிப்பவர்கள் தவிர ஏழெட்டு பக்தர்கள் என்று சிறு பஜனை நடந்துகொண்டிருந்தது. எஸ்ப்பி என்னைப் பார்த்ததும் தலையாட்டினார். மௌனமாக அமர்ந்து பஜனையை வேடிக்கை பார்த்தேன். எஸ்ப்பிக்கு மறுபுறம் இருந்த நடுவயதுக்காரரின் குரல் தனித்துத் தெரிந்தது. தனிப் பாடல் ஒன்றும் பின்னர் பாடினார் – “கபீர்தாஸ் பஜன்” என்று முன்னுரை சொல்லி விட்டு. உட்கார்ந்த வாக்கிலேயே தெரியும் அபார உயரத்துடன், நெற்றி நிறைய அப்பிய விபூதியுடன் காது மடல்களில் குச்சமாக ரோமக்கொத்துடன், மற்றவர்களிடமிருந்து வேறுபட்ட ஹிந்தி உச்சரிப்புடன் பாடினார்.

ராகேஷ் குப்தா என்று பெயர். குஜராத்தியத் தொழிலதிபர். இயக்கத்தின் புரவலர்களில் ஒருவர். தமிழ்நாட்டைச் சுற்றிப் பார்க்க வந்திருக்கிறார். மறுநாள் அதிகாலையில் கிளம்பி, கோயம்புத்தூரில் ஒரு வழக்கின் வாய்தாவுக்காக எஸ்ப்பி ஆஜராக வேண்டியிருக்கிறது. நாளை ஒரு நாள் மட்டும் ஸ்ரீ குப்தாவின் வழிகாட்டியாக நான் இருக்க முடியுமா என்று பஜனையின் இடையிலேயே பிறர் அறியாமலும் நயமாகவும் கேட்டார் எஸ்ப்பி. பள்ளி நாட்களில் ப்ராத்மிக் சேர்ந்து துவங்கி ப்ரவீண், பூர்வார்த் வரை முடித்தவன்; சரளமாக ஹிந்தி பேசவும் எழுதவும் அறிந்தவன் என்பதால் என்னைத் தேர்ந்திருக்கிறார்.

கூட்டம் முடிந்து திரும்பும் வழியில் ஜம்புரோபுரத்திலோ, பள்ளிவாசல் தெருவிலோ ஏழெட்டுப் பேரைக் கொன்று பத்துப் பனிரெண்டு வீடுகளுக்குத் தீ மூட்டி விடுவோமோ என்று அஞ்சுமளவு மூளையைச் சலவை செய்கிற பேச்சு. அதன் பிறகு எஸ்ப்பியையுமே சந்திப்பதை நிறுத்திவிட்டேன். அவருக்கு அதனால் ஒரு நஷ்டமுமில்லை. பின் வந்த வருடங்களில், வேமூரி ஸ்ரீதர ராவின் இடத்துக்கு உயர்ந்ததோடு, வடகிழக்கு மாநில மொன்றின் ஆளுநராகவும் ஒருமுறை இருந்தார் அவர்.

மேற்சொன்ன கூட்டம் நடந்தது முப்பத்திச் சொச்சம் வருடங்களுக்கு முன்னால். நான் கல்லூரியில் படித்த காலத்தில்.

ஒரு நாள் முழுவதும் வாடகைக் காரில் குப்தாவை அழைத்துக் கொண்டு அழகர்கோவில், அணைப்பட்டி ஆஞ்சநேயர் கோவில், திருப்பரங்குன்றம் என்று சுற்றினேன். குப்தாஜி தங்கமான மனிதர். மொஹம்மத் ரஃபியின் பாடல் களை மனமுருகிப் பாடியும், புராணக் கதைகள் ஏகப்பட்டது சொல்லியும் என்னை உற்சாகப்படுத்தியவாறு பயணம் செய்தார் அவர். எனக்கும் ஒருநாள் முழுக்க இலவச கார் சவாரி கிடைத்த தும், ஓட்டுநருக்குத் தமிழ் மட்டும்தான் தெரியுமாதலால் என்னுடைய ஆணைகளுக்கு அவர் கட்டுப்பட்டிருந்ததும் பேரானந்தமாக இருந்தது.

குப்தாஜியிடம் எனக்கு ஒரே ஒரு மனக்குறைதான். என்னைப் பற்றி ஏகப்பட்ட தகவல்கள் கேட்டுத் தெரிந்து கொண்டவர், அவரைப் பற்றி நான் கேட்ட ஒரு கேள்விக்கும் நேரடியாகப் பதில் சொல்லவில்லை. இரவு பத்தரை வாக்கில் மானகிரியில் கொண்டு அவரை இறக்கிவிட்டபோது, காரிலிருந்து இறங்குவதற்குமுன் அக்கம்பக்கம் ஏன் அவ்வளவு உன்னிப்பாகப் பார்த்தார், அவசரமாக இறங்கிக் கிட்டத்தட்ட ஓடுவதுபோன்ற வேகத்துடன் இயக்கத் தொண்டர் ஆறுமுகத்தின் வீட்டுக்குள் நுழைந்தார் என்பதெல்லாம் எனக்குப் புரிவதற்கு, நெருக்கடி நிலை விலகும்வரை நான் காத்திருக்க வேண்டியிருந்தது.

அவர் உண்மையில் ராகேஷ் குப்தா இல்லை. விஷ்ணு திகம்பர் பூஞ்ச்வாலே. *தினமணி*யில் வெளியான புகைப் படத்தைப் பார்த்து நான் அதிர்ந்துபோனேன். எஸ்ப்பீக்கும் எனக்குமான உறவு முடிந்து போய்விட்டிருந்த காலம். யாருடனும் பகிர்ந்துகொள்ள முடியாமல் கொஞ்சநாள் புழுங்கிக்கொண்டிருந்தேன். பிற்பாடு, யதேச்சையாகச் சிக்கி மீண்ட பல்வேறு சந்தர்ப்பங்கள் மாதிரி இதுவும் சிறுகச் சிறுகத் தேய்ந்து வீரியம் இழந்தது.

வி.டி. பூஞ்ச்வாலே மொரார்ஜி தேசாயின் அமைச்சரவை யில் இணை அமைச்சராவார் என்று பத்திரிகைகளால் யூகிக்கப் பட்டார். பதவியேற்கும் அமைச்சர்கள் பட்டியல் வெளியான போது இவர் பெயர் இல்லை.

ஏதோ பெண் விவகாரத்தில் அழுத்தமாக இணைத்துப் பேசப்பட்டதால் மொரார்ஜியால் அவர் பெயர் உதிர்க்கப்பட்டு விட்டது என்றன பத்திரிகைச் செய்திகள். பின்னால், மொரார்ஜி யின் அரசாங்கத்தைக் கவிழ்ப்பதற்கான பணிகள் துவங்கிய போது, சரண்சிங்கின் பின்னால் அணிவகுத்தவர்களில் இவரும் இருந்தார் . . .

நான் கல்லூரியில் படித்த நாட்களிலேயே அவர் பெயரைக் கேள்விப்பட்டிருக்கிறேன். அவருடன் இணைத்துப் பேசப்பட்டது இந்தப் பெண்மணிதானா!

இவளேதான். மிகப் பெரிய அளவில் மத்திய அரசாங்கத்தில் முக்கியஸ்தராக வந்திருக்க வேண்டிய ஆள் அவர்; தற்சமயம் வெறும் அதிகாரத் தரகராக, நிழல் மனிதனாக இருக்கிறார், பாவம்.

இந்த அம்மாளோடு இன்னமும் தொடர்பு இருக்கிறதா என்ன?

ஏன் பையா, முறிந்திருந்தால் அந்த இடத்துக்கு நீ மனுப் போடலாம் என்று யோசிக்கிறாயோ?...

அவதார் சிங் குலுங்கிக் குலுங்கிச் சிரித்தார். பக்கத்தில் நின்று பாவ் பாஜி தின்றுகொண்டிருந்த இளம்பெண் முறைத்தாள். அதைப் பற்றிக் கவலைப்படாமல் அவதார் சிங் தொடர்ந்தார்:

...இவள் அந்த ஆள்மீது நாலைந்து வழக்குகள் போட்டிருக்கிறாள். தொழில்ரீதியாக வாங்கிய லஞ்சத்துக்கு ஏற்ப அவர் காரியங்கள் முடித்துக்கொடுக்காததுதான் காரணம் என்று பேசிக்கொள்கிறார்கள். ஏதாவது ஒரு வழக்கில் எதிர்மறையாகத் தீர்ப்பு வந்தாலும் போதும், அந்த ஆளின் அரசியல் தொடர்புகள் எல்லாமே அதோகதியாகிவிடும் என்கிறார்கள். இவள் தன் உயிருக்கு ஆபத்து என்று பாதுகாப்பு கோரி மனுக் கொடுத்திருப்பதாகவும் கேள்வி. ஆக, கயிற்றால் கட்டிக்கொண்டு நட்பு வளர்த்த தவளையும் எலியும், அடிபட்ட புலியும் தப்பி ஓடும் இரையுமாக இப்போது மாறிவிட்டன...

அவதார் சிங் தொடர்ந்து சிரித்தார். மானசீக உடன்பாட்டின் படி வளாகத்துக்குள் செல்வதற்காகத் திரும்பினோம். வாசலுக்குக் கொஞ்சம் தொலைவிலேயே அவதார் சிங் நின்றுவிட்டார். தணிந்த குரலில் சொன்னார்:

...ஆனால், இவள் வாழ்நாள் முழுக்க யாருடைய தோளிலாவது மிதித்து ஏறித்தான் கடந்து வந்திருக்கிறாள். தோள் கொடுத்தவர்கள் பரிதாபமாக அழுந்திப் புதைந்திருக்கிறார்கள், வாசு.

ஓ. இந்த அம்மாளைச் சிறுவயது முதலே தெரியுமா உங்களுக்கு?

பின்னே? பள்ளிக்காலம் முதல் எனக்கு நெருக்கமான நண்பனான ஜஸ்பாலின் மனைவியாகக் கொஞ்சநாள் குப்பை கொட்டியவள்தானே இவள்?

அட!

என்னிடம் சிகரெட் இருப்புத் தீர்ந்துவிட்டது என்று வெறும் பையைத் துழாவிய வலதுகை அறிவித்தது. அவதார் சிங்கிடம் அனுமதி வாங்கிக்கொண்டு, சாலையின் எதிர்ச்சிறகில் இருந்த பெட்டிக்கடை நோக்கிப் போனேன்.

திரும்பி வந்தபோது, பாதாளச் சாக்கடை மூடி அளவு விட்டம் கொண்ட வாணலியில் குலாப் ஜாமூன்கள் ததும்ப நின்றிருந்த தள்ளுவண்டியையும், அதன் அருகில் உதட்டுச் சாயம் கலையாமல் பதனமாய்த் தின்னும் இரண்டு இளம் பெண்களையும் வெறித்துக்கொண்டிருந்தார் அவதார் சிங். நான் சிகரெட் பற்ற வைத்து முதல் கொத்துப் புகை வெளியேற்று வதற்காகக் காத்திருந்துவிட்டு, கம்மிய குரலில் தொடர்ந்தார்.

4

அது ஒரு தனிக் கதை பையா. ஐஸ்பாலின் மனைவியாக வருவதற்கு முன், ஜலந்தர் நிலையத்தில் ரயிலுக்குக் காத்திருக்கும் பயணிகளுக்கு ஷூ பாலீஷ் போடுகிற ஒருத்தனின் மனைவியாக இருந்தாள் அவள்...

அவதார் சிங் எனக்காகக் குடியை ஒத்திப் போடுவதாகச் சொன்னது பொய்யோ என்று ஒரு சந்தேகம் உதித்தது. ஆனால், பேசும்போது மணம் ஏதும் வரவில்லையே? சீரான இடை வெளிகளில் நான் கொட்டிக்கொண்டிருந்த 'ம்' மில் சுரத்து குறைந்ததை அவதார் சிங் கண்டுபிடித்துவிட்டார் போல.

...நிஜமாகத்தான் பையா. அவன் பெயர் பிமன்லால். ஹோஷியார்பூருக்கு அருகில் உள்ள தூட்டான் என்ற சிறு கிராமத்திலிருந்து பஞ்சம் பிழைப்பதற்காக ஜலந்தருக்கு வந்தவன். ஷூ பாலீஷ்காரனாக ஆரம்பித்தான். சிறு வியாபாரியாக மாறினான். ப்ளாஸ்ட்டிக் சாமான்கள் வாங்கித் தட்டுவண்டியில் கொண்டுசென்று விற்பவனா னான். அந்தந்தப் பருவத்துக்கு எதெது விலைபோகுமோ அதையெல்லாம் வாங்கி விற்பான். கையில் கொஞ்சம் காசு சேர்ந்ததும் தன் கிராமத்திலிருந்து இந்தப் பெண்ணைக் கல்யாணம் செய்து கூட்டிவந்தான். ஜலந்தரின் நடை பாதைகள் கொழுந்து விட்டு எரியத் தொடங்கின...

அவதார் சிங் சொன்னது எனக்குப் புரியவில்லை. அவர் முகத்தைக் கூர்ந்து பார்த்தேன்.

...என்ன பையா, அப்பாவியாக இருக்கிறாய். சக்கையைப் பார்த்தே நீ இப்படிக் கிறங்குகிறாயே. சாறு நிரம்பிய

கரும்பு மற்றவர்களை என்ன பாடு படுத்தியிருக்கும்? யோசித்துப் பார். நானெல்லாம் இவளைத் தரிசிப்பதற் காகவே தினசரி சாயங்காலம் ஜலந்தரின் கடைவீதிகளைச் சுற்றித் திரிவேன்.

சிரித்தார். நானும் சிரித்துவைத்தேன். ஏனோ, ரேஷ்மாவைப் பற்றி மேலும் மேலும் தெரிந்துகொள்ளும் ஆவல் கூடிவந்தது மாதிரியே, உசிதமற்ற ஒரு வாக்கியம் அவதார் சிங் அவளைப் பற்றிச் சொன்னால் எரிச்சலும் வந்தது.

...'கரும்புக்கட்டை விலைக்குத் தருகிறாயா' என்று நேரடியாகக் கேட்கும் துணிச்சல் என் நண்பன் ஜஸ்பாலுக்கு இருந்தது. இப்படி ஓர் அபூர்வத்தைக் காபந்து செய்து வைத்திருப்பதன் சிரமங்களைக் கிட்டத்தட்ட ஒரு வருஷமாய் அனுபவித்து வந்தவன் அல்லவா, பிமன் லால்? தவிர, வாங்கி விற்பதுதானே அவனது தொழில்? அதில் அநாவசியமான மிகையுணர்ச்சிகளுக்கு இடம் தரலாமா! உடனடியாகச் சம்மதித்தான். அவன் கேட்ட விலைதான் சற்று அதிகம். ஜலந்தர் கடைவீதியில் ஜஸ்பால் வைத்திருந்த மர சாதனங்கள் கடை. ஜஸ்பாலிடம் இருந்த பல்வேறு வியாபாரங்களில் ஒன்றுதான் அது. பேரம் நல்லபடியாக முடிந்து ஒரு சுபயோக நாளில் திருமதி ஜஸ்பால் ஆனாள் திருமதி பிமன்லால்.

அந்த அம்மாளுக்கு இதில் ஆட்சேபம் இல்லையா?

என்னை மாதிரி வெளியாட்களுக்கும் இதே ஆச்சரியம் தான் பையா. ஆனால், அது வேறு மாதிரியான பறவை. பருவம்தோறும் சைபீரியாவிலிருந்து பல்லாயிரம் மைல்கள் பறந்தே இடம் மாறும் பிறவி. உள்ளூரில் குப்பையும் புழுவும் பொறுக்கி முட்டையிட்டு குழம்பில் வெந்து ஆயுளை முடித்துக்கொள்கிற ஜன்மம் இல்லை.

ஓ.

நான்கே வருடங்களில் ஜஸ்பாலும் இந்த உண்மையைத் தெரிந்துகொள்ள வேண்டி வந்தது. இதற்கிடையில் காரில் வந்து இறங்கிய ரேஷ்மாவைக் கத்தியால் குத்த முயன்ற தாக பிமன்லால் கைது ஆனான். வழக்கு ருசுவாகவில்லை. வெளியில் வந்த நாள் முதல் கத்தியும் கையுமாகத்தான் திரிகிறானாம்.

அவதார் சிங்கின் கடைசி வாக்கியம் எனக்குள் ஒருவித சமன்குலைவை ஏற்படுத்தியது. பேச்சை வேறு பக்கம் திருப்ப விரும்பினேன்.

உங்கள் நண்பர் ஜஸ்பால் பற்றிச் சொல்லிக்கொண்டிருந் தீர்கள்.

ஆமாம். ஞாபகமிருக்கிறது. மிகப் பெரிய தொழில் சாம்ராஜ்யத்தைக் கட்டி எழுப்பியிருக்க வேண்டியவன். கீர்த்தியையும் உத்வேகத்தையும் இழந்து தொலைத்தான். கேவலம், இரண்டு விரற்கடை ஆழமுள்ள குழிக்காக. அதுதான் கிடைக்கவும் செய்ததே. ஆனால், தனக்கு மட்டுமே சொந்தமாக இருக்க வேண்டும் என்று நினைத்தது தான் அவன் செய்த பிழை. அவளுடைய கனவுகள் வேறுவிதமாக இருந்தன. கண்ணுக்குத் தெரியாத யாரையோ பழிவாங்குவதற்காக அவதாரம் எடுத்தவள் மாதிரி வெறியும் வேகமுமாக விரைந்துகொண்டிருந்தாள். எதிரில் உருவான தடைக்கற்கள் அத்தனையையும் படுத்துக்கொண்டே ஜெயித்தாள் . . !

அவதார் சிங் சிரித்தார். அவருடைய பேச்சும் சிரிப்பும் அருவருப் பாக இருந்தது எனக்கு. ஆனால், அருவருப்பின் அடியாழம் வரை சென்று பார்க்கும் ஆசையும் உந்தியது.

கியான்தீப் இண்டஸ்ட்ரீஸ் தன் சோபையை இழக்கத் தொடங்கியது. ஜஸ்பால் முழுநேரக் குடிகாரன் ஆனான். ஒரு கட்டத்தில் இருவரும் மனமொப்பி மணமுறிவுக்கு விண்ணப்பித்தார்கள். இவள் மிகப் பெரிய வஞ்சகி. ஏற்கனவே தன் பெயரில் பதிவாகிய சொத்துக்களே போதும், உபரியாக 'கியான்தீப் இண்டஸ்ட்ரீஸ்' என்ற பெயரை மட்டும் ஜீவனாம்சமாகக் கொடுக்க வேண்டும் என்று கேட்டாள். இந்தக் கிறுக்கன் சம்மதித்தான். அந்தச் சமயத்தில் குடிதண்ணீரை சீசாக்களில் நிரப்பி விற்கும் நடைமுறை தொடங்கியிருந்தது. பஞ்சாப் ஹரியானா மாநிலங்களுக்கான மொத்த விற்பனை உரிமையைக் கையில் எடுத்தது கியான்தீப். அமோகமான வெற்றி. ஜஸ்பால் இன்னமும் குடித்துக்கொண்டிருக்கிறான் – இருபத்து நாலு மணி நேரமும். சில நாட்கள் நானும் அவனுடன் குடிக்கப் போவதுண்டு. அடக்க மாட்டாமல் கண்ணீர் சொரிவான். கண்ணீர் ஓய்ந்த பிறகு, 'பிமன்லால் தோற்ற இடத்தில் நான் ஜெயிக்கிறேனா இல்லையா பார்' என்று சபதம் விடுவான். சொன்னால் நம்ப மாட்டாய் பையா, அவனுடைய மேஜையின் இழுப்பறை யில் ஒரு மொண்ணைக் கத்தியை வெகு பத்திரமாக வைத்திருக்கிறான் . . .

இந்த முறை சிரித்தபோது அவரது முகம் விகாரமாக இருந்தது.

மௌனத்தில் சென்று புதைந்துகொண்டார் அவதார் சிங். சாலையின் பரபரப்பான போக்குவரத்தை இலக்கற்றுப் பார்த்துக்கொண்டிருந்தார். சற்றுப் பூசினாற்போன்ற உடல் வாகு அவருக்கு. லேசாக மூச்சிரைக்கிறாரோ என்று சந்தேகம் எழும்புமளவு நெஞ்சு ஏறித் தாழ்ந்தது. நான் இன்னொரு சிகரெட் பிடிக்கலாமா, இன்னும் கொஞ்சம் நேரம் போகட்டுமா என்று யோசித்தேன். சடாரென்று அவதார் சிங் என்புறம் திரும்பினார்:

...இவளெல்லாம் ராஜாராணி காலத்தில் பிறந்திருக்க வேண்டியவள் பையா. கடைக்கண் பார்வையால் சாம்ராஜ்யங்களை உருவாக்கவும் உருக்குலைக்கவும் வல்லமை உள்ள நாசகாரச் சனியன். இவளை மாதிரிப் பிறவிகளுக்கு நல்ல சாவு வரும் என்கிறாயா நீ?

அது வெறும் கேள்வி அல்ல. அவதார் சிங்கின் ஆழ்மன ஆத்திரம். உண்மையில், அவருடைய கடைசி வாக்கியம் காதில் விழுந்தபோது, அவரைப் பிடரியில் ஓங்கி அறையவேண்டும் என்று எனக்குள்ளும் ஆத்திரம் பொங்கியது.

சாலையை நோக்கிக் கட்டப்பட்டிருந்த ஒலிபெருக்கியில் இவ்வளவு நேரமும் உச்சஸ்தாயியில் கதறிக்கொண்டிருந்த குரலும், அதற்கு ஒத்திசைவாக அறைவாங்கிய தபலாவும் ஓய்ந்தன.

சுனிலால் ஜாவுக்கு மாலை மரியாதைகள் செய்வதன் அறிவிப்பு ஒலிபெருக்கியில் கேட்டது. அவதார் சிங் என்னிடம் விடைபெற்றுக்கொண்டு கிளம்பினார். எனக்கு மேற்கொண்டு சங்கீதம் கேட்கத் திராணியில்லை. அறையை நோக்கிச் சென்றேன்.

இரண்டு புறமும் படிக்கட்டுகள் இறங்கும் முதல் மாடித் தாழ்வாரத்தின் ஒரு முனையில் என் அறை. பூட்டிய அறைக்குள் கடுமையான குளிர் இறங்கி நிரம்பி எனக்காகக் காத்திருந்தது. அழுக்கின் முடைநாற்றம் மூச்சுத் திணற வைக்கும் ரஜாய்க்குள் புகுந்துகொண்டேன். கொஞ்ச நேரத்தில் குளிர் நடுக்கம் குறைந்தது.

கீழே மைதானத்தில் துவங்கிவிட்ட அடுத்த கச்சேரியின் ஒலி, மூடிய ஜன்னல்களையும் வாசல் கதவையும் கடந்து வெகு சன்னமாக அறைக்குள் வந்தது. ஏது, அடுத்தடுத்து இரண்டு குரலிசைக் கச்சேரிகள் என்று சிறு ஆச்சரியம் கிளம்பியது எனக்குள். பிடிவாதமாக அறைக்குள் கசிந்து வந்த குரலில் கவனத்தைக் குவிக்க முயன்றேன்.

யாரோ மூதாட்டியின் குரல்போல இருந்தது. ஆரம்பத்தில் அபஸ்வரம் மாதிரியும், பாடும் திறமையை முழுக்க இழந்த

பின்னும் பழைய ஞாபகத்தில் மேடையேறிவிட்ட மாதிரியும் அனத்திக்கொண்டிருந்தது. கொஞ்ச நேரம்தான். திடீரென்று கிழவி இளமையை மீண்டும் அடைந்துவிட்டது போல ஆனது. ஆனால், அந்தக் குரல் தெளிவுற்ற சமயத்தில் எனக்குக் கண் கிறக்க ஆரம்பித்தது.

துருப்பிடித்த கத்திகளும், தண்ணீர் சீசாக்களும், பளபளக்கும் காலணிகளும், கட்சிக் கொடிகளுடன் கோஷம் எழுப்பும் தொண்டர்களும் என்று விதவிதமான சித்திரங்கள். மூடிய கண்களுக்குள் உருவாகி உருவாகி மங்கிக் கொண்டிருந்தன. கலையும் ஒவ்வொரு காட்சிக்கும் மாறாத பின்புலமாக அளவான சாயம் பூசிய கனத்த உதடுகளும், தற்செயலாகத் துப்பட்டா வீழ்ந்ததால் பார்வையில் பதிந்த மார்ப் பிளவும், அதன் இரு கரைகளாகப் பிதுங்கிய திரட்சியும் இருப்பதை அவஸ்தையாக உணர்ந்தவாறே என்னையறியாமல் எப்போதோ தூக்கத்தில் ஆழ்ந்தேன் . . .

5

கடைசி நாள் நிகழ்ச்சிகள் மிகவும் குறைவு. நாலே கச்சேரிகள் தாம். வெளியூரிலிருந்து வரும் ஆர்வலர்களின் பிரயாணக் கவலைகளை அனுசரித்து, இனி வரும் வருடங்களிலும் கடைசி நாளில் இரவு ஒரு மணிக்குள் நிகழ்ச்சிகளை முடித்துக்கொள்ள விருப்பதாக அறக்கட்டளையின் பொதுச்செயலர் அறிவித்தார். ஆனால், கலைஞர்களைக் கட்டுப்படுத்துவது அத்தனை சுலபமா என்ன ?

இரண்டாவது கச்சேரியில் வாசிக்க வந்த புல்லாங்குழல் கலைஞர் கிட்டத்தட்ட மூன்று மணி நேரம் எடுத்துக்கொண்டார். ஆனால், சும்மா சொல்லக் கூடாது. அபூர்வமான கச்சேரி அது. சாஸ்திரீய இசை கொஞ்சமும் தெரியாத நானே குழலோசை உருவாக்கிய மாய நீர்ப்பரப்பில் அமிழ்ந்துகொண்டே போனேன். கரகரப்பான ரகசியம்போல அரற்ற ஆரம்பித்த குழல், சிறுகச் சிறுக மேலேறியபோது, அதன் நாதத்தில் இனம் புரியாத துயரம் அதிகரித்து வந்தது. ஒரு கட்டத்தில் அவையில் அநேகர் கைக்குட்டையால் கண்ணைத் துடைத்துக்கொண்டதைக் கண்டேன் . . . நாலாவது காலத்தில் நுழைந்தபோது, கூடு நீங்கிய பறவைபோல விசையுடன் உயர எழும்பிய ஒலி, நுட்பமான ஒரு தருணத்தில் அரங்கத்தின் விதானத்தைத் துளைத்து வெளியேற முயல்கிற மாதிரிப் பிரமை தட்டியது.

பார்த்தீர்களா, இவ்வளவும் சொன்னவன், இடையில் ஒரு சங்கதியை மறந்துவிட்டேன். அவையின் முன்புறத்தில்

அறிவிப்பாளர், ஒலிபெருக்கி அமைப்பாளர், கூப்பிடும் சைகைக்கு ஓடிவர ஆயத்தமாய் நின்றிருக்கும் அறக்கட்டளைப் பணியாளர்கள் இவர்களோடு, முக்காலி ஸ்டாண்ட் முன்பு முழந்தாளிட்டு வரைந்துகொண்டேயிருந்த ஓவியன் ஒருவனும் இருந்தான். வினோத் சோப்ரா என்று பெயர் அறிவித்திருந் தார்கள்.

மேடையில் உள்ள வித்வான்களையும், அவையின் முன் வரிசையில் அமர்ந்து கச்சேரி கேட்கும் பிரமுகர்களையும் வரைந்து தள்ளிக்கொண்டிருந்தான். கறுப்பு வெள்ளை, தைல வண்ணம் என்று விதவிதமான ஓவியங்கள். சிலர் அவன் வரைந்ததை அவையின் முன் விரித்துக் காட்டவும் செய்தார் கள். சன்மானமாகப் பணமோ வேறு ஏதேனும் பொருளோ கொடுத்து அவனைக் கௌரவித்தார்கள். திறமையான ஆசாமி தான். சில ஓவியங்கள் மிகத் தத்ரூபமாக வந்திருந்தன.

ஆனால், அவன் என்னைக் கவர்ந்தது ஓவியங்களுக்காக அல்ல. ரேஷ்மாவுக்கும் அவனுக்கும் மானஸீகமான உரையாடல் நடந்து வந்ததைப் பொறாமையுடன் நான் கவனித்து வந்தேன். ஒருவரையொருவர் மிகுந்த ஆவலுடன் பார்த்துக்கொள்வார்கள். சில சமயம் அவனைத் தாண்டிப் போகும்போது யதேச்சை யாகத் தொடுகிற மாதிரி அவன் உச்சந்தலையை வருடிவிட்டுப் போவாள் ரேஷ்மா.

நான் மட்டும்தான் கவனித்தேன் என்று சொல்வதற்கில்லை. அவையில் பலரும் பார்த்திருக்கத்தான் செய்வார்கள். இவர்கள் இருவரும் அதையெல்லாம் பொருட்படுத்தக் கூடியவர்கள் போலத் தெரியவில்லை.

கடந்த மூன்று நாட்களிலும் தட்டாரப் பூச்சி மாதிரித் திரிந்துகொண்டிருந்த ரேஷ்மா, மேற்படிக் கச்சேரி தொடங்கிக் கால் மணி நேரத்தில் குழல் ஒலியால் இழுக்கப்பட்டவள் மாதிரி மேடைக்கு எதிரில், எனக்குப் பக்கவாட்டில் இடது புறம் நாலைந்து பேர் தள்ளி, வந்து அமர்ந்துகொண்டாள். குனிந்த தலையுடன் சம்மணமிட்டு உட்கார்ந்து, ரகசியமாக அடிக்கடி குலுங்கினாள். கிட்டத்தட்ட இரண்டு மணி நேரம் ஒரே ராகத்தை வாசித்துவிட்டு, கச்சேரியை நிறைவு செய்வதாக இசைஞர் அறிவித்தபோது, அவை வெறிகொண்டு கூச்சலிட்டது. தலைமை அமைப்பாளர் மேடைக்கு வந்து கூட்டத்தைக் கையமர்த்தினார்:

நேயர்கள் 'போதும்' என்று சொல்லும் வரை ஸ்ரீ துர்கா பிரசாத் வாசித்துக்கொண்டே யிருப்பார்.

என்று அறிவித்தார். இசைஞர் சிரம் தாழ்த்தி அவையை வணங்கிவிட்டு, குழலை மறுபடி கையில் எடுத்தார்.

ரேஷ்மா கண்களைத் துடைத்துக்கொண்டு நிமிர்கிறாள். ஓவியனின் பக்கம் பார்வை செலுத்துகிறாள். வயிற்றில் படிந்த வலதுகையைப் பிறரறியாமல் அபயக் கரம் போல அசைத்துக் காட்டுகிறான் அவன். இவள் தலையை அசைத்துக்கொள்கிறாள். மீண்டும் கைக்குட்டை கண்களை நோக்கிப் போகிறது.

கச்சேரி முடியும்போது மணி பத்து. துர்கா பிரசாதுக்கு சால்வை போர்த்தி மரியாதை செய்வதற்காக உள்ளூர் காவல் துறை உயர் அதிகாரி மேடைக்கு அழைக்கப்பட்டார். ஜெய்தீப் சாவ்லா.[3] அவரை வரவேற்று அவரது இடத்தில் கொண்டு அமரச் செய்தது ரேஷ்மாதான். அப்போதிருந்தே அதிகாரியின் கண்கள் வேறெங்கும் நகரவில்லை என்பது என் கவனத்தில் கடுமையாகத் தைத்திருந்தது.

ஒலிவாங்கியைக் கையில் வாங்கிய மாத்திரத்தில் உளறத் தொடங்கினார் அதிகாரி. அநாவசியமாக ஆங்கிலச் சொற்களையும் வாக்கியங்களையும் நுழைத்து, யாரையோ அசத்துவதற்காகப் பேசுகிறவர் மாதிரியான ஏற்ற இறக்கங்கள், பாவனைகளுடன் பேசினார். நிறைவாக,

> ...'தாம்தான் கலியுகத்தின் கிருஷ்ண பரமாத்மா' என்று தனது வாசிப்பின் மூலம் நிரூபித்த ஸ்ரீ துர்கா பிரசாத் இந்த தேசத்தின் மிகப் பெரிய சொத்து. இசைவெள்ளத்தின் விளிம்பில் நின்று வேடிக்கை பார்த்த நம்மைப்

---

3. தொடர்ந்து செய்தித்தாள் வாசிக்கும் பழக்கம் உங்களுக்கு உண்டென்றால், நிச்சயம் இவரைத் தெரிந்திருக்கும். பணி ஓய்வுபெற்ற சுமார் இருபது வருடங்கள் ஆனபிறகும், ஊடகங்களின் செல்லப்பிள்ளையாக இருப்பவர். வருடத்தில் சில வாரங்களை நீதிமன்ற வராந்தாக்களிலும், பிற வாரங்களில் சுதந்திரமாகவும் உற்சாகமாக வாழ்வைக் கழிக்கும் மனிதர். உங்களுக்கு மிகவும் தெரிந்த ஒரு வழக்கு விவகாரமாகத்தான்.

வடமாநிலமொன்றில் உயர் போலீஸ் அதிகாரியாக இருந்தபோது, தமது மகளின் கல்லூரித் தோழியைக் கற்பழித்துவிட்டார் என்று குற்றச்சாட்டு. மாவட்ட நீதிமன்றத்தில் தீர்ப்பு வந்தபோது இவர் ஓய்வுபெற்றிருந்தார். அந்த வழக்குக்காகப் பதினைந்து நாட்கள் மட்டுமே ஜெயிலில் இருந்தார். அதன் பிறகு மேல்முறையீடுகள், வாய்தாக்கள், பத்திரிகை தொலைக்காட்சிப் பேட்டிகள் என்று பணி ஓய்வுக்காலத்தை உபயோகமாகக் கழிக்கும் வாழ்க்கை அமைந்துவிட்டது. தற்சமயம் குடுகுடு கிழவராய் இருக்கிறார். நீதிமன்ற வாசலில் இருபுறமும் ஆட்கள் பிடித்திருக்க, நிற்பதற்கே தடுமாறுகிறார்.

ஆயுள் காலம்வரை தீர்ப்பு வந்துவிடாதவண்ணம் அவரது வழக்கறிஞர்கள் பார்த்துக்கொள்கிறார்கள்.

போன்ற பாமரர்களை சுழிகள் நிறைந்த நீரோட்டத்தின் மையத்துக்கு அழைத்துச் சென்று அமிழ்த்திச் சாகடித்து விட்டார் இன்று . . .

இந்த முட்டாள் தொடர்ந்து பேசாமலிருந்தால் தேவலையே என்று தோன்றியது. ஆனால், கூட்டம் சந்தோஷமாகக் கைதட்டியது. மடித்த கைகளை உயர்த்தாத மூன்றே பேர் நானும் ரேஷ்மாவும் ஓவியனும்தான்.

. . . அவருக்கு Pied Piper of Jalandhar என்று பட்டம் தருகிறேன். ஆனால், ஏகப்பட்ட பைடு பைப்பர்களை உடைய பெருமை ஜலந்தருக்கு உண்டு. அறிவால், தொழில் திறனால், வலிமையால், விளையாட்டில் காட்டும் பிறவி மேதமையால், இவ்வளவு ஏன், பிரமிக்கச் செய்யும் அழகால் மற்றவர்களைத் தன் பின்னால் எலிகள்போல ஊர்வலம் இழுக்கும் அநேகர் இந்த நகரில் இருக்கிறார்கள் . . .

இந்த இடத்தில் அதிகாரியின் முகத்தில் புன்சிரிப்பு மலர்ந்தது. கடைசி வாக்கியத்தை முடித்துவிட்டு, சாதாரணமாகப் பார்ப்பது போல ரேஷ்மாவை நோக்கினார். அசட்டுக்கூட்டம் இது தெரியாமல் மேலும் கைதட்டியது.

போலீஸ் அதிகாரியின் ஓவியத்தை மேடையேறி வழங்கினான் ஓவியன். அவர் ரசித்துப் பார்த்துவிட்டு அவையின் புறம் திருப்பிக் காட்டினார். அவை கைதட்டியது. ஆனால், நேரில் பார்ப்பதைவிட, ஓவியத்தில் தெரிந்த முகத்தில் விறைப்பும் கடுகடுப்பும் தூக்கலாக உள்ளது என்று பட்டது எனக்கு.

அதிகாரி தன் கோட் பையிலிருந்து நூறு ரூபாய்த் தாளை எடுத்து நீட்டினார். வெகு விசித்திரமாக, நான் பார்க்க முதல் முறையாக, அதைப் பணிவாக மறுத்துவிட்டுக் கைகூப்பினான் ஓவியன். அதிகாரி சிரித்தபடி நோட்டைப் பையில் வைத்துக் கொண்டார்.

ஒருவழியாக அதிகாரி மேடையிறங்கியதும், ருத்ர வீணை வாசிக்க ஒரு டாகர் மேடைக்கு வந்தார். முதல் மீட்டலிலேயே அடிவயிறு தொய்ந்துவிட்டது எனக்கு. தொடர்ந்து கேட்டால் தலைவலி பின்னிவிடும் என்று பயந்து உடனடியாகக் கிளம்பினேன்.

அந்த இரவு மர்மங்களின் இரவு என்று அறியாத மடையனாக, அறைக்குள் நுழைந்து படுத்தேன். சம்பந்தமேயில்லாமல் அந்த ஓவியனின் முகமும், அவன் ரகசியமாகக் காட்டிய அபய முத்திரையும் என்னைத் திரும்பத் திரும்ப மொய்த்தன. என்னைவிட ஏழெட்டு வயது பெரியவனாய் இருக்கலாம்.

எனக்கு மிகவும் அசவுகரியம் தந்த இறுக்கத்தில் அவனும் ரேஷ்மாவும் இருப்பதை மானஸீகமாகப் பார்த்து வயிற்றில் சங்கடத்தை உணர்ந்ததுதான் கடைசியாக இருக்கும் ஞாபகம்...

6

எங்கோ வெகு தூரத்தில் லொட் லொட் டென்று சப்தம் கேட்டது. அது புறப்பட்ட ஆழத்தின் அடித்தரை நோக்கி நான் விரைந்தேனா, சப்தம்தான் என்னைச் சந்திப்பதற்காக மேலேறி வந்ததா என்று தெரியவில்லை – என் உச்சந்தலையில் இடிப்பது மாதிரிப் படபடபடவென்று கேட்டது.

அவசரமாக எழுந்து கதவை நோக்கிப் பாய்ந்தேன். அத்தனை பதட்டத்திலும் நான் படுத்திருந்த புது இடமும், கட்டிலிலிருந்து கதவு உள்ள திக்கும், அறைக்குள் நிரம்பியிருந்த இருளில் கதவின் அடிப்புறத்திலிருந்து கசிந்து ஊடுருவிய வராந்தா அழுமூஞ்சி விளக்கின் மங்கல் ஒளியும் எல்லாமே தெளிவாக இருந்தன.

கதவைத் திறந்த மாத்திரத்தில் உள்ளே நுழைந்த புயல் அவசரமாக, ஆனால் கொஞ்சமும் ஓசையெழாமல், மறுபடி சாத்தித் தாழிட்டது. மங்கலான வெளிச்சம்தான் அறைக்குள் பாய்ந்து விலகியது என்றாலும், வந்த உருவத்தின் அடையாளம் உடனடியாகப் புலப்பட்டுவிட்டது. ரேஷ்மா சிங். நெஞ்சை அடைத்து, வயிற்றில் ஒருவிதமான கலக்கப் பந்து எழும்பியது.

இருளில் என்னை நோக்கி வந்த ஆள்காட்டி விரல் என் உதடுகளின் குறுக்காகக் கணநேரம் படிந்து எச்சரித்தது. பிறகு என்னைக் கட்டில் நோக்கிப் போகும்படி முதுகில் பதிந்து தள்ளியது கை. அவள் கதவினருகிலேயே நிற்பது இருட்டுக்குள் ஓர் இருள் ஓவியம் மாதிரித் தென்பட்டது. ஓரிரு கனத்த நிமிடங்கள் கழிந்தன.

வேகமாகத் திரும்பினாள். அந்த அறையின் அமைப்பும் உள்ளே இருக்கிற வசதிகளும் முன்னரே தெரிந்தவள் மாதிரித் தடுமாறாமல் நடந்தாள். கட்டிலின் இடதுபுறம் இருந்த, துணி களை மாட்டிவைப்பதற்கான, மர அலமாரிக்குள் நுழைந்து கதவை உட்புறமாகச் சாத்திக்கொண்டாள்.

இதற்குள் வாசல் கதவில் சன்னமான இரண்டு தட்டுகள் கேட்டன. நான் நிதானமாக எழுந்து துணி அலமாரியை வெளிப்புறம் தாழிட்டேன். வாசல் கதவில் இன்னும் இரண்டு தட்டுகள். இந்த முறை சற்றே உரத்து.

கோன் ஹே?

என்று விசாரித்தவாறு கதவைத் திறந்தேன். இரண்டு ஆட்கள் சீருடையில் நின்றிருந்தார்கள். காவல் துறையினர். வராந்தாவில் நிரம்பிய விடிவிளக்கு வெளிச்சத்துக்குக் கூசுகிற மாதிரி அரைக் கண்களை மூடி பாவலாக் காட்டினேன். வேண்டுமென்றே ஆங்கிலத்தில் பேசினேன்:

உங்களுக்கு என்ன வேண்டும், கனவான்களே?

இருவரில் இளையவனாக இருந்தவன் இயல்பாக என்னைக் கடந்து அறைக்குள் நுழைந்து நின்றான். அவன் கையில் இருந்த டார்ச் விளக்கு தானாக ஏற்றிக்கொண்டு அறைக்குள் துழாவியது. தொப்பியை சாவகாசமாகக் கழற்றிக் கையில் வைத்துக்கொண்டு, கைக்குட்டையால் வழுக்கைத் தலையைத் தடவியவாறு, மூத்தவன் தயங்கிய குரலில் சொன்னான்:

மன்னியுங்கள் ஸாப். இவன் அவசரமாகச் சிறுநீர் முட்டுகிறது என்று சொன்னான். அதுதான்.

குரலில் வெகு துலக்கமாக அசட்டுத்தனம் தொனித்தது. தொப்பியை மறுபடி மாட்டிக்கொண்டு, இடது அக்குளில் இடுக்கியிருந்த லட்டியை வலதுகையில் உருவி அனிச்சையாகச் சுழற்றினான்.

தாராளமாய்ப் பயன்படுத்திக் கொள்ளட்டும்.

என்று விநயமாகச் சொன்னேன். இளையவன் அறையின் குறுக்கே நடந்து மறு கதவை நோக்கிச் சென்றான். போகும் போது டார்ச் விளக்கு இதுவரை தட்டுப்படாத மூலைகளை அவசரமாய்த் துருவியது. அந்தக் கதவின் தாழ்ப்பாளில் கொஞ்சம் துருவேறியிருக்கும். அவன் பலவந்தமாய்த் திறந்த போது, நாராசமாய் ஒலி எழுப்பியது. என் வயிற்றுக்குள் மறுபடியும் அதே பந்து உருண்டது.

கதவு திறந்ததும் உள்ளே நுழைந்த வெளிக்காற்று ஊசி போலத் துளைத்தது. அறையின் வெளிப்புறம், படுத்த உடம்போடு ஒடுக்கிய வலதுகைபோல சிறு வராந்தா ஒன்று உண்டு. அதன் மறுகோடியில் உள்ள கழிவறையில் இளையவன் நுழைந்து ஓரிரு கணங்கள் கழிந்து, வலுத்த நீர்த்தாரை கோப்பையில் தேங்கிய நீருக்குள் பாய்ந்து செருகும் ஒலி உரத்துக் கேட்டது. கழிவறைக் கதவைச் சாத்தாமலே கழிக்கிறான் போல... திரும்பி வரும்போது, யதேச்சையாகப் போய்வருவது மாதிரிக் கட்டிலுக்கு அடியிலும் தேடியது டார்ச் ஒளிக் கற்றை.

ரொம்ப நன்றி ஸாப்.

என்று இருவரும் ஒருமித்துச் சொன்னார்கள். நான் பெருந்தன்மை யாகத் தலையசைத்தவாறே கதவில் கை வைத்தேன்.

அறை தன் பழைய அமைதிக்கும், துணி அலமாரியில் பதுங்கியிருக்கும் புதிய பயங்கரத்துக்கும் திரும்பியது. ஆளுயர அலமாரியின் வெளித்தாழை மெல்லத் திறந்துவிட்டு, கட்டிலுக்குப் போனேன். படுக்க இயலவில்லை. வேறு ஒருத்த ரின் அறையில் அனுமதியில்லாமல் நுழைந்தவன் மாதிரிக் கூச்சத்துடன் கால்களைத் தொங்கவிட்டு அமர்ந்திருந்தேன்.

சில கணங்கள் கழித்து, அடுத்த அறையின் கதவைத் தட்டுகிற ஒலி கேட்டது. அந்த ஒலி மெல்ல மெல்ல விலகிச் சென்று தேய்ந்து முழுக்க ஓய்வதற்கு சுமார் அரைமணி நேரம் பிடித்தது. கீழே மைதானத்தின் விளிம்பிலிருந்து அதி விரைவாக ஒரு ஜீப் கிளம்பிச் செல்லும் ஓசை கேட்கவும், அலமாரிக் கதவு மெல்லத் திறப்பதற்கும் சரியாக இருந்தது.

அவர்கள் என்னைத் தேடி வந்தவர்கள்தாம் நண்பரே. என்று கிசுகிசுத்தாள் ரேஷ்மா.

இல்லையே. அவர்கள் கேள்வி எதுவும் கேட்கவில்லையே என்னை? கழிவறையை உபயோகிக்க வந்ததாகத்தானே சொன்னார்கள்?

கூடுமானவரை வெகுளிபோலப் பாவனை செய்யவேண்டும் என்று எனக்கு ஏன் தோன்றியது என்று இப்போது யோசித் தால் புரியவில்லை. வலுவான ஆகிருதி உள்ள பெண்ணுக்கு அப்பிராணி இளைஞன்மீது ஈர்ப்பு உண்டாகக் கூடும் என்று என் ஆழ்மனம் ஓர் அவசரக் கோட்பாட்டைத் தயாரித்திருக்க லாம்.

கீழே இசைவிழாவுக்காக நிர்மாணிக்கப்பட்ட தற்காலிகக் கழிவறைகள்தாம் ஒரு டஜன் இருக்கிறதே. சரி, போகட்டும். அடுத்த அறையின் கதவை ஏன் தட்ட வேண்டும்? ... என்னை நம்புங்கள், அவர்கள் என்னைத் தேடி வந்தவர் களேதாம்.

எதற்காக உங்களைத் தேடி வரவேண்டும்?

இப்படியொரு அப்பாவியாய் இருக்கிறீர்களே நண்பரே. நள்ளிரவில் ஒரு பெண்ணை எதற்காகத் துரத்துவார்கள் ஆண்கள் ... ?

இருளில் அவள் சிரிப்பதை உணர்ந்தேன். முகம் வசீகரமாக மலர்ந்திருக்கும் ஒருவேளை. சடாரென்று என் முன்னங்கையைப் பற்றினாள்.

...அல்லது, போலீஸ் துரத்துகிற அளவுக்குக் குற்றம் எதுவும் புரிந்திருப்பேன் என்று நினைக்கிறீர்களோ..?

மறுபடியும் சிரித்தாள். ஆனால், இந்தச் சிரிப்பு அதிக நேரம் நீடிக்கவில்லை. ஏற்கெனவே கிசுகிசுப்பாய் இருந்த குரலில் வலியின் அழுத்தமும் சேர்ந்து இன்னும் ஆழமானது.

...நான் செய்த ஒரே குற்றம் அழகாகப் பிறந்ததுதான் நண்பரே. அதற்காகத்தான் இந்த வேட்டை நாய்களை ஏவிவிட்டிருக்கிறான் எஜமானன். அந்த ஆளை நான் வரவேற்கப் போனபோதே அவன் பார்வை என்மீது விழுந்த விதம் சரியில்லை...

போலீஸ் அதிகாரியின் முகமும், ஒலிபெருக்கியில் கரகரத்த குரலும் நினைவு வந்தன. 'அந்த ஆள் மட்டுமா துரத்துகிறார்? மொத்த அவையும் உன்னைத் துரத்தத் தயாராகத்தானே இருந்தது அம்மணி?' என்று நினைத்துக்கொண்டேன்.

...இரவு என்பதால் கோழைமாதிரி ஓடி ஒளிய வேண்டியதாகிவிட்டது. விடியட்டும், அந்த பத்மாஷுக்கு நான் யார் என்று காட்டுகிறேன். தரைக்கு வந்து வெயில் காய்கிற முதலையைப் பெரிய சைஸ் பல்லி என்று நினைத்துவிட்டான் போலிருக்கிறது. பிரமாதமாகப் பேசுவதாக நினைத்துக்கொண்டு மைக்கில் அவன் உளறியதை யெல்லாம் நீங்களும் கேட்டுக்கொண்டுதானே இருந்தீர்கள்..? அவன் பேசும்போது எனக்கு வலது புறம் உட்கார்ந்திருக்கவில்லை? நாலு நாளும் நீங்கள் அதே இடத்தில் அமர்ந்துதானே இசை கேட்டீர்கள்?...

நான் பேசாமல் இருந்தேன். நான் இவளைக் கவனித்துக் கொண்டு இருந்தது ஆச்சரியமேயில்லை. ஊரே கவனிக்கிற காந்த மையம் அவள். என்னை அவள் கவனித்திருக்கிறாள் என்பது என்னைத் திக்குமுக்காட வைத்தது. அவதார் சிங் சொன்ன அத்தனை தகவல்களுக்கும் உடனடியாகப் பொருந்திப் போனாள் அவள். கிசுகிசுப்பிலிருந்து ஒரே ஒரு மாத்திரை வெளியேறி, சவால் விடுக்கும் தொனியில் சொன்னாள்:

...முதலை தண்ணீருக்குள் இறங்கினால் தாங்க மாட்டான். இன்னும் ஒரே மாதத்தில் அவனைப் பஞ்சாபைவிட்டே துரத்தாவிட்டால், நான் ரேஷ்மா அல்ல.

அவளுடைய வேகத்தைத் தணிக்கவேண்டும் என்று தோன்றியது.

உங்களுக்குப் பக்கவாட்டில் நான் உட்கார்ந்திருந்தேன் என்று உங்களுக்கு எப்படித் தெரியும்?

உங்களை முதல்நாளிலிருந்தே பார்த்துக்கொண்டுதான் இருக்கிறேன் நண்பரே. பெண் மனத்தின் கூர்மையும், தற்காப்பு உணர்வும் ஆண்களுக்கு ஒருபோதும் பிடிபடாது.

அவள் புன்னகைத்திருப்பாள். இருளின் நடுவில் ஊன்றிய இரண்டு தனித்தனிக் கழிகளாக உட்கார்ந்திருக்கிறோமே என்று ஏக்கமாக இருந்தது. பேச்சில் சிறு இடைவெளி விழுந்ததில் அவள் மூச்சுவிடும் ஓசை உரத்துக் கேட்டது. சீராக ஏறியிறங்கிய மூச்சு திடீரென்று பெருமூச்சாக மாறி உதிர்ந்தது. நான் கேட்டேன்:

ஏதோ ஒரு அறையின் கதவைத் தட்டுகிறீர்களே? திறந்தவன் ஒரு முரடனாக இருந்திருந்தால் என்ன செய்திருப்பீர்கள்?

வாக்கிய அமைப்பில், 'நான் நல்லவன், பார்த்தாயா' என்று சுட்டும் தந்திரம்தான் துலக்கமாக இருந்திருக்கும் என்று இப்போது படுகிறது. அவள் வெகு நிதானமாகச் சொன்னாள்:

அது ஒன்றும் பிரச்சினையில்லை. மிஞ்சிப் போனால் அவனுடன் படுக்கவேண்டி வந்திருக்கும். அவ்வளவுதானே. படுத்துவிட்டுப் போகிறேன் . . .

சுளீரென்று அடிவாங்கிய மாதிரி எனக்குள் துடிப்பு உயர்ந்தது. அவசரப்பட்டு, நல்லவன் என்று தொனிக்கிற பிம்பத்தை உருவாக்கியிருக்க வேண்டாமோ என்று மறுகினேன். அவள் தொடர்ந்தாள்:

. . . நான் ஒன்றும் சுத்தமானவள் இல்லை நண்பரே. இயற்கையாக எனக்குக் கிடைக்காத ஏணியில் உயர வேண்டி என்னையே மூலதனமாக்கியவள்தான். ஏன், இதே கோவில் விடுதிக்கே பலதடவை வந்து போயிருக்கிறேன். நல்ல வேளை, அந்தக் காலமெல்லாம் துர்க்கனவுபோல முடிந்து விட்டது. ஆனால், அந்த நாட்களிலுமேகூட, எனக்கு விருப்பமில்லாத ஒரு ஆண்பிள்ளையிடமும் படுத்ததில்லை நான். எவ்வளவோ சீரழிவுகளைப் பார்த்தாகிவிட்டது, இந்த ஒரு பெருமிதமாவது மிஞ்சட்டுமே . . .

ரேஷ்மாவின் பெருமூச்சு பாம்பு சீறுகிற மாதிரி ஒலித்தது.

...பழசையெல்லாம் இன்னமும் ஏன் ஞாபகப்படுத்திக் கொள்கிறாய் என்று வினு அடிக்கடி கண்டிப்பான்...

அது யார் வினு ?

உங்களுக்குத் தெரியாது? மேடையின் இடப்புறம் இருந்து ஓவியங்கள் வரைந்தானே. விநோத் சோப்டா.

ஓ அவரா.

அவனேதான். இந்த நாட்களில் அவன் மட்டும்தான் எனக்கு ஒரே ஆறுதல். பலன் எதிர்பார்க்காத ஆத்மா. அவனுடன் இருக்கும் சமயங்களில் இப்படியே இவன் கைகளில் நம் உயிர் போய்விடக் கூடாதா என்று பலதடவை நினைத்துக்கொள்வேன். அபூர்வமான பிறவி அவன். போலீஸ் நாய்கள் விநோதை இந்த ராத்திரியில் எழுப்பித் தொந்தரவு செய்துவிடக்கூடாதே என்று கவலையாய் இருக்கிறது நண்பரே.

அலமாரிக்கு அருகில் இருந்த மூன்று பாந்து ஜன்னல் கட்டையில் கழற்றி வைத்திருந்த கைக்கடிகாரத்தை எடுத்துப் பார்த்தேன். ரேடியம் முட்கள் மூன்றரை மணி என்று அறிவித்தன. அதற்குப் பதில் சொல்கிற மாதிரி அவள் கொட்டாவி விடும் சப்தம் கேட்டது.

...தான் போலீஸ் அதிகாரி என்பதாலேயே, ஊரிலுள்ள பெண்களெல்லாம் தன் அடிமைகள் என்று நினைக்கிறவன் இந்த மனிதன். இவ்வளவு நாள் கேள்வி மட்டும்தான் பட்டிருந்தேன். இன்று நேரடியாகவே அனுபவித்து விட்டேன். எனக்காக இல்லாவிட்டாலும், ஜலந்தரின் அப்பாவிப் பெண்களுக்காக இவனை வெளியேற்றித்தான் ஆக வேண்டும்.

இப்போது நான் கொட்டாவி விட்டேன். தொடர்ந்து பேசிக் கொண்டே மட்டும் இருப்பதில் என்ன புண்ணியம்?

உங்கள் உறக்கத்தைக் கெடுத்துவிட்டேனோ?

'ஆமாம்' என்று உள்ளுக்குள் சொல்லிக்கொண்டவாறு,

சேச்சே. அதெல்லாமில்லை.

என்று பதிலளித்தேன்.

அவள் எழுந்து தடுமாற்றமேயின்றிக் கழிவறைக்குப் போய் வந்தாள். கதவைத் திறந்த மாத்திரத்தில் மீண்டும் குளிர்பாய்ந்து நிரம்பியது அறை. நான் ரஜாய்க்குள் புகுந்து உடம்பைக் குறுக்கிக்கொண்டேன். நீட்டிய கைகள் இரண்டையும் தொடைகளுக்கிடையே செருகி அழுத்திக்கொள்வது இதமாக இருந்தது.

உள்ளே நுழைகிறாள். வெளியிலிருந்து கசிந்த மங்கலான வெளிச்சத்தில் தேவதைபோலத் தென்பட்டாள். 'இல்லை, இல்லை, மோகினிப் பிசாசு' என்றது விரிந்து கிடந்த குட்டைக் கூந்தல்... கட்டிலைப் பார்த்து வருகிறாள். நான் படுத்திருந்தது இருவருக்கான கட்டில். ரஜாயும் இருவருக்கு வேண்டிய அகலம் உள்ளதுதான். எனக்கு மூச்சடைத்தது. கட்டுப்பாட்டை இழந்து விடுவேனோ என்று பயமாக இருந்தது.

அவள் வெகு சாதாரணமாக மறுபுறம் படுத்துக்கொண்டு ரஜாயை இழுத்து நுழைந்துகொண்டாள். மூடிய ரஜாயின் இறுக்கத்தில் சீக்கிரமே அவள் உடம்பிலிருந்து சருமத்தின் ஈர நெடி கிளம்பியது. எதிர்ப்புறம் திரும்பிப் படுத்துக்கொண்டேன்.

தொலைவில் இருந்தபோது தீண்ட வேண்டும் என்ற வெறியைக் கிளர்த்திய உடம்பு. தொட்டுவிடும் நெருக்கத்தில் படுத்திருக்கும்போது என் விரல்நுனிகூட அதன்மீது பட்டு விடாதபடி கவனமாகவும் விறைப்பாகவும் படுத்திருந்தேன். தவிர, என்னிடம் அடைக்கலமாக வந்திருக்கிறவள். இந்த நினைப்பு வந்த விநாடியில், அவளைவிடவும் கூடுதலான ஆகிருதி உள்ளவனாக என்னை உணர்ந்தேன்.

அவளிடமிருந்து கிளம்பிய மெல்லிய குறட்டை என் தூக்கத்தை அடித்துத் துரத்தியது. 'என்னுடைய இடத்தில் அவதார் சிங் இருந்திருந்தால் என்ன நடந்திருக்கும்' என்று யோசனை ஓடியது. இந்த மாதிரியான சந்தர்ப்பங்களில் நடப்பதற்கு இரண்டே சாத்தியங்கள்தாம் இருக்கின்றன. ஒன்று இது. அல்லது அது. இப்போது இது நடந்துகொண்டிருக்கிறது. அவதார் சிங் என்றால் அது நடந்திருக்கலாம். ஆனால், ரேஷ்மா பேசிய அத்தனையையும் உண்மையென்று எடுத்துக்கொண்டால், இதுவேதான் அப்போதும் நடந்திருக்கக்கூடும்...

அபத்தமாகவும் குழப்பமாகவும் உருவாகிக் கலைந்த வாக்கியங்களின் மத்தியில், இன்றுவரை இனம் புரியாத ரம்மியமான சித்திரம் ஒன்று மேலெழுந்து அதன் தீவிரமான அணைப்பில் புதைந்து காணாமல்போனேன் நான்...

ஏமாறும் கலை

7

யாரோ உலுக்கினார்கள். கண் திறந்தேன். அறை விளக்கின் வெளிச்சத்தில், வாரிக் கொத்தாக்கிய கூந்தலும் சற்றே கசங்கிய, ஆனால் பளிச்சென்ற வெள்ளை உடையுமாக ரேஷ்மா நின்றிருந் தாள். சட்டென்று புலப்படாத மெல்லிய ஒப்பனையில் திரும்ப வும் திருமதி. ரேஷ்மா சிங் ஆகியிருந்தாள். இடது கையில் பிடித்த டம்பப் பையின் ஜிப்பை இழுத்து மூடினாள்.

ரஜாயைவிட்டு வெளியேறியவுடன் குளிர் மோதியதில் என் உடல் நடுங்கியது. ரேஷ்மா என்னை உறுத்துப் பார்த்தாள். எதிரெதிராக நிற்கும்போதுதான் தெரிகிறது, அவள் என்னை விடக் குறைந்தது மூன்று அங்குலமாவது அதிக உயரம். வெளிச்சம் படிந்த முகத்தில், சன்னமான பவுடர் பூச்சுக்கு அடங்காத சுருக்கங்கள் தென்பட்டன.

> மிக்க நன்றி நண்பரே. விடியும் நேரமாகிவிட்டது. நான் கிளம்புகிறேன். உங்கள் பெயரைக் கேட்டுக்கொள்ள மறந்து விட்டேனே . . .
>
> வாசுதேவன்.
>
> வாசு . . . தேவன் . . .

என்று இரண்டு தடவை சொல்லிப் பார்த்துக்கொண்டாள்.

> . . . எந்த மாநிலம் உங்களுக்கு?
>
> தமிழ்நாடு.
>
> ஓ.

ஏதோ யோசிக்கிறவள் மாதிரி ஓரிரு கணங்கள் கண்மூடி நின்றிருந்தாள். சடாரென்று கண்கள் திறந்தன. வேகமாகச் சொன்னாள்:

> மிஸ்டர் வாசுதேவன். நீங்கள் செய்த உதவியை வாழ்நாள் முழுவதும் மறக்க மாட்டேன். இனி நீங்கள் எப்போது பஞ்சாபுக்கு வந்தாலும் என்னுடைய விருந்தினர்.

குரலிலும் உடல்மொழியிலும் இசைவிழாத் தருணங்களில் இருந்த கம்பீரம் திரும்பிவிட்டது. கைப்பையைத் திறந்து, நறுமணம் கமழும் விஸிட்டிங் கார்டு ஒன்றை எடுத்து நீட்டி னாள். அதை வெளிச்சத்துக்குத் திருப்பி வாசிக்க முயலும் போதுதான், நான் முற்றிலும் எதிர்பாராத, இன்றுவரை மறக்க முடியாமல் தவிக்கிற காரியத்தைச் செய்தாள்.

ஏன் அப்படிச் செய்தாள் என்பது பற்றி தீராத சந்தேகங்கள் இருக்கின்றன எனக்கு. 'என்னதான் பெரிய மனிதன் மாதிரிக் காட்டிக்கொள்ள முயன்றாலும், நீயெல்லாம் சிறுவன் தான் மடையனே' என்று காட்டுவதற்காக இருக்கலாம். அல்லது, முன்பின் தெரியாத பெண்மணிக்கு – போலீஸ் தேடி வந்தும் கூட – ஒரு பின்னிரவு முழுக்க அடைக்கலம் கொடுத்ததற்கு நன்றியாக இருக்கலாம். 'நிஜமாகவே இவன் அப்பாவிதான்' என்று அவள் முடிவெடுத்திருக்கலாம். அல்லது, இது கொஞ்சம் அதிகப்படியான சந்தேகம்தான் – என் தோற்றத்தின் வசீகரத்தில் மயங்கிவிட்டாளோ? அல்லது, அல்லது, 'போனால் போகிறான், இனிமேல் எப்போது சந்திக்கப் போகிறோம், கண் முழுக்க ஆசை எரிய முழுசாக நாலு நாள் வெறித்துக் கொண்டு கிடந்தவன் பாவம்' என்று பிச்சை போட்டாளோ? என்னைப் புழுங்க வைத்த கேள்வியொன்றும் பாக்கி இருக்கிறது; அவதார் சிங் சொல்லியதன் பிரகாரம், இவளுக்குக் குழந்தைகள் கிடையாது. ஒருவேளை, தனக்கு ஒரு மகன் இருந்திருந்தால் இந்த வயதுதான் ஆகியிருக்கும் என்று தோன்றியதோ?

இன்னமும்கூட சில சந்தேகங்கள் இருக்கின்றன. அவையெல்லாமே, சந்தேகமாக மட்டுமே இருக்க விதிக்கப்பட்டவை. தீர்க்கவியலாத புதிரின் சுழிமையமாக ரேஷ்மா செய்த காரியம் சந்தேகப் பட்டியலின் தொகுப்பைவிட அடர்த்தியும் விசித்திரமுமானது.

என்னை இழுத்துத் தன் நெஞ்சோடு அணைத்துக் கொண்டாள். அவளைவிட நான் குள்ளமல்லவா, மிகச் சரியாக அவள் மார்புகளின் மத்தியில் என் முகம் அழுந்தியது. கடந்த நாலு நாட்களாக நான் மோகித்திருந்த மார்புகள். இப்போது அவற்றில் சருமத்தின் பச்சிலை நாற்றம் குப்பென்று உயர்ந்தது.

என் கன்னத்தில் உதடுகளை அழுத்தமாகப் பதித்து முத்தமிட்டாள். எனக்குள் உருவாக்கியிருந்த முறுக்கு படீரென்று தெறித்துவிட்ட மாதிரி உணர்ந்தேன்.

இன்றுவரை ஈரம் காயாமல் இருந்து வரும் அந்த முத்தம் மோகவசத்தில் தந்தது அல்ல – அதில் இருந்தது மிதமிஞ்சிய தாய்மை உணர்வு என்று நம்பத்தான் பிடித்திருக்கிறது, திருமதி ரேஷ்மா சிங்கின் அன்றைய வயதை நானும் எட்டிவிட்ட இந்த நாட்களில்.

மனம் புகுதல்

குப்பம்மா என்றவுடன் அவளுடைய காது மடல்கள்தான் முதலில் ஞாபகம் வரும். தலைகீழாகக் கவிழ்த்த முக்கோணம் போன்ற முகம்; மோவாய்க் கட்டை குறுகி இரண்டு பங்கு பெரிதான தலை என்பதால் காதுகள் இயல்பாகக் கீழ்நோக்கி இருக்க வேண்டுமல்லவா, குப்பம்மாவுக்கு ஆகாயத்தைப் பார்த்துத் திறந்திருக்கும். மேல்வரிசை முன்னம்பற்களில் இரண்டு மட்டும் வாயின் விளிம்பை மீறித் துருத்திக்கொண்டிருக்கும். வெட்கப்படுகிறபோது மேலுதட்டைப் பிடிவாதமாக நீட்டி அவற்றை மூடிக் கொள்வாள்.

முன்பே பலமுறை ஊருக்குள் பார்த்திருக்கிறேன் என்றாலும், எங்கள் வீட்டுக்குப் பாத்திரம் தேய்க்க வந்தபிறகுதான் குப்பம்மாவை அவ்வளவு துலக்கமாகப் பார்க்கக் கிடைத்தது. அப்பாவிடம் கேட்டேன்:

அந்தக் குப்பம்மாவுக்குக் காது ஏம்ப்பா அப்பிடி இருக்கு?

அப்பா சிரித்துக்கொண்டே சொன்னார்:

அது ரொம்ப விசேஷமான காதாக்கும். தேவலோகத்திலெ இருக்கறவா பேசறதெல்லாம் நேரடியாக் கேக்கும் அவளுக்கு . . .

இப்படி மட்டும் சொல்லி முடித்துவிட்டால் அவர் அப்பாவா?

ஒன்னைவிட எவ்வளவு பெரியவ அவ? அவளைப் பேர் சொல்லலாமா கொழந்தே? அக்கான்னு சொல்ல வேண்டாமா?

நான் ‘குப்பு அக்கா’ என்று கூப்பிட ஆரம்பித்தேன். அக்காவுக்கு இதில் ஏகப்பட்ட பெருமிதம். என்னைத் ‘தம்பி, தம்பி’ என்று பிரியமாகக் கூப்பிடுவாள். ஆனால், நான் உள்ளூற ‘குப்பம்மா’ என்றுதான் நினைத்துக்கொள்வேன். அப்பா சொல்வதை நான் தட்டிய ஒரே சந்தர்ப்பம் அது. இத்தனைக்கும் ‘உருவு கண்டு எள்ளாமை வேண்டும்’ என்று அப்பா வேறொரு சந்தர்ப்பத்தில் சொல்லிக்கொடுத்திருந்தார். எனக்கு அதெல்லாம் புரிகிற வயதா என்ன?

அப்பாவுக்கு மகோதரம் வந்து படுத்த படுக்கையாகி யிருந்த நாட்கள். தினசரி பள்ளிக்கூடம் விட்டுவந்தவுடன் என்னைப் பக்கத்தில் அமர்த்திக்கொண்டு, அன்றைக்கு முழுவதும் என்னென்ன நடந்தது என்று சொல்லச்சொல்லிக் கேட்பார். எனக்குக் கிடைத்த முக்கியத்துவமாக அதை எண்ணிப் பெருமை கொள்வேன். அப்பாவும் நானும் சமவயதுச் சிநேகிதர்கள் என்கிற மாதிரிச் சித்திரம் உண்டாகும். அந்திமம் நெருங்குவதை உணர்ந்திருந்ததால் கடைக்குட்டியைத் தனக்கருகில் அதிக நேரம் இருத்திக்கொண்டாரோ என்று பின்னாட்களில் தோன்றி, உள்ளூறப் பொருமியிருக்கிறேன்.

அன்றைக்கு அப்பாவிடம் சொல்ல, எனக்குப் புதுக் கதை ஒன்று இருந்தது.

பள்ளிக்கூடம் மேல்நாச்சிகுளத்தில் இருந்தது. வீடு திரும்பும் போது, முல்லையாற்றின் எதிர்க்கரையில் இரண்டு கிலோ மீட்டருக்குக் குறையாமல் நடந்து வந்து இடதுபுறம் பாலத்தில் திரும்பி இந்தப்புறம் இறங்கினால் கரட்டுப்பட்டி. வலது புறம் திரும்பும் தார்ச்சாலை சோழவந்தான் நோக்கிப் போவது. அந்தச் சாலையில் சுமார் இருநூறடி தொலைவில் முனியாண்டி கோயில். கோயில் அமைந்த ஓரறைக் கட்டடத்தின் பின்புறம் பிரம்மாண்டமான ஆலமரம் நின்றது. மர நிழலில் ஊர்க் கிணறு.

கிணற்றடியில் கூட்டம் கூடியிருந்தது. கூட்டத்தைப் பார்த்தால் விலகி வந்துவிட வேண்டும் என்று அறிவுறுத்தித்தான் அம்மா என்னை வளர்த்திருந்தாள். ஆனால், கனக சபாபதி வளர்ந்தவிதம் அப்படிப்பட்டதில்லை. அவன் ‘சும்மா வாடா ஐயிரு’ என்று என்னையும் இழுத்துக்கொண்டு போனான்.

கூட்டத்தின் மத்தியில் மண்டியிட்டு அமர்ந்திருந்தாள் குப்பு அக்கா. அவளை நெருங்குவதற்கு அஞ்சிய மாதிரி

நாலைந்தடி இடைவெளிவிட்டு, வட்டமாகக் குழுமியிருந்தவர் களில் ஆண்கள்தாம் அதிகம்.

ஆளாளுக்குப் பேசிக்கொண்டு நின்றார்கள். அமர்ந்த இடத்திலேயே லேசாக அசைந்துகொண்டிருந்த அக்கா, திடீரென்று வேகமெடுத்தாள். ஆட்டுரலில் குழவி தானாய்ச் சுற்றுகிற மாதிரி விசையுடன் சுழன்றாள். விநோதமான குரலில், விநோதமான மொழியில் வார்த்தைகள் வந்து விழுந்தன.

ஏ, நம்ம பொம்மம்பட்டி வெள்ளெக்கார மாதா மாருதி யில்லப்பா இருக்கு? அடுத்த மாசம் திருளா வருதுல்ல. அதான் இப்பவே தடயம் காட்டீருச்சு.

என்று சின்னக்காளை சொன்னார்.

அதெப்பிடி ஒனக்குத் தெரியும்?

என்று எதிர்க்கேள்வி கேட்டார் தனிஸ்லாஸ் மாமா.

மொக சாடையெ வச்சுச் சொல்லியிருப்பானப்பா.

என்றார் டெய்லர் தங்கம். எல்லாரும் சிரித்தார்கள்.

தனிஸ்லாஸ் மாமா முகம் நிரம்பிய வெறுப்புடன் அந்த இடத்தைவிட்டு விலகிப் போனார். பேருந்து நிறுத்தத்துக்கு எதிரில் மளிகைக் கடை போட்டிருந்தவர் அவர். சாயங்காலம் நான் பள்ளியிலிருந்து திரும்பும் அதே நேரத்துக்கு தோளில் சிவப்புநிறக் காசித்துண்டும், கையில் சோப்பு டப்பாவுமாகக் கிணற்றடிக்கு வருவார். சிட்டையை எடுத்துக்கொண்டு சரக்கு வாங்க எப்போது போனாலும் என்னைச் சீண்டி விளையாடு கிறவர். நானும் ஆர்வமாய்ப் பங்கேற்பேன்.

மாமா, அம்மா நூறு நல்லெண்ணெ வாங்கிட்டு வரச் சொன்னாங்க. கரெக்ட்டா எண்ணிக் குடுங்க. ஒண்ணு கொறெஞ்சாலும் அம்மா என்னெத்தான் வைவாங்க.

அவர் என் தலையில் செல்லமாகக் குட்டிவிட்டு,

அமலி, தம்பிக்கு நூறு நல்லெண்ணெ குடு. நல்லா அமுக்கி அமுக்கி அளந்து போடு.

என்று மனைவியிடம் சொல்வார். அமலோற்பவம் அக்கா சிரித்துக்கொண்டே,

தங்கமான பிள்ளெ அது. ஏந்தான் வீணா முட்டுப் பளக்கி விடுறீகளோ. நீ இவுகளோட சேராதெ ராஜா.

என்பார்கள் . . .

இதற்குள், முனியாண்டி கோயில் புதிய பூசாரி குட்டையன், ஊருக்குள் எங்கோ போயிருந்தவர், வந்து சேர்ந்தார். தன் இடுப்பில் சொருகியிருந்த விபூதிப் பையைப் பிரித்து ஒரு கொத்து அள்ளி, அக்காவின் தலையில் ஓங்கி அடித்தார். இரண்டு தோள்களையும் இறுக்கிப் பிடித்துத் தூக்கி நிறுத்தி னார். அக்காவுக்குத் தட்டையான மார்பு. சாய்ந்தாடும் பலகை மாதிரிக் கொஞ்சநேரம் நின்றவள், வாயை முழுக்கத் திறந்து 'உஃப்ப், உஃப்ப்' என்று நாலைந்து முறை பெரிதாக ஊதிவிட்டு, குட்டையன்மீது அப்படியே சாய்ந்துகொண்டாள். அவர் அக்காவின் முதுகைத் தடவிவிட்டார். கூட்டம் கலைய ஆரம்பித்தது . . .

அந்த மாதா நம்ம குப்பு அக்காவுக்குள்ளே எதுக்காகப்பா வரணும்?

இவளெ அந்தம்மாவுக்கு ரொம்பப் பிடிச்சிருக்குமோ என்னமோ.

அதில்லேப்பா, அந்த மாதாதான் எப்பவோ செத்துப் போயிட்டாளே. இப்பொ எதுக்காக வரணும்.

மனசு முழுக்க ஏக்கம் எதையாவது வச்சிண்டு செத்துப் போனா, இப்பிடி ஆவியா வந்து மத்தவாளுக்குள்ளே இறங்கிடுவா ன்னு நம்பறவா கொஞ்சப் பேர் இருக்காளே.

அதெப்பிடிப்பா, ஓர்த்தருக்குள்ளே இன்னூர்த்தர் வர முடியும்?

ஒடம்புக்குள்ளே வரமாட்டாடா க்ருஷ்ணா. மனசு முழுக்க நெரம்பிடுவா. மனசெ மத்தவா எப்பிடிப் பாக்கறது அதுக்கோசரம் ஒடம்பிலெ தெரிவா.

நீங்க சொல்றது புரியலேப்பா.

இப்பொ லேசாச் சொல்றேம் பாரு. ஒங்கம்மாக்குக் கோபம் வரது. அது நமக்கு எப்பிடித் தெரியும்? சாதாரணக் கண்ணு முட்டெக் கண்ணாயிடறது, நெத்தி, மேலெ ஏறிடறது. பல்லெல்லாம் ஒண்ணுக்கொண்ணு நறநறன்னு நெரியறது. சும்மாத் தொங்கிண்டுருக்கற கை சில சமயம் மேலெ ஓசந்துடறது . . .

இதற்குள், கதைகேட்க அம்மாவும் வந்து நின்றிருப்பதை முதுகுப் புறம் உணர்ந்தேன்.

நான் வரலே வரலேன்னு சொல்லச் சொல்ல அந்தக் கனகுப் பயதான் இழுத்துண்டு போயிட்டாம்ப்பா.

என்று முறையிட்டு என் சந்தேகங்களை முடித்துக்கொண்டேன். ஆனால், இதைவிடப் பெரிய விஷயத்தின்மேல் அம்மாவின் கவனம் குவிந்திருந்தது நல்லதாய்ப் போயிற்று.

குட்டையன் இவளெ வச்சிண்டிருக்கான்னு நம்ம அன்னம்மா சொல்றா.

அவளெ யார் வச்சிண்டிருக்காளாம்?

என்று சிரித்துக்கொண்டே கேட்டார் அப்பா.

இந்தக் குதர்க்கம்தானே வேணாம்ங்கறது?

பின்னே? யாரு யாரை வேணா வச்சிக்கட்டுமே. அதுலெ ஒனக்கு என்ன வந்தது?

அம்மா படுவேகமாய்த் திருப்பிக் கேட்டாள்:

அப்பிடிச் சொல்லிட முடியுமா? நாளைக்கி எந்த நம்பிக்கை யிலே படியேத்தறது?

ஆமா, இங்கெ நாலைஞ்சு ஆம்பிளைகள் இருக்கால்லியா? யாரையாவது அவ மயக்கிட்டாள்னா. போடி, வேலையப் பாத்துண்டு. புருஷன் சாகக் கிடக்கறான். புள்ளையானாப் பிஞ்சு ... மத்தவளைப் பத்திப் பேச வந்துட்டா.

இல்லாட்டாலும், பாக்கறவாளையெல்லாம் மயக்கற பேரழகியில்லையா அவ? நான் சொன்னா மறுத்துப் பேசணும். ஓங்களுக்கும் போது போகவேண்டாமா? கொழந்தைக்கி முக்கியமான விஷயங்களெயெல்லாம் சொல்லிக்குடுங்கோ.

அடிப்போடி. பைத்தியக்காரி. என்னமோ கடேசிக் காலத்திலே புத்தியில்லாமேப் பெத்துப் போட்டுட்டோமே, நமக்கப்பறம் என்னாகுமோன்னு மனசைப் போட்டுப் பிடுங்கறது எனக்குன்னா தெரியும்?

அம்மா இதற்கு பதில் சொல்லாமல் எங்கள் இருவரையும் பார்த்துக்கொண்டு நின்றாள். பிறகு அவசரமாக வீட்டுக்குள் போகத் திரும்பினாள். போகும்போது அவளுடைய வலது கை வேகமாக முந்தானையை எடுத்து முகம் நோக்கி உயர்த்து வது பின்னாலிருந்தே தெரிந்தது.

கதை முடிந்துவிட்டது என்பதைவிட, அப்பாவோடு அம்மா வுக்கு நடந்த உரையாடலின் விளைவு நான் வீட்டுப்பாடம் ஆரம்பிக்காமல் இருப்பதில் வந்து விடியக்கூடும் என்பதை முன்னுணர்ந்ததால் நானும் எழுந்தேன். கைகால் சுத்தி செய்து

கொள்ள வேப்பமரத்தடித் துவைகல் அருகில் இருந்த இரும்பு வாளியை நோக்கிப் போனேன்.

அறிவியல் புத்தகத்தைக் கையில் எடுத்த மாத்திரத்தில் மனம் மீண்டும் சாயங்காலத்தில் சென்று செருகிக்கொண்டது. கூட்டம் பார்க்கக் கூட்டிப் போன கனகு என்ன ஆனான்? திரும்பும் போது அவன் அருகில் இல்லையே.

ஆனால், கனகுவுக்கு இது வழக்கம்தான். திடீரென்று காணாமல் போய்விடுவான். கொஞ்சநேரம் நான் தேடித் தவித்தபிறகு எங்கிருந்தாவது வெளிப்படுவான். விரித்து நீட்டிய உள்ளங்கையில் கொடுக்காப்புளியோ, அருநெல்லியோ, தேங்காய்க் குரும்பையோ, கல்லடிபட்டு மயங்கிய கரட்டானோ இருக்கும். கனகுவின் முகத்தில் மந்தகாசம் மிளிரும்.

இப்படிக் காணாமல் போவதை ஒரு நியமமாகவே வைத்திருந்தான் கனகு. பெரும்பாலும் சினிமாவுக்குத்தான் போவான். தென்னந்தோப்புக்குள், ஒரு துண்டு தாம்புக் கயிற்றைக் கையில் பிடித்தபடி, உரத்து 'கடபக் . . . கடபக் . . .' என்று ஒலியெழுப்பியபடி, மரங்களூக்கூடாக தத்தித் தத்தி ஓடுவான். குதிரையில் போகிறானாம். அல்லது, வெட்டிப் போட்ட தென்னை மட்டையின் அடிக்கட்டையை இரண்டு கைகளாலும் உடம்பின் குறுக்காக ஒட்டிப் பிடித்துக்கொண்டு நடனமாடிக்கொண்டே பாடுகிற மாதிரி நடித்துக்கொண் டிருப்பான். அல்லது, ஒரு கையால் தென்னையைப் பிடித்துக் கொண்டு, மறுகையால் பாவனைகள் காட்டிக்கொண்டு, டூயட் பாடல்களின் ஆண் குரலை மட்டும் பாடுவான். யாராவது வந்தால் நிறுத்திக்கொண்டு விடுவான். பெரும் பாலும் தனியாக இருக்கும்போதுதான் இதைச் செய்வான். நான் மட்டும் விதிவிலக்கு. பெரியவனானதும், சினிமாவில் நடிக்கப் போவதாக என்னிடம் பலதடவை ரகசியமாகச் சொல்லியிருக்கிறான்.

முதல்தடவையாக, மட்டப்பாறையில் இரண்டாம் ஆட்டம் பார்க்கப் போய்விட்டுத் திரும்பினான். காந்தாராவ் நடித்த விட்டலாச்சார்யா படம். விடிந்தும் விடியாததுமாக அங்கம்மா அவனை விளக்குமாற்றால் வெளுத்தாள்.

ஒனக்கு என்னா கிறுக்கா பிடிச்சிருக்கு நாயி? நா ஒரு பொட்டச்சிறுக்கி இப்பிடி அடுப்படியிலெ வெந்து சாகுறென், ஒனக்கு சினிமா கேக்குதாக்கும் சினிமா? பள்ளிக்கொடம் போறண்டீண்டு மலங்காட்டுலெ

அலையுறது பத்தாது ண்டு இப்ப ரவையிலெயும் பேயி கணக்காத் திரிய ஆரம்பிச்சிருச்சோ? சொல்லாமெக் கொள்ளாமெ வீட்டெ விட்டு எறங்கு, ஓங் காலெ ஒடிச்சு அடுப்புலெ வய்க்கிறேன் ...

எங்கள் வளாகத்துக்கு எதிரில், சோழவந்தான் சாலைக்கு மறுசிறகில், அங்கம்மாவின் பணியாரக்கடை இருந்தது. அதாவது, ஒரு விறகடுப்பும், நாலைந்து அலுமினியப் பாத்திரங்களும். கனகுவின் தகப்பன் தொழில்முறைத் திருடராக இருந்ததாக வும், உடம்பு முழுக்க ரத்தக் காயங்களுடன் சேவாங்கோவில் சுடுகாட்டருகில் பிணமாகக் கிடந்தார் என்றும், அப்போது கனகு இரண்டுமாசக் குழந்தை என்றும் கனகுவே சொல்லி யிருக்கிறான். சடையம்பட்டிக்காரரான சாமியாடி ஒருத்தருக் கும் அங்கம்மாளுக்கும் தொடர்பு இருந்தது என்றும், பேயை ஏவிவிட்டு அவர்தான் கனகுவின் தகப்பனைக் கொன்றுவிட்டார் என்றும் கனகுவின் எதிரி சின்னமணி ஒருநாள் என்னிடம் கிசுகிசுத்தான் ... அங்கம்மாளின் ஒவ்வொரு அடிக்கும் கனகு ஒரே பதில் வைத்திருந்தான்.

போடீ, தேவிடியா முண்டே ...

அந்தச் சொற்றொடரைப் பொருட்படுத்தாமல், பழைய வசனத் தின் தொடர்ச்சியையே பேசி, தொடர்ந்து அடித்தாள் அங்கம்மாள். இருவருக்கும் இந்த விளையாட்டு அலுத்ததும் நிறுத்திக்கொண்டார்கள்.

கனகு இன்னொரு பதிலும் சொன்னான். செயல்முறை பதில். அன்று பள்ளிக்கூடம் வராததோடு, நிஜமாகவே காணாமல் போய்விட்டான். நாலைந்து நாள் கழித்து, ரயில்வே போர்ட்ட ராக இருந்த கந்தசாமி மாமா அவனை கொடைரோடில் கண்டுபிடித்துக் கூட்டிவந்தார்.

ஏத்தா, அவனெப்போட்டு அந்த அடி அடிச்சீண்டா ஓடத்தானெ செய்வான்.

என்று நல்லபுத்தியும் சொன்னார். அத்துடன் தாயார் அவனை அடிப்பது நின்றுபோனது. ஆனாலும், ஒரேயொரு நிபந்தனை மாத்திரம் விதித்தாள்:

அய்யிரு மகென் கூட மட்டும்தேன் சேரணும். வேற பயககூடப் பாத்தேன், நா மனுசியா இருக்க மாட்டேன், பாத்துக்க.

கனகுகூடச் சேராதேன்னு எத்தனெ தடவெ சொல்லி யிருக்கேன்?

என்று என் அம்மா அடிக்கடி பல்லைக் கடிப்பாள். எப்படியோ, கொடைரோடிலிருந்து திரும்பி வந்த கனகு, திடீரென்று என்னைவிடப் பல வயது பெரியவனாகிவிட்டான் என்பது மட்டும் எனக்குப் புரிந்தது. அவனுடன் இருக்கும்போதெல்லாம், அவனை மாதிரி ஆகிவிடமாட்டோமா என்று நிரம்பிய ஏக்கத் துடன் திரியத் தொடங்கினேன். அவனும் வஞ்சனையின்றி, தனக்குத் தெரிந்ததையெல்லாம் எனக்குச் சொல்லிக்கொடுக்க ஆரம்பித்திருந்தான் – அதெல்லாம் இன்னொரு சந்தர்ப்பத்தில் சொல்கிறேன்... தனக்கேயுரிய விசித்திரக் கணக்கின்படி, கனகுவிடமிருந்து விலகி, மீண்டும் தனிஸ்லாஸ் மாமாமீது குதித்து உட்கார்ந்துகொண்டது மனம்... அவர் ஒருமுறை கேட்ட கேள்விகள் மீதும், டெய்லர் தங்கம் சொன்ன பதிலின் மீதும் ஞாபகம் குவிந்தது.

அந்த நாளும் குப்பம்மாவின் மீது பேய் இறங்கிய நாள் தான். ராமுத்தேவரின் செவலை காணாமல் போயிருந்தது. வீட்டுவாசலில் கட்டியிருந்த மாட்டை யார் அவிழ்த்துக் களவாடிக்கொண்டு போனார்கள் என்பது பேராச்சரியமாய் இருந்தது ஊருக்குள். இத்தனைக்கும் வீட்டுவாசல் திண்ணையில் தான் ராமுத்தேவர் படுப்பது வழக்கம்.

என்னாமோ மூஞ்சியிலே காக்கா றெக்கையடிச்ச மாருதி இருந்துச்சு மாமா. அப்பிடியே கெறக்கமாயிருச்சு.

என்று சீனிச்சாமியிடம் விளக்கினாராம் அவர். குட்டைய னிடம் கேட்டுவிடலாம் என்று முடிவெடுத்தார்கள். குப்பம்மா சகிதம் அவர் ராமுத்தேவர் வீட்டு வாசலுக்கு வந்துசேர்ந்தார்.

கோடாங்கியை எடுத்து அடிக்க ஆரம்பித்தார். அப்பாவை அன்று திண்டுக்கல் காட்டாஸ்பத்திரிக்குக் கூட்டிப் போயிருந் தார்கள். வீட்டில் நானும் சின்னக்காவும் மட்டும்தான். அவளை ஏமாற்றுவது சுலபம். தனிஸ்லாஸ் மாமா கடையில் எடைக்கு வந்திருக்கும் ராணிமுத்துவை இரவல் வாங்கிக்கொடுத்தால் போதும்.

கோடாங்கி அதிர அதிர, குப்பம்மா இருந்த இடத்தி லேயே ராட்டினம் சுற்றத் தொடங்கினாள். கிறுகிறுவெனப் பம்பரம் மாதிரி அவள் சுற்றிய வேகத்தைப் பார்க்க எனக்குத் தலைசுற்றியது. தாளம் தப்பாமல் அடித்துக்கொண்டே, கேள்விகள் கேட்டார் குட்டையன். குடை மாதிரி விரிந்தாடிய கூந்தலுக் குள் இருந்து ஆண்குரலில் பதிலளித்தாள் குப்பம்மாள். வாடிப் பட்டி விலக்கருகில், இன்னார் தோப்புக்குள், இன்ன திசை நோக்கி நிற்கிறது செவலை என்று தகவல் சொன்னாள்.

சைக்கிள்களை எடுத்துக்கொண்டு கிளம்பிய இளைஞர் பட்டாளம் வெற்றிகரமாக மாட்டைப் பிடித்துக்கொண்டு திரும்பி வந்தது. குப்பம்மாவுக்கும், குட்டையனுக்கும் ஆளுக்கு ஐம்பது ரூபாய் தட்சிணை கொடுத்தார் ராமுத்தேவர்.

குப்பம்மாவின் தொண்டையிலிருந்து ஒலித்த குரலைக் கேட்ட மாத்திரத்தில் கனகுவின் தாயார் அங்கம்மாள் மயக்கம் போட்டு விழுந்ததைச் சொல்ல மறந்துவிட்டேன். சின்னக்காளை கச்சிதமாகச் சொன்னார்:

களவுத் தடம் களவாணிப்பயலுக்குத் தானெப்பா தெரியும்!

ஆனால், ராணிமுத்துவைத் திருப்பிக்கொடுக்க சாயங்காலம் தனிஸ்லாஸ் மாமா கடைக்குப் போனபோது, நூல் கண்டு வாங்க வந்திருந்த டெய்லர் தங்கத்திடம் மாமா குரல் தணித்துப் பேசிக்கொண்டிருந்தார்.

மாமாவுக்கு சில சந்தேகங்கள் இருந்தன. ஒன்று, இந்தக் குட்டையன் கேட்கும் கேள்விகளுக்கு, பேய் உடனடியாகவும் யோசிக்காமலும் பதில் சொல்வது எப்படி? இவன் சொல்லிக் குடுத்த பதிலெச் சொல்ற மாதிரியில்ல இருக்கு? இவனே கொண்டுபோயி ஒளிச்சு வச்சிட்டு, ரெண்டு களுதையும் சேந்து கூட்டுக்களவாணித்தனம் செய்யிதுகளோ?... டெய்லர் தங்கம் பொறுமையாகக் கேட்டுவிட்டு தமது தரப்புக்கு ஒரேயொரு சந்தேகம் எழுப்பினார்:

> நீ சொல்றதெல்லாம் சரிதாம் மாப்ளே. ஆனாக்கெ அவ சாதாரணமாப் பேசும்போது பொம்பளெ கொரல்லெ தானே பேசுறா. அங்கம்மா புருசன் கொரலு நமக்கே மறந்துபோச்சு, அது எப்பிடி இவளுக்கு அச்சு அசலா அப்பிடியே வருது? இதுலெ வேறெ ஏதோ சங்கதி இருக்கு மாப்ளே. போகுது, மாடு கிடைச்சிருச்சா இல்லியா. நம்ம வேலையெப் பாப்பம். நீ ஊதா நூலு வாங்கியாந்திருக்கியா. அய்யிரம்மா சட்டை குடுத்து ஒரு வாரம் ஆச்சு. எந் நேரமும் கேட்டுக்கிட்டே இருக்கு.

எங்கள் ஊரில் ஒரு சாமியாடியும் இருந்தார். மூக்கஞ்சாமி. முனியாண்டி கோவில் பூசாரியாக ரொம்ப வருஷங்கள் இருந்து வந்தவர். போன கொடையின்போதுகூட அவர்தான் இருந்தார். நீட்டிப் பிடித்த வீச்சரிவாளின் வெட்டுமுனை மீது நின்று ஆடிக்கொண்டு குறிசொல்வார். மிலிட்டரியிலிருந்து டிஸ்சார்ஜ் ஆகி வந்திருந்த சின்னண்ணா அவரிடம் அப்பாவின் ஆயுள் பற்றி விசாரித்தபோது நானும் உடன் இருந்தேன் – அவன் சுட்டுவிரலைப் பிடித்துக்கொண்டு.

சுற்றிலும் கசகசவெனப் பேசிக்கொண்டு ஜனங்கள். அதற்கு வலு சேர்க்கிற மாதிரி இரண்டு புறமும் நின்ற பெட்ரோமாக்ஸ் விளக்குகளின் ரீங்காரம். போதாக்குறைக்கு அடிக்கொரு தடவை யாராவது ஒருவர் மற்றவர்களைப் பார்த்து உஸ்ஸ் உஸ்ஸ் என்று சீறி அமைதி காக்க வலியுறுத்திக்கொண்டிருந் தார். மூக்கஞ் சாமிமீது அருள் இறங்கியவுடன், நையாண்டி மேளம் ஓய்ந்து, கோடாங்கிச் சத்தம் மட்டும் கேட்டது. அண்ணாவின் கேள்விக்கு,

ஸ்ஸ்ஸ் . . . ஆஆஆஅ . . . ஸ்ஸ்ஸ் . . . அடுத்த ஆடி தாண்டாதப்பா . . .

என்று பதில் சொல்லிவிட்டு, அடுத்த பக்தரின் கேள்விக்கு நகர்ந்துவிட்டது சாமி. அண்ணா, கலங்கிய கண்களுடன் என்னருகில் குனிந்து,

யார்ட்டெயும் சொல்லாதடா கிருஷ்ணா . . .

என்று அபத்தமாக இறைஞ்சினான். ஆனால், நாங்கள் வீடு போவதற்குள், இந்தச் செய்தி போய்ச் சேர்ந்துவிட்டது.

இதெக் குறி வேறே கேக்கணுமா? நானே சொல்வேனே.

என்று சிரித்துகொண்டே அண்ணாவிடம் சொன்னார் அப்பா. கோபக்காரனும் முரடனுமான அண்ணா குழந்தை மாதிரி விசித்து அழுதான்.

சாமி சரியாகத்தான் சொல்லியிருந்தது. 1973 ஜூலையில், தமிழ்க் கணக்கில் ஆடி மாதம், முதல் வெள்ளிக்கிழமை அதிகாலையில் அப்பா காலமாகிவிட்டார். குறிசொன்ன மறுவாரமே, கை காலைக் கட்டிகொண்டு கிணற்றில் விழுந்து தற்கொலை செய்துகொண்டார் மிதவை நீச்சலில் கெட்டிக்கார ரான மூக்கஞ்சாமி என்பது உபரித் தகவல். அதுபற்றி ஊருக்குள் பேசிக்கொண்டவற்றையெல்லாம் – எங்கள் வீட்டுத் திண்ணைக்கு வந்து சேர்ந்த வம்புகளின் பிரகாரம் – தனிக்கதையாகத்தான் எழுத வேண்டும்.

'73 மே மாதம் திண்டுக்கல் தொகுதிக்கு இடைத்தேர்தல் வந்தது. எம்ஜீயார் வெறும் நடிகர் மட்டும் இல்லை, ஜனங் களின் மனங்களில் நிறைந்த முழுநேர அரசியல்வாதியும் கூட என்பதை உலகுக்கு அறிவித்த தேர்தல். வாக்குச்சாவடிக்குப் போக முடியாதபடி சீக்காளியாகிவிட்டிருந்த அப்பா, அன்று முழுவதும் காங்கிரஸின் வரலாறு, தேர்தலின் வரலாறு, முதல் தேர்தல் சமயத்தில் ஊருக்குள் நடந்த குளறுபடிகள் என்று ஏகப்பட்ட விஷயங்கள் சொல்லிக்கொண்டிருந்தார்.

ஆனால், நான் சொல்ல வந்தது அப்பாவைப் பற்றி அல்ல. ஏப்ரல் கடைசியில் சோழவந்தானிலிருந்து, நிலக்கோட்டை வரை நடந்த மாபெரும் சைக்கிள் பேரணி பற்றி.

முல்லையாற்றுக்கரை மீது உயர்ந்திருக்கும் அரசமரத்தின் நன்கு பெருத்த அடித்தண்டையொட்டி நாவிதர் செல்லையாவின் குடிசை. அதன் வாசலில் நின்றால், தெற்கே போகும் தார்ச்சாலை சேவாங்கோவில் விலக்கில் வலதுபுறமாகத் திரும்பி சோழவந்தானை நோக்கி ஓடுவது வெகுதூரம் தெரியும். அறுவடை முடிந்துவிட்ட காலங்களில், கூர்ந்த பார்வைக்கு, ஒரேயொரு சைக்கிள் வருவதுகூடப் புலப்படும்.

அன்றைக்கு அந்த ட வடிவச் சாலையில் இடைவெளியே இல்லாத அளவு கறுப்பு – சிவப்பு மயம். கீழ்நாச்சிகுளம் வட்டார திமுக பிரமுகரான தங்கராஜ் அண்ணன் தலைமையில் மாபெரும் ஊர்வலம். அண்ணன் மதுரை தியாகராசர் கல்லூரியில் பட்டப் படிப்பு முடித்தவர். இந்தி எதிர்ப்புப் போராட்டத்தில் தீவிரப் பங்காற்றியதோடு, தமது பெயரையும் 'பொன்னரசன்' என்று மாற்றிக்கொண்டவர். கடுமையான முன்கோபமும், தங்கமான குணமும் கொண்டவர் என்று பெயர் எடுத்தவர்.

முதல் சைக்கிளை மேற்சொன்ன பொன்னரசன் அண்ணன் ஓட்டி வந்தார். அவருக்குப் பக்கத்து சைக்கிளில் மைக் செட்டுக்கான பேட்டரி கட்டி, அவருடைய அணுக்கத் தொண்டர் ஒருவர் தொண்டை கிழிய கோஷம் எழுப்பினார். மற்ற சைக்கிள்கள் வழிமொழிந்தன.

முல்லையாற்றுப் பாலத்தில் நுழைந்து கரட்டுப்பட்டி முனையில் ஊர்வலம் வெளியேறியபோது, அண்ணன் சைக்கிளின் முன்னால் போய் நின்றாள் குப்பம்மா. அண்ணன் சைக்கிளைக் காலூன்றி நிறுத்தினார். பக்கத்து சைக்கிளை ஓட்டிவந்தவரையும் கையமர்த்தினார். அவர் தன் முறைக்கு, பின்னால் வந்த சைக்கிள்களைத் திரும்பிப் பார்த்துக் கையுயர்த்தி நிப்பாட்டினார்.

திடீரென்று அந்த இடத்தில் நிசப்தம் கொட்டி நிரம்பியது. அரச மரத்தின் கீழ் நின்று வேடிக்கை பார்த்துக்கொண்டிருந்த கூட்டமும் அமைதியானது.

அரச மரத்தடித் திண்டு சாலையிலிருந்து மூன்றடியாவது அதிக உயரம். நானும் வாகான இடம் பிடித்து நின்றிருந்தேன். குப்பம்மா உடம்பு நடுங்க ஆரம்பித்தது துல்லியமாய்த் தெரிந்தது. சிறுகச் சிறுக இடுப்புக்கு மேல் பகுதி மட்டும் சுழல ஆரம்பித்தது –

மேல் பாகம் மட்டும் சுழலும் பம்பரம் மாதிரி. சில கணங்களில் விசை கூடியது. இன்னும் சில கணங்கள் கழித்து, சுழற்சியின் வேகம் குறைந்தது. தொண்டையைச் செருமினாள். பொன்னரசன் அண்ணன் சைகை காட்டியதும், பக்கத்து சைக்கிள்காரர் மைக்கைக் குப்பம்மாவுக்கு அருகில் கொண்டு வந்து பிடித்தார்.

குப்பம்மாவின் குரல் வெகுவாகக் கனத்து, கரகரத்திருந்தது. அழுத்தமான மூக்கடைப்பு காரணமாக, தொண்டை வழியாக மட்டுமே பேசவேண்டி வந்த மாதிரி இருந்தது.

. . . தம்பீ . . .

என்றாள். சுற்றிலும் நிலவிய அமைதி இன்னும் கனத்தது. கடைசி சைக்கிள்வரை கேட்டிருக்குமா என்று தெரியவில்லை – ஆனால் ஊர்வலத்தின் பின் பகுதிவரை நிச்சயம் கேட்கும் அளவு ஒலி பெருகியது.

. . . ஓங்காள் நிச்சயம் செயிப்பான். பஹ௶டர் பூச்சுக்கு சனங்கள் ஏமாற மாட்டார்கள் . . .

அப்போதுதான் கவனித்தேன், வேடிக்கை பார்க்கக் குழுமியிருந்த கூட்டத்தில் குட்டையனும் இருந்தார். அவர் இப்போது முன்னேறி குப்பம்மா அருகில் சென்றார். உள்ளங்கை நிறைய விபூதி எடுத்து அவள் உச்சந்தலையில் அறைந்தார். வாயால் பெரிதாக ஊதிக்கொண்டே அவர்மீது சாய்ந்தாள் குப்பம்மா. கிட்டத்தட்டத் தூக்கி அவளை மரத்தடிக்கு நகர்த்தி வந்தார் குட்டையன் . . . ஊர்வலம் மீண்டும் நகர்ந்தது. முன்னைவிட உரத்து முதல் கோஷம் எழுப்பியது ஒலிபெருக்கி.

வேடிக்கை பார்த்த கூட்டம் கலையாமல் நின்றது. கடைசி சைக்கிள் பார்வையிலிருந்து மறைந்த பிறகு சின்னக்காளை உறுதியான குரலில் சொன்னார்:

பொன்முத்து செயிச்சுருவாரப்பா. அதேன் அண்ணாவே வந்து சொல்லீட்டாருல்ல.

நாலைந்து பேர் ஆமோதிப்பாகத் தலையாட்டினார்கள்.

நிச்சியம் இது அண்ணாத்தொரெ இல்ல மாப்ளே. அவுரு கொரலு இன்னம் கனத்துக் கெடக்குமே? இது ரெம்ப சன்னமால்ல இருக்கு. நான் எம்பூட்டுக் கேட்ருக்கேன்?

என்று மறுத்தார் பரம்பரைக் காங்கிரஸ்காரரான சுப்பா ரெட்டியார்.

ஒனக்கு வகுத்தெரிச்சல் மாமா.

என்று சொல்லியபடி அவரை முறைத்துவிட்டு நகர்ந்தார் சின்னக்காளை.

மறுநாள் தனிஸ்லாஸ் மாமா கடையில் இதே பேச்சு வந்தபோது அவரும் ரெட்டியார் போலத்தான் கருத்துச் சொன்னார். உபரியாக இன்னும் சில பாய்ண்ட்டுகள் சொன்னார். ஒன்று, அண்ணா 'செயிப்பான்' என்று சொல்ல மாட்டார் – 'வெல்வான்' என்றுதான் சொல்வார். இரண்டாவது 'பஹுடர்' என்று சொல்ல மாட்டார் – 'அரிதாரம்' என்றிருப் பார். மூன்றாவது, அவர் காஞ்சிபுரத்துக்காரர் – மதுரை வட்டாரத் தமிழ் பேசமாட்டார். நாலாவதுதான் இன்னும் முக்கியமானது – அவர் பகுத்தறிவுவாதி – குட்டையனின் விபூதிக்கெல்லாம் அடங்க மாட்டார்.

> இன்னோரு விசயத்தெ விட்டுப்புட்டியே தனுஸூ. அவுங் கெல்லாம் மைக்கெப் புடிச்சா மணிக்கணக்காப் பேசக் கூடியவுக. இப்பிடித்தேன் ஒரு சொல்லுலெ நிறுத்திக்கிருவா களாக்கும்?

என்றார் சுப்பா ரெட்டியார்.

எப்படியோ, திண்டுக்கல் தேர்தலின் நாலுமுனைப் போட்டி யில் புதிய கட்சியான அதிமுகவின் மாயத்தேவர்தான் அமோக வெற்றி பெற்றார்.

ஆனால், குப்பம்மா என் நினைவில் நிரம்பியிருப்பதற்கு மேற்சொன்ன சம்பவங்களெல்லாம் காரணமில்லை. நான் சொல்லப் போகும் கடைசிக் காரணத்துக்கு முட்டுக் கொடுக்கிற மாதிரியே இவ்வளவும் சொன்னேன்.

சின்னண்ணா மிலிட்டிரியிலிருந்து டிஸ்சார்ஜ் ஆகி வந்திருந்தான் என்று சொன்னேனில்லையா? தன் மனைவி மற்றும் கைக் குழந்தையுடன் கரட்டுப்பட்டியில் வந்து தங்கி யிருந்தான். வேலைகளுக்கு மனுப் போட்டுக்கொண்டும், நேர்முகத் தேர்வுகளுக்குச் சென்றுகொண்டும் இருந்தான். இன்று போலத் தனியார் துறை அவ்வளவாக வளர்ந்திராத நாட்கள். ஒவ்வொரு நாளும் தபால்காரரை எதிர்பார்த்துக் குடும்பமே காத்திருந்து ஏமாறும். அநேகச் சாயங்காலங்கள் கடுமையான வாய்த் தகராறுடன் கழியும். வீட்டின் கடைக்குட்டி நான் என்பதால், எப்போது வேண்டுமானாலும் யார் வேண்டு மானாலும் என்னைத் தூக்கிப் போட்டு மிதித்துக் கோபத்தைத் தணித்துக்கொள்வார்கள். அதற்கு இடம் கொடுத்துவிடாத

வண்ணம் இரட்டிப்புத் தற்காப்புணர்வுடன் அபாரமான கீழ்ப் படிதலும், அபாரமான மதிப்பெண்களுமாக நான் வேறொரு ஆளாகி விட்டிருந்தேன். என்றாலும், எப்படியோ அவர்களுக்குக் காரணம் கிடைத்துக்கொண்டே இருந்தது.

ஒருநாள், சின்னண்ணாவின் குழந்தைக்கு வலிப்பு வந்து விட்டது. குடும்பம் பதறியது. ஆளுக்கொரு கைவைத்தியம் சொல்லியும் செய்தும் ஒருவழியாகக் குழந்தை சமனமாகித் தூங்கியபிறகு, சின்னண்ணா கண்டுபிடித்தான் – மாம்பழம் தின்றுவிட்டுக் குழந்தையை நான் கொஞ்சி முத்தம் கொடுத்தது தான் காரணமென்று. உடனடியாக என்னை உதைக்கத் தொடங்கினான்.

நான் அலறிக்கொண்டு வாசலுக்கு ஓடினேன். வீட்டு முன் உள்ள சிமெண்டுக் களத்தில் என்னைப் புரட்டிப் புரட்டி அவன் துவைத்துக்கொண்டிருந்தபோது, 'டேய்...' என்று ஒரு சீறல் பின்னால் கேட்டது. அண்ணா நிறுத்தினான். அவன் என்னை அடிப்பதற்கும் தங்களுக்கும் சம்பந்தமே கிடையாது என்கிற மாதிரி மௌனம் காத்த மொத்தக் குடும்பமும் வாசலில் திரண்டது.

குப்பம்மாதான்.

நடுங்கி ஆடத் தொடங்கியவள், நட்ட நடு வாசலில் சடாரென்று மண்டியிட்டு அமர்ந்தாள். பம்பரம் சுற்ற ஆரம்பித்தது. தலையை விரித்துப்போட்டுக்கொண்டு குப்பம்மாள் சுழலும்போதே வளாகத்தின் பின்பாதித் தென்னந்தோப்பில் இருந்த பணியாளர்களும், வாசலில் சோழவந்தான் சாலையில் இருந்தவர்களும் என பத்திருபது பேர்வரை கூடிவிட்டார்கள். யாரோ தகவல் சொல்லி, குட்டையனும் மின்னல் மாதிரி வந்துசேர்ந்தார். சுழற்சியின் உச்சத்தில் மூச்சுவாங்கியபடி குப்பம்மாள் பேசத் தொடங்கினாள். நான் பேரதிர்ச்சி அடைந்தேன்.

குப்பம்மாளின் தொண்டையில் அப்பா பேசினார்!

...எங் கொளந்தையெ இப்பிடிப் போட்டு அடிச்சீண்டா, ஒங் கொளந்தையெ நான் அடிக்க வேண்டிவரும், சங்கரா. பாத்துக்க.

அவருடைய குரலைக் கேட்ட மாத்திரத்தில் அதிர்ந்திருந்த நான், விம்மிவிம்மி அழ ஆரம்பித்தேன். குப்பம்மாவின் மீது வந்து இறங்கியிருந்த அப்பா, சுத்தமான பிராமண பாஷை பேசவில்லை என்பது யாருக்குமே ஆச்சரியமாகப் படவில்லை

ஏமாறும் கலை 139

என்பது எனக்கு ஆச்சரியமாக இருக்கிறது – இப்போது நினைத்துப் பார்க்கும்போது ... குப்பம்மா தொடர்ந்து பல விஷயங்கள் சொன்னாள். முடிப்பதற்கு முன்னால், சின்னண்ணாவுக்கு அரசாங்க இலாகாவில் வேலை போட்டாகி விட்டது என்றும் சொன்னாள்.

குப்பம்மா ஒரு குழப்பமாக இன்றுவரை எனக்குள் மீந்திருப்பதற்கான காரணம் இதுதான். மறுநாள் முற்பகலில் தபால்கார சாயபு, சின்னண்ணாவை தொலைபேசி இலாகா வில் நியமனம் செய்த உத்தரவைக் கொண்டுவந்து கொடுத்தார். இனி, அடிப்பதற்கு ஓர் ஆள் குறைந்துவிடும் என்று நான் உள்ளூற ஆனந்தித்தேன். ஆனாலும், மதுரையில் போட்ட உத்தரவு, குப்பம்மாவுக்கு எப்படித் தெரிந்தது என்பது குழப்ப மான விஷயம்தானே!

சுமார் நாற்பது வருடங்கள் ஓடிவிட்டன. ஏகப்பட்ட காக்காய்கள். ஏகப்பட்ட பனம்பழங்கள். காரண – காரியம் கோக்க முடிந்தவை, ஒருபோதும் இயலாதவை என்று எத்தனையோ சந்தர்ப்பங்கள். ஆரூடங்கள். தட்சிணைகள். அவற்றைப் பொருட்படுத்தாது நிகழ்ந்தேறும் மனமுறிவுகள். நிராசைகள். இவையெல்லாம் இல்லாமல் எந்த ஒரு தனி மனிதனுக்கும் வாழ்க்கை நகர்ந்துவிட முடியாது என்று உறுதி யாக நம்பும் வயதை நானும் எட்டிவிட்டேன்.

ஆனால், வேதனையாக உறுத்துவதற்கென்றே அடிமனத்தில் வண்டல் படிந்து கிடக்கும் கேள்விகளும் இருக்கத்தான் செய்கின்றன. அன்று இரவில் தனியாகக் கொசுவலைக்குள் கிடந்தபோது அவற்றைச் சுமந்துதான் நான் குமுறிக் குமுறி அழுதேன்:

1. என்னிடம் எவ்வளவோ பிரியமாய் இருந்த அப்பா, இப்படி நேரில் வந்தும் என்னுடன் ஒரு வார்த்தை கூடப் பேசாமல் போய்விட்டாரே.

2. எதிரில்தானே நான் நின்றுகொண்டிருந்தேன். எனக்குள் வந்து இறங்கியிருக்கலாமே. அப்படியென்றால், என் மனசு முழுக்க அப்பா நிரம்பியிருக்கவில்லை என்று தானே அர்த்தம்?

3. அதைவிட, நிறைவேறாத ஏக்கத்துடன் செத்துப் போகிறவர்கள்தானே மற்றவர்கள் மீது வந்து இறங்கு வார்கள் என்று அப்பா சொன்னார்? அவர் மனத்தில் நிரம்பியிருந்த ஏக்கம் என்ன?

சரஞ் சரமாக...

வேலிக் கிராதியை ஒட்டி வரிசையாக நின்றிருந்த மஞ்சள் கொன்றை மரங்கள் அந்த நிலையத்துக்கு அபாரமான சோபையை அளித்தன. அவற்றின் பாதத்தடியில் மிருதுவான பஞ்சணை போல மஞ்சள் மலர்கள் உதிர்ந்து பரந்திருந்தன. இந்த மரங்களின் அழகைப் பார்த்துத்தான் இறங்கியிருந்தேன். தவிர, இந்த நிலையம், எங்கள் பூர்விக கிராமத்திலிருந்து ஒன்றரை மைல் தொலைவிலிருந்த, ஒரு நாளைக்கு ஒரேயொரு பாஸஞ்சர் ரயில் மட்டுமே நின்று பெருமூச்சுடன் புறப்பட்டுச் செல்கிற, நிலையத்தின் சாயலுடன் இருந்தது. நான் இறங்கியதற்கு இந்த இரண்டு தவிர, இன்னொரு காரணமும் உண்டு – நடை மேடையில் குழுமியிருந்த ஜனக்கூட்டம்.

ஏதோ திருவிழாவுக்கு ரயில் பிடித்துப் போகிற கிராமவாசிகள் கூட்டம். விதவிதமான நிறங்களில் உருமால்களும், சேலைகளும், முக்காடுகளும், பரட்டைத்தலைகளும், தாடிமீசைகளும், காது மடல் முழுக்கத் துளையிட்டுக் கோத்த வெள்ளிவளையங்களும் கடுகெண்ணெயின் பிசுக்கு நாற்றமும் அரை வட்டமாய்க் குந்தி அமர்ந்து அடித்தொண்டையில் அலறி நடக்கும் உரையாடல்களும் என்று அந்த நடைமேடையே திருவிழாத் திடல் மாதிரித்தான் இருந்தது.

நான் வந்தது விரைவு வண்டி. எதிரே வரவிருக்கும் அதிவிரைவு வண்டிக்கு வழி விடுவதற்காக ஒதுங்கி நின்றது. அந்தக் கணமே முடிவெடுத்து இறங்கிவிட்டேன். வருடத்தில் ஓரிரு வாரங்கள் இப்படியொரு சஞ்சாரி மனநிலையில் எங்காவது தனியாகப் புறப்பட்டுச் சென்றுவிடுவது என் வழக்கம். இல்லாவிட்டால் என் பணியில் உள்ள இறுக்கம் தாளாமல், சித்தம் பிறழ்ந்துவிடும்.

வேலைக்குச் சேர்ந்த காலத்திலிருந்தே இந்தப் பழக்கத்தை வைத்திருக்கிறேன். என் முதலாவது நிறுவனத்தில் மேலதிகாரியாய் இருந்த ரகுநாத் முண்டே சொல்லிக்கொடுத்தது; தன்னுடைய மாநிலத்தின் ராய்காருக்கு அழைத்துச் சென்று பழக்கப்படுத்தினார். கோட்டையும் கொத்தளங்களுமாய் இருந்த பிரதேசம் இன்று சிதிலங்களாய் நின்றிருப்பதையும், அவற்றை ஆண்ட அரச வம்சம் இன்று பூண்டற்றுப் போய்விட்டதையும் பார்த்ததில் இன்றைய சம்பாத்தியம் தொடர்பான பதற்றங்கள் அனைத்தும் அர்த்தமற்றவையாய்த் தென்பட்டன.

ஆனால், திரு. முண்டேவுக்கு அடுத்து எனக்கு மேலதிகாரியாய் வந்த கேயெம்டி அப்படிப்பட்டவரல்ல. வேடிக்கை பார்த்துக்கொண்டு நிற்கும் நேரத்தில் நாலு வாடிக்கையாளர்களைப் பார்க்கலாம், நாலு ஆர்டர் பிடிக்கலாம் – இன்ஸெண்ட்டிவ் அதிகம் சம்பாதிக்கலாம். நமக்கும் நல்லது, நிறுவனத்துக்கும் நல்லது என்பது அவரது கொள்கை. உபரியாக,

லீவென்ன லீவு, ஓய்வு பெற்ற பிறகு, சாகும் வரை லீவுதானே.

என்று அறிவுரைப்பார் . . .

நிலையத்துக்கு மீண்டும் வந்துவிடுகிறேன் . . . ஜனங்களை வேடிக்கை பார்த்தபடி இந்தக் கோடிக்கும் அந்தக் கோடிக்குமாக நாலைந்துமுறை நடந்தேன்.

மகுடி போன்ற தோற்றமும் நாதமும் கொண்ட ஊது வாத்தியத்தை வாசித்தான் அந்த ஆள். இளைஞன். வெட்டி வெகுநாளாகியிருந்த சிகை. முகம் முழுக்கப் படர்ந்து நிரம்பிய ரோமம். தலையிலிருந்து முடி வழிந்திறங்கியது மாதிரி மண்டியிருந்தது. கண்களும் நாசியும் உதடுகளும் காதுமடல்களும் தெரிந்திராவிட்டால், அது ஒரு முகமேயில்லை, கழுத்தில் பொருத்திய மயிருருண்டை என்று நினைத்திருப்பேன்.

எதிரில் இருந்த கிழவரும் தாடி வைத்திருந்தார். தேன்கூடு வடிவில் நெஞ்சைத்தாண்டி இறங்கிய நரைத் தாடி. சம்மணமிட்டு அமர்ந்திருந்தார். சிறு திட்டு அல்லது தட்டையான கல்மீது அமர்ந்திருக்க வேண்டும். முன்புறம் சரிந்து இருந்த மடியின்மீது அகலமான மத்தளம் ஒன்றை வைத்திருந்தார். ஊதுகுழலின் இசைக்குத் தாளம் வாசித்தார்.

தஞ்சாவூர் ஜில்லாக்காரன் நான். பிறப்பின் காரணமாக, ஏகப்பட்ட கர்னாடக இசைக் கச்சேரிகள் கேட்டிருக்கிறேன்.

பிற்பாடு, விருப்பத்தின் காரணமாக, அளவற்று ஹிந்துஸ்தானி சங்கீதம். ஆனால், அடித்துச் சொல்லுவேன் – இந்த ஜோடியின் சங்கீதத்துக்கு இணையான இன்னொன்றை என் வாழ்நாளில் கேட்டதில்லை. நாகம் எதுவும் கூட்டத்தில் புகுந்து களேபரமாகி விடுமோ என்று மெல்லிய பதற்றம் உதிக்கிறது – அதையும் மூழ்கடித்துப் பிரவகிக்கிறது இசை.

ரகசியமும், இறைஞ்சலுமாய் மகுடி குழைகிறது. அனுசரணையாய், ஆறுதலான தாளத்தில் இணைகிறது மத்தளம். சூழ்ந்து நிற்கும் ஜனக்கூட்டம் சிறுகச் சிறுகக் கிறங்குகிறது. ஆணும் பெண்ணுமாய்க் கூடிநின்று 'ஆஹா' என்கிறார்கள். 'வாஹ் வா' என்கிறார்கள். 'க்யா பாத் ஹெ' என்கிறார்கள். இந்தச் சூழலிலிருந்து அகன்று, எப்போது எனக்குள் அமிழ்ந் தேன் என்று தெரியவில்லை.

நான் மட்டுமே இருக்கிறேன். அப்படிச் சொல்லக்கூடாது, நானும் இசையொலியும் மட்டும் இருக்கிறோம். அப்படிச் சொல்வதும் தவறுதான் – இசை மட்டும் இருக்கிறது; அது தன்னை நான் என்று நினைத்துக்கொள்கிறது. நிறைகுடம் மாதிரித் தளும்புகிறேன். குழலொலியின் அலைகள் எழுந்து எனக்குள்ளேயே ஒரு விளிம்பைக் கண்டடைந்து காணாமல் போகின்றன – புதிய அலைகளுக்கு இடம் விட்டு. பேரலைகள் மறிந்தும் துளியும் சிந்தாத சமுத்திரம் என்று என்னை உணர் கிறேன். இப்படியெல்லாம் யோசனை ஓடுகிறதே – நான் நிஜமாகவே இசை கேட்கத்தான் செய்கிறேனா என்று கேள்வி உதிக்கிறது. அல்லது, இப்படி யோசனைகளைக் கிளர்த்துவது தான் இசை என்ற மகா வடிவத்தின் நோக்கமோ என்று சமாதானமும் பிறக்கிறது. வாசிக்கும் பழக்கம் உருவாக்கிவிட்ட வியாதிதானோ இது மாதிரி வாக்கியங்கள் உருவாவது என்று அச்சம் வேறு தட்டுகிறது.

இதையெல்லாம் பொருட்படுத்தாமல் தன்னிச்சையாக முறுக்கிக்கொண்டு வந்திருந்த நரம்பு மண்டலப் பின்னல் படாரென்று தெறித்தது மாதிரியான ஒரு தருணத்தில் வாசிப்பு நின்றது.

மத்தளக்காரர் ஊனர் போல. பக்கத்தில் இருந்த ஊன்று கோலை அப்போதுதான் கவனித்தேன். மகுடிக்காரனை நோக்கிக் கை நீட்டினார். அவன் உதட்டைப் பிதுக்கினான். இவர் 'பாஞ்ச் ருப்யா, பாஞ்ச் ருப்யா' என்று மீண்டும் மீண்டும் சொல்கிறார். சற்றே சித்தம் பிறழ்ந்தவரோ என்று தோன்றுகிறது. மகுடியன் இருந்த நிலையிலேயே தன் குர்த்தாவின் பக்கவாட்டுப் பைகளை வெளிப்புறமாய்ப் பிதுக்கிக் காட்டுகிறான்.

மத்தளர் ஊன்றுகோலை நிதானமாக எடுத்தார். எதிர் பாராத கணத்தில் மகுடியனின் உச்சந்தலையில் ஓங்கி ஓர் அடி கொடுத்தார். அவன் பதறிப்போய்த் தலையில் கை பதித்தான். விரல்களின் இடைவெளியில் ரத்தம் வழிந்தது.

காக்காய்க் கூட்டம்போல ரசிகர்கள் கலைந்தார்கள். நானும் ஓடி விலகியிருப்பேன். ஆனால், அகல முடியாமல் என் கையைப் பிடித்து யாரோ அழைத்துப் போகிறார்கள்.

இந்தக் கனவின் இரண்டாம் பகுதியைச் சொல்வதற்கு முன் சிறு இடையீடு அவசியமாகிறது. இவ்வளவு விரிவாக இருக்குமா கனவு – அல்லது அதைப்பற்றிய ஞாபகம், என்று எனக்கே ஒரு சந்தேகம் உறுத்தத்தான் செய்கிறது. ஆனால், நான் நிச்சயம் புளுகவில்லை. கனவில் நொடிப்பொழுது மின்னி மறைந்த அம்சங்களும், நினைவுகூரும் போது பழைய துரிதத்தில் இல்லை. 'தாராளமாகப் பார்த்துக்கொள்' என்று, விலகிய மேலாடை பற்றி அக்கறையற்று இருக்கும் பேரிளம்பெண் மாதிரி, நிதான மாகத்தான் நகர்கின்றன. அதிலும், சொல்ல ஆரம்பித்த பிறகு இன்னும் மந்தமாகி விடுகின்றன. பார்த்துக்கொண்டே சொல்லும் போது விவரணைகள் பெருகிவிடுகின்றன. எழுதும்போதோ, கேட்கவே வேண்டாம்.

வண்ணங்களும்தான். நிஜத்தில் போலவே ஒளிரும் நிறங்கள். கனவுகள் பற்றிச் சொல்லப்பட்ட எல்லா வரையறைகளுக்கும் அப்பால் நகர்ந்து போய்க்கொண்டே இருக்கின்றன என் கனவுகள். எனக்கு மட்டும்தானா, எல்லாருக்குமேவா என்று தெரிந்துகொள்ள ஆசையாகத்தான் இருக்கிறது. எல்லாரும் சொல்லி உறுதிப்படுத்தும் அம்சங்களையும் தாண்டத்தானே செய்யும் என்று நினைக்கும்போது ஆயாசமாகவும் இருக்கிறது.

நடைமுறை உலகத்தின் எல்லா அம்சங்களையும் கொண்ட, ஆனால் தனக்கேயான நியதிகள் கொண்ட தனித்துவமான உலகமாகத் தென்படுகிறது கனவுலகம். இந்த விளக்கம் என்னுடையது அல்ல, நான் முன்னர் குறிப்பிட்ட திரு. முண்டே சொன்னது. மேலும் அவர் விளக்கினார் –'கனவில் ஒரு நொடி தோற்றம் காட்டும் சூழல், பூமி தோன்றிய நாளில் தொடங்கி இன்று வரையிலான சகல நிகழ்வுகளையும் உள்ளடக்கியது. அதனால்தான், கனவில் பாம்பைப் பார்த்தவுடன் பயந்து ஓடுகிறோம். இதுவரையில் பார்க்காத ஜந்து என்றால், வியப்பை யும் ஆச்சரியத்தையும்கூடக் கிளர்த்தலாமே. உடனடியாக அச்சம் ஏன்? அதுதான் சொல்கிறேன், கனவு ஆரம்பித்த

மாத்திரத்தில் நகல் பிரபஞ்சம் முழுமையாகத் திரண்டு விடுகிறது – டோக்கியோ, மார்ட்டின் லூதர் கிங், சாக்ரட்டீஸ், ராணா பிரதாப் சிங், லதா மங்கேஷ்கர், உங்கள் வீட்டின் சமையலறை, விஸ்வநாததாஸ் பூங்கா என்று நனவுலகின் பாற்பட்ட சகலமும் சகலரும் மின்னல்போல நிரம்பி விடு கிறார்கள்.'

திரு. ரகுநாத் முண்டே இப்படித்தான். எதையாவது சொல்லி நம்மைக் குழப்பிக்கொண்டே இருப்பார். கேட்டும் கேட்காத மாதிரி நகர்ந்து விட வேண்டியதுதான். என்னை ஓர் ஆள் அழைத்துப் போகிறான் என்று சொன்னேனில்லையா, அவனைப் பின் தொடர்வதுதான் உத்தமம்.

பிரம்மாண்டமான அரங்கம். குளிர் பதனம் செய்யப்பட்டது. மேடையின் மையத்தில் ஓர் இளம் பெண். வாய்ப்பாட்டு. நான் போகும்போது ஆலாப்பை முடித்திருக்கிறாள். அழகி. வெறும் அழகியில்லை, அபாரமான அழகி. ஆபரணங்கள் எதுவுமில்லை, ஒப்பனை எதுவுமில்லை. சும்மா முகத்தை மட்டும் கழுவிக்கொண்டு, இஸ்திரி போட்ட பருத்திப் புடவை யுடன் வந்து மேடையில் அமர்ந்தவள் மாதிரி. இயற்கை வழங்கிய ஒப்பனை போதாதா என்கிற மாதிரி.

இடது முலை குதித்தாட, தொடையில் தாளமிட்டவாறு பாடுகிறாள். ஓங்கி எழும் காமத்தை அடக்க முயல்கிற மாதிரி, வலது கை மடிப் பள்ளத்துக்குள் பதிந்திருக்கிறது. இசைக்கும் காமத்துக்கும் என்ன சம்பந்தம் என்று எனக்குள் எழும் யோசனையை ஊடறுத்து இரண்டு விஷயங்கள் என் கவனத்தில் பதிகின்றன. ஒன்று, அரங்கத்தில் யாருமே இல்லை. நான் மட்டுமே ரசிகன். அழைத்து வந்தவன் எப்போது வெளியேறி னானோ.

இரண்டாவது, மேடையிலும் யாருமே இல்லை – அவள் மட்டுமே. பக்கவாத்தியங்களும், சுருதிக் கருவிகளும் இல்லாது தனியாகப் பாடும் அவள்மீது என் மனம் முழுதாகத் தோய் கிறது. மார்வா. பிரிவின் ஆற்றாமை பொங்கி எழ அவள் குரல் இழுத்துப் போகும் இடங்களுக்கெல்லாம் உடன் செல்கிறேன். சென்றுகொண்டே இருக்கிறேன். வாரக் கணக்கில் மாதக் கணக்கில் எனக்குள் சேகரமாகியிருக்கும் தனிமையை அவள் மடியில் சரித்துக் கொட்டுகிறேன். ஒரே சமயத்தில் விதிர்க்கிறோம் நாங்கள் . . .

இது எப்படித் தெரிந்ததோ, அழைத்துவந்தவன் மறுபடி உள்ளே வருகிறான். வெளியில் அழைத்துப் போகிறான். ஆஹா, இப்போதல்லவா தெரிகிறது, நான் நுழைந்திருந்தது அரங்க மல்ல. சாதாரண ஓலைக் குடிசை. தங்கள் முறை வருவதற்காகக் காத்திருக்கும் நாலைந்து பேர் வரிசை கட்டி நிற்கிறார்கள். திடீரென்று என் அடிவயிற்றை பயம் கவ்வுகிறது. என் மனைவி யின் வீட்டாரோ, அவர்கள் வட்டாரத்தைச் சேர்ந்தவரோ யாராவது அந்த வரிசையில் இருக்கிறார்களா என்று ஓரக் கண்ணால் பார்க்கிறேன். நல்லவேளை, யாரும் இல்லை. ஆனால், இந்த நிம்மதி நீடிக்கவும் இல்லை. என் வழிகாட்டி, உரிமை யுடன் என் சட்டைப்பைக்குள் கைவிட்டு, இருக்கும் பணம் மொத்தத்தையும் எடுத்துக் கொள்கிறான். என் ஒரு மாதச் சம்பளம். ஆனால், அதற்கு அருகதையுள்ள சங்கீதமல்லவா, நான் கேட்டது!

இசையின் ஞாபகத்தில் முயங்கிக் கிடக்கும் மனத்துக்குள், அடுத்த கச்சேரிக்கான ஏக்கம் துளிர்விடுகிறது. அதனுடன் தொடர்ந்து செல்ல விடாமல், இடது காதை யாரோ முறுக்கிப் பிடிக்கிறார்கள். நான் பயந்தது சரிதான் – கேயெம்டியேதான். கண்ணூர் மனோகர் தேவதாஸ்.

இதுக்குத்தானே படிச்சுப்படிச்சுச் சொல்லியிருக்கேன்?... கூட்டம் கண்ட இடத்திலே நிக்காதேன்னு?

அவருடைய கையில் இழுபடும் காதைத் தொடர்ந்து நடந்தேன்...

இவ்வளவும் சொன்ன பிறகு, இது நிஜமாகப் பார்த்த காட்சியா, கனவா என்று குழப்பம் வருகிறது. ஊரின் பெயரோ, எந்தப் பிரயாணத்தில் பார்த்த காட்சி என்பதோ தெளிவில்லா மல் இருப்பதால், இது கனவாக இருப்பதற்கே வாய்ப்பு அதிகம். ஆனால், கனவு இவ்வளவு துல்லியமாக இருக்குமா, இத்தனை வருடங்களுக்குப் பிறகு இவ்வளவு தெளிவாக ஞாபகத்தில் தங்கியிருக்குமா என்கிற மாதிரியான சந்தேகங்கள் மீண்டும் எழும்புகின்றன. திரு. ரகுநாத் முண்டேயை ஞாபகப்படுத்திக் கொள்ளுங்கள். ஒரு முறை அறிமுகம் போதும், பின்னர் ஒருபோதும் மறக்க முடியாதவர் அவர்.

ஆனால், இது கனவேதான் என்பதற்கு இன்னொரு நிரூபணம் இருக்கிறது.

கேயெம்டி என் காதைப் பற்றி இழுத்துக்கொண்டு நடந்தாரல்லவா, திடீரென்று என் காது மடல் விடுபடுகிறது. புளிச்சென்று என் கன்னத்தில் எதுவோ தெறித்த உணர்வு. தடவிப் பார்க்கிறேன் – பிசுபிசுவென்கிறது. திரும்பிப்

பார்க்கிறேன். என் காதைப் பிடித்திருந்த அவரது வலது கை முழங்கையுடன் வெட்டுப்பட்டு, தொய்ந்து தொங்கும் புஜத்தின் நுனியிலிருந்து ரத்தம் கொட்ட நிற்கிறார் கேயெம்டி. உள்ளுணர்வு உந்த அண்ணாந்து பார்க்கிறேன். வைரமோதிரம் அணிந்த வலதுகை ஒன்றை அலகில் கவ்வியபடி மரக்கிளையில் அமர்ந் திருக்கிறது ஒரு பென்னம் பெரிய பறவை. ஐரோப்பாவி லிருந்து வலசை வந்த பறவை மாதிரி சாயல். உடல் நீளத்துக்குச் சமானமாக நீண்ட அலகு...

ஆனால், வெட்டுப்படாத வலதுகையால்தான் கேயெம்டி என்னைப் பணியிலிருந்து நீக்கும் உத்தரவில் கையெழுத்திட்டார். ஆக, நடந்ததெல்லாம் கனவேதான்.

நாட்குறிப்பு எழுதும் பழக்கம் இருந்திருந்தால் நன்றாய் இருந்திருக்கும். மேற்சொன்ன சம்பவம் பற்றி ஊர்ஜிதமான தகவல் இருந்திருக்கும். குறைந்த பட்சம் எந்த அளவு கனவு, எந்த அளவு நனவு, அந்தச் சமயத்தில் வாழ்வின் எந்தப் பாத்தியில் நான் இருந்தேன் என்பதெல்லாமாவது உறுதிப் பட்டிருக்கும்.

திரு. டி எத்தனையோ முறை வற்புறுத்தியிருக்கிறார். இது D அல்ல, T. தியாகராஜன். நான் புதிதாகச் சேர்ந்திருந்த பன்னாட்டு நிறுவனத்தின் விற்பனை மேலாளர்; அமெரிக்கர் கள் மாதிரியே ஆங்கிலம் பேசுபவர்; 'உன்னைப் போன்று, திரியும் மனோபாவம் உள்ளவன் நாட்குறிப்புப் பராமரிப்பது நல்லது; பிற்காலத்தில் மிகவும் உதவிகரமாக இருக்கும்' என்று. அது எதற்கு உதவப் போகிறது என்று அலட்சியமாக இருந்தது, இப்படி ஒரு குழப்பத்தில் கொண்டுபோய் விட்டிருக்கிறது. ஆனால், திரு. டியின் ஞாபகம் வருவதற்கு உதவியாய் இருந்து விட்டதே. ஆமாம், அடுத்த ஞாபகம் அவரைப் பற்றியதுதான். நிச்சயமாக, இது நடந்தது அல்ல. நூறு சதவீதம் கனவேதான்...

இன்னொரு விஷயத்தையும் சொல்லிவிடுகிறேன் – பொது வாக நனவின் பிரதியாகத்தான் கனவு இருக்கும் என்று சொல் வார்களல்லவா, என் விஷயத்தில் நேர் மாறாக நடந்தது. ஆமாம், கனவின் பிரதியாக நனவுலகம் இருப்பதை முதன்முதல் தடவையாக அனுபவித்து மிரண்டேன்.

நானும் டியும் ஏதோவொரு பேருந்து நிலையத்தில் காத்திருக்கிறோம். நான் விற்பனையாளர் கூட்டமொன்றில் உரையாற்றிவிட்டு வந்திருக்கிறேன். என்ன கூட்டம், என்ன பேசினேன் என்பதெல்லாம் கொஞ்சம்கூட நினைவில்லை.

விற்பனைப் பிரதிநிதிகளுக்கு சங்கம் அமைக்கும் தீர்மானத்தை முன்மொழிந்து பேசினேன் என்பது மட்டும் நினைவிருக்கிறது. புரட்சிகரமான பேச்சு, ஆரவாரமான வரவேற்பைப் பெற்றது என்கிற மாதிரிப் பின்மனத்தில் தங்கியிருக்கிறது. ஆனால், ஏன் யாருமே வழிமொழியவில்லை என்று ஆச்சரியப் படுகிறேன். இத்தனைக்கும், கூட்டத்தில், தெரிந்த முகங்கள் அநேகம் இருந்தன. குறிப்பாக, மு.வின் முகம் நன்றாகப் பதிந்திருக்கிறது. அவர் அடிக்கடி சிரித்துக் கைதட்டிப் பாராட்டிக் கூவியதும் நினைவிருக்கிறது.

அவர் இப்படித்தான், ஒவ்வொரு கூட்டத்திலும், முரட்டுத் தனமான கருத்துக்களை முன்மொழியவும் வரவேற்கவும் செய்வார். ஆனால், முதலாளிகளின் கையாள், உளவு சொல்வதற் காகவே ஒவ்வொரு கூட்டத்திலும் தவறாமல் பங்கேற்கிறார் என்பதெல்லாம் உரையாற்றும்போது எனக்கு நினைவில்லா மல் போய்விட்டதே என்று அடிவயிற்றில் சுருட்டுகிறது. போகட்டும், நடந்தது நடந்துவிட்டது. இந்தக் கம்ப்பெனி இல்லாவிட்டால் இன்னொரு கம்ப்பெனி. ஆனால், அங்கும் சங்கம் தேவைதானே? ஒரு மு.வும் இருக்கத்தானே செய்வார்? நானே கேள்வி எழுப்பிக்கொண்டு நானே பதிலும் அளித்துக் கொண்டதில் அலுப்புத் தட்டி, பேருந்து நிலையத்தைப் பராக்குப் பார்க்கத் தொடங்குகிறேன். டி எனக்கு அந்நியர் போல நாலடி தள்ளி நிற்கிறார்.

பேருந்து நிலையத்தில் அங்கங்கே மழைத்தண்ணீர் தேங்கி யிருக்கிறது. குறுக்கும் மறுக்குமாக பேருந்துகள் நிற்கின்றன. நாசியைத் துளைக்கும் துர்வாடை எங்கெங்கும் நிறைந்திருக் கிறது. புரியாத மொழியில் அடிவயிற்றிலிருந்து உரத்துப் பேசும் ஜனங்கள். நினைத்து நினைத்துத் துப்பிக்கொண்டே பேசுகிறார் கள். ஒரு பேருந்தில் சுபாஷ் சந்திர போஸின் படம் வரைந் திருக்கிறது. அவருடைய கன்னம் அருகே ஒட்டிய சுவரொட்டி யில் மம்தா பானர்ஜி முஷ்டி உயர்த்திச் சிரிக்கிறார். அட, கல்கத்தாவின் எஸ்ப்ளனேட் பேருந்து நிலையம் தமிழ்நாட்டுக்கு எப்போது வந்து சேர்ந்தது என்று ஆச்சரியமாய் இருக்கிறது. ஆச்சரியம் மெல்ல மெல்ல பீதியாய் மாறி அடிவயிற்றில் முட்டுகிறது.

சகதிக் குட்டைகளை, 'தீன் கா தஸ்' என்று கூவி கொய்யாப் பழம் விற்கும் சிறுவனை (நான் முதன்முறை லக்னோ சென்ற போது, முழு மண்டைவெல்லம் சைஸ் இருந்த கமலா ஆரஞ்சு களை ஒருவன் இப்படிக் கூவி விற்றதும், 'தீன் கா தஸ்' என்றால் ஆரஞ்சுப் பழம் என்று நான் நினைத்துக்கொண்டதும் நினைவு

யுவன் சந்திரசேகர்

வருகிறது. பிற்பாடு, ஹிந்திக்காரர்களுடன் சரிக்குச் சரி சண்டை போடும் அளவு ஹிந்தி பேசப் பழகிவிட்டேன்), பெட்டிகளைக் காபந்து செய்யும் சங்கிலிகளும் பூட்டும் விற்பவனை, உறுமிக் கொண்டும் உதறிக்கொண்டும் நிற்கும் பேருந்துகளுக்குக் கூவிக் கூவி ஆள் சேர்க்கும் ஏஜெண்ட்டுகளை, அவர்களுடன் தகராறு செய்யும் அடுத்த வண்டி ஏஜெண்ட்டுகளைத் தாண்டி கட்டணக் கழிவறைக்குப் போகிறேன். என் வாழ்நாள் அதிர்ச்சி அங்கே காத்திருக்கிறது.

ஆமாம். கழிவறை வெகு சுத்தமாக இருக்கிறது. எங்கள் செண்பகம் அத்தை இப்படியோர் இடத்தைப் பார்த்தால், 'பத்துப்பேர் விஸ்ராந்தியா உக்காந்து இலை போட்டுச் சாப்பிட லாம்' என்பாள். எனக்கு, முன்பு எப்போதோ பொற்கோயிலுக்கு அருகில் பார்த்த, ஐந்து நட்சத்திர ஹோட்டலின் கழிவறை மாதிரிச் சுத்தமாய் இருந்த, கரும் பளிங்குச் சுவர்களும் தரையும் கொண்டு மினுங்கிய கழிவறையை நினைவுபடுத்துகிறது. கல்கத்தாவின் பேருந்து நிலையத்தில் அமிர்தசரஸ் கழிவறை வந்து உட்கார்ந்து, இரண்டும் ஒன்று சேர்ந்து தமிழ்நாட்டுக்கு விஜயம் செய்ததில் நான் விம்மிதம் கொள்கிறேன். நான் வேலைக்குச் சேர்ந்த புதிதில், 'காஷ்மீர் முதல் கன்னியாகுமரி வரை இந்தியா ஒன்றே' என்ற வாசகம் எல்லாப் பேருந்துகளிலும் முழங்கியது நினைவு வருகிறது.

இந்த எண்ணம் கொடுத்த நிறைவில், எதற்காகக் கழிவறைக்கு வந்தேன் என்பதே மறந்து போயிருக்கிறது. எவ்வளவோ முயன்றும் காரணத்தை மீட்க முடியாமல், தலையில் அடித்துக்கொண்டு பேருந்துக்குத் திரும்புகிறேன்.

வரும் வழியில் சிறுநீர் மீண்டும் முட்டுகிறது. இந்த முறை பீதியால் அல்ல – இயற்கையாகத்தான். இரண்டு பெட்டிக்கடை களுக்கு இடையில் ஊர்ந்து செல்லும் சந்தின் மறுபுறம் ஒரு மைதானம் இருப்பது புலப்படுகிறது. வெட்டவெளி என்று வந்துவிட்டால், மூத்திர மூலை இல்லாமல் இருக்காது என்று மனம் உறுதியும் சமாதானமும் கொள்கிறது.

அனுபவம் பொய்க்கவில்லை. இருள் அடர்ந்திருக்கும் மைதானத்தின் இந்தக் கோடி விளிம்பில் சிதறலாக ஆட்கள் நின்று சிறுநீர் கழிக்கிறார்கள். ஒரு மரத் தண்டில் என் பயணப் பையைச் சார்த்தி வைத்துவிட்டு, நானும் அவர்களுடன் சேர்ந்து கொள்கிறேன்.

அடிவயிற்றில் கனம் குறைய ஆரம்பிப்பதை ஆசுவாசமாக உணர்கிறேன். அந்த இடத்தின் காற்றில் ஆவிபோல் நிரம்பி யிருக்கும் துர்வாடை ஏனோ எனக்கு மிகவும் பிடித்திருக்கிறது.

ஏமாறும் கலை

கண்ணைமூடி அந்த நறுமணத்தை என் நெஞ்சு நிறைய நிரப்பிக்கொண்டு சில விநாடிகள் நிற்கிறேன். பக்கத்தில் ஏதோ சலனம். அட, நான் சார்த்தி வைத்த பையைத் தூக்கிக் கொண்டு ஓடுகிறான் அந்தச் சிறுவன்.

நானும் ஓடுகிறேன். மூச்சு முட்டுகிறது. என் அலுவலகத்தின் முக்கியமான ஆவணங்கள் அந்தப் பைக்குள் இருக்கின்றன. அதிலிருக்கும் தகவல்கள் இன்னொரு நிறுவனத்திடம் சிக்கும் பட்சத்தில் எங்கள் நிறுவனம் அடைந்த அசாத்திய வெற்றியின் சூத்திரங்கள் அனைத்தும் அவர்களுக்குத் தெரிந்து, எங்கள் லாபம் குறையவும் அவர்கள் லாபம் பலமடங்கு அதிகரிக்கவும் வாய்ப்பிருக்கிறது.

பையன் ஓடி நுழையும் கட்டடம் எனக்குப் புதியதல்ல. நான் பலமுறை அதைத் தாண்டிப் போயிருக்கிறேன் என்பதோடு, ஒருமுறை உள்ளே சென்றும் இருக்கிறேன்.

எங்களுடைய போட்டி நிறுவனம் அது. எவ்வளவோ லாபம் சம்பாதித்தும், காறை உதிரும் உட்சுவர்கள் கொண்ட எங்கள் அலுவலகம் மாதிரியின்றி, பளிங்கு போல மினுங்கும் சுவர்கள். மெல்லிய மல்லிகை நறுமணமும், குளிர்பதனத்தின் மிருதுவான குளிரும் நிலவும் சூழல். ரகசியம் பேசுகிற மாதிரி ஒரு தந்தி வாத்தியத்தின் மிழற்றல்.

மேலாளரின் அறைக்குள் சென்ற மாத்திரத்தில் நான் பலவிதமான அதிர்ச்சிகளுக்கு ஆளாகிறேன். முதலில், என்னை இழுத்துவந்த பையனைக் காணவில்லை. என் பை மாத்திரம் மேசைமீது இருக்கிறது. சுழல் நாற்காலியில் அமர்ந்திருக்கும் மேலாளர் எதிர்ப்புறச் சுவரை நோக்கி அமர்ந்திருக்கிறார். அவரது உருவமே தட்டுப்படாத அளவு முதுகு உயர்ந்த, அரியாசனம் போன்ற இருக்கை அது.

மேசைக்குப் பக்கவாட்டில், அமர்பவர்கள் புதையும் அளவு மெத்தை கொண்ட ஸோஃபாவில் சாய்ந்து உட்கார்ந்திருப்பவரைப் பார்த்ததும் எனக்கு மூச்சு நின்றே போகிறது. யார்தான் நம்புவார், அங்கே இருப்பவர் மு.! இப்போது மேலாளரின் நாற்காலி சுழன்று திரும்புகிறது – அடுத்த அதிர்ச்சி – மேலாளர் ஒரு பெண். அதைவிடவும் அதிர்ச்சி தருவது, முன்னொரு கனவில் தனியாய் அமர்ந்து எனக்கு சங்கீதம் வழங்கிய அழகியேதான் அவள்!

‘அமர்க’ என்று என்னைப் பார்த்துக் கையசைக்கிறாள். அது வெறும் கையல்ல. மந்திரக் கை. ஆமாம், அது அசைந்து முடியும்போது, என் பை கிடக்கும் மேசை வெறும் மர

150 யுவன் சந்திரசேகர்

மேசையாக இல்லை. தமிழ் சினிமாவில், வில்லனின் நிலவறையில் இருக்குமே, அதே மாதிரி, புத்தம் புதிய பணக்கட்டுகளை அடுக்கிய மேடையாகியிருக்கிறது.

மேற்சொன்னது கனவுதான் என்பதில் ஒரு சந்தேகமுமில்லை. நனவுலகில் காட்சிகள் இவ்வளவு வேகமாக மாறுவதற்கில்லை. ஆனால், வேறொரு சந்தேகம் இருக்கிறது எனக்கு – இது ஒரே கனவுதானா, அல்லது ஒன்றின் மீதொன்றாகப் படிந்த ஒன்றுக்கு மேற்பட்ட கனவுகளா என்று. மொத்தமும் துல்லியமாக நினைவிலிருப்பதாலும், கண்ணாரக் கண்ட காட்சி போலவே அழுத்தமாக மீந்திருப்பதாலும், இது நான் கண்ட கனவேதான் என்பது உறுதி. ஆனால், ஒருவரே கண்டவை என்றாலும், ஒரு கனவின்மீது இன்னொரு கனவு படிவது சாத்தியம்தானா என்று யாராவது கனவியலாளரிடம் விசாரிக்க வேண்டும். அவர்களுக்குத்தான் தங்களுடைய கனவையே பிறருடையது மாதிரிக் காணும் திறன் உண்டு. அல்லது உளவியலாளரிடம் கேட்கலாம். அவர்கள் பிறருடைய கனவுகளையும் பகற்கனவுகளையும் துர்க் கனவுகளையும் தங்களுடையது மாதிரிக் காணும் வல்லமை படைத்தவர்கள் அல்லவா.

எப்படியோ, இந்தக் கனவின் தொடர்ச்சியாக, என் வாழ்முறை மாறிவிட்டது என்பதைச் சொல்லத்தான் வேண்டும். கார் – அதை ஓட்ட ஒரு ஆள்; வீடு – சமையலறை கழிவறை தவிர்த்த அத்தனை அறைகளுக்கும் குளிர்பதனம்; குழந்தைகளுக்கு உயர்தரமான கல்வி – எப்படியும் வெளிநாட்டில் சென்று குடியமர்ந்து விடுவார்கள்; மனைவிக்கு லட்சக்கணக்கில் செலவு செய்து சிகிச்சை – பாவம், அவளுக்குத்தான் புற்று நோய் தொற்றி ஒரு மார்பகத்தை அகற்றவேண்டியதாகிவிட்டது – என்று எல்லாமும் எனக்கு வாய்த்தது ஒரே கனவின் காரணமாக என்று சொன்னால் யாராவது நம்புவார்களா!

இதற்காகத்தான், இந்தியாவின் முன்னாள் ஜனாதிபதி திரும்பத் திரும்பச் சொல்கிறாரோ, 'கனவு காணுங்கள், கனவு காணுங்கள்' என்று. நடக்கப் போவதைத்தான் கனவு காண வேண்டுமென்று அவர் வற்புறுத்துகிற மாதிரித் தெரிகிறது. தமது கனவின்மீது அத்தகைய கட்டுப்பாடு ஒருவர் செலுத்த முடியுமா என்று தெரியவில்லை. சிலவேளைகளில், நடந்து முடிந்தவையும் கனவாக வரத்தானே செய்கின்றன.

இதைச் சொல்லி முடித்ததும், என் கவனம் வேறு ஒரு விஷயத்தின் மீது படிகிறது. மேலுள்ள பத்திகளில் கனவு

என்கிற வார்த்தைதான் எத்தனைமுறை வந்திருக்கிறது! இது மாதிரியான அப்ஸெஷன்கள்தாம் விஷயங்களை சாதகமாக வும், நேர்கோட்டிலும் செலுத்த வல்லவை என்று சுயமுன்னேற்றப் புத்தகங்கள் வலியுறுத்தவில்லை?

இவ்வளவும் சொன்ன பிறகு, சென்ற வாரம் கண்ட இன்னொரு கனவையும் விவரிக்க ஆசையாய் இருக்கிறது. அதை மட்டும் பாக்கிவைப்பானேன் – கொஞ்சம் நீளமானது என்றாலும்? . . .

சென்ட்ரல் ரயில் நிலையத்தின் நடைமேடை. ஆட்களே இல்லாமல் வெறிச்சோடிக் கிடக்கிறது. மத்தியான வேளையில் சேத்துப்பட்டு நிலையம் இருக்கிற மாதிரி. அங்காவது, ஜேப்படி ஆசாமிகள் – அங்கு காத்திருப்பவர்களையும் படுத்திருப்பவர் களையும் பார்க்கும்போதெல்லாம் எனக்கு ஏனோ அப்படித் தோன்றிவிடும். அந்த நிலையத்தைப் பற்றி நான் கேள்விப் பட்டிருந்த தகவல்கள் அப்படியானவை – நடமாட்டம் உண்டு. இங்கே அதுகூட இல்லை. விற்பனையாளர் இல்லாத பெட்டிக் கடை மட்டும் திறந்திருக்கிறது.

நான் விஜயகுமாரின் காருக்குள் ஓட்டுநர் இருக்கையில் அமர்ந்திருக்கிறேன். காருக்கு வெளியில் விஜயகுமார் நின்று கொண்டிருக்கிறார். நான் முதன்முதலில் வேலை பார்த்த அலுவலகம் நிரந்தர வாடகைக்கு அமர்த்தியிருக்கும் வண்டியின் ஓட்டுனர். ஹிந்துஸ்தான் மோட்டார் கம்பெனி தயாரித்த முதல் மூன்று கார்களில் மூன்றாவது இது. மற்ற இரண்டில் ஒன்று கல்கத்தா ம்யூசியத்திலும், இரண்டாவது ஹைதராபாத் தின் ஸாலார்ஜங் ம்யூசியத்திலும் இருக்கிறது என்று நான் ஓய்வு பெறும் சமயத்தில் மேலாளராகப் பணிபுரிந்த நிறுவனப் பொறியாளன் கிம் ஜோங் உன் சொல்வான். இந்தியாவில் வேலைக்கு வந்து ஆறேழு வருடங்களில் அவன் இந்த நாட்டைப் பற்றித் தெரிந்துகொண்ட அளவு, இங்கேயே பிறந்து வளரும் நாமே அறிந்திருக்க மாட்டோம். அவனைப் பற்றிய பேச்சு இப்போது வேண்டாம். பின்னால் அவன் வரும்போது பார்த்துக் கொள்ளலாம்.

விஜயகுமாரிடம்தான் கடைசியாக நிறுத்தினேனல்லவா, பணிவாக இருப்பதற்கென்றே பிறவி எடுத்தவர் அவர்; பிறவிக் காரணத்தை மற்றவர்களுக்குத் தெரியப்படுத்துவதற்காகவோ என்னவோ, லேசாக, ஒரு பதினைந்து டிகிரி முன்புறம் சாய்ந்து கூன் போட்டிருப்பார். என்ன பேசுகிறோம் எதை முன்னிட்டு என்பதெல்லாம் எதுவும் தெரியவில்லை. ஆனால் பேசிக்

கொண்டிருக்கிறோம். நான் மஹாராஜாவின் தோரணையுடனும், விஜயகுமார் கடைநிலைச் சேவகனின் பணிவுடனும்.

எப்படி என்று தெரியவில்லை, வண்டி நகர ஆரம்பிக்கிறது. விஜயகுமார் 'இதெல்லாம் சகஜம்தானே' என்பதுபோல அமைதியாக நிற்கிறார். எனக்குக் கார் ஓட்டத் தெரியுமா தெரியாதா என்று அவருக்குத் தெரியுமா தெரியாதா என்று எனக்குத் தெரியாது. கார் ஓட்டவும் தெரியாது. குனிந்து பார்க்கிறேன், ஏதோவொரு லீவரின் மேல் என் பாதம் அழுத்திக்கொண்டிருக்கிறது.

அவசரமாக ஒரு செய்தியைச் சொல்லிவிடுகிறேன் – இடையில் சில வருடங்கள் மன அழுத்தத்தைக் குறைப்பதற்காக மாத்திரைகள் சாப்பிட்டேனல்லவா – இப்போது மாத்திரைகளை நிறுத்தியாகிவிட்டது – அப்போதிருந்த பழக்கம் ஒன்று மட்டும் விடாப்பிடியாக என்னுடன் தங்கிவிட்டது. கைகளையும், கால்களையும் எங்காவது அழுத்திக்கொள்ளாமல் சாதாரணமாக அமரவோ படுக்கவோ முடியாது என்னால். போகப்போக அழுத்தம் கூடி, அழுத்தத்தின் அழுத்தம் என் உடம்பில் தெரியவந்த பிறகு உடனடியாக விடுவித்துக்கொள்வேன். ஓரிரு நிமிடங்களில் வேறெங்காவது அழுத்திக்கொண்டு விடுவேன் – நானறியாமல். பற்கள் சதா கிட்டித்தபடி இருப்பது வேறு சங்கதி.

இப்போது வண்டி நகர்ந்துகொண்டிருக்கிறது அல்லவா. என் வழக்கப்படி, வேகமெடுக்கிறது. நல்லவேளை, உயிரைக் காத்துக்கொள்ளும் முனைப்பையும், அதற்கு உறுதுணையாக இருக்கும் உள்ளுணர்ச்சியையும் மாத்திரைகள் எதுவும் செய்துவிடவில்லை. அடுத்திருக்கும் இன்னொரு லீவரின் மீது பாதத்தை மாற்றி வைக்கிறேன். வேகம் சடாரென்று குறைந்து, இன்னும் நல்லவேளை, திறந்திருக்கும் பெட்டிக்கடைக்கு சில அங்குலங்கள் முன்பாகவே வண்டி நின்றுவிடுகிறது. கிட்டத்தட்ட நூறு அடிகள் வரை ஓட்டியிருக்கிறேன் – முன்போலவே, ஜன்னலுக்கருகில் நின்றிருக்கிறார் விஜயகுமார்.

இதற்கப்புறம் நடந்ததுதான் அவரும் சரி, நானும் சரி, கொஞ்சம்கூட எதிர்பார்க்காதது. சொல்லப் போனால், நீங்களுமே எதிர்பார்த்திருக்க மாட்டீர்கள். வண்டியை ஓட்டிக்கொண்டு நான் நிலையத்துக்கு வெளியில் வந்து நாலைந்து மணி நேரமாகிறது. இது கடிகாரத்தைப் பார்த்துத் தெரிந்துகொண்டது அல்ல – வெயிலின் கனத்தை வைத்து, அதில் ஏற்பட்டிருக்கும் மாறுபாட்டை வைத்து நானாக அறிந்துகொண்டது. இந்த இடத்தில் கிம் ஜோங் உன்னின் ஞாபகம் மீண்டும் வருகிறது.

மனித குலம் எவ்வளவு நாகரிகம் அடைந்தபின்னும், கருவி களின் துணையில் வாழ்க்கையை நடத்த ஆரம்பித்த பின்னும், ஆழ்தள நிலவரங்களில் சிறிதும் மாறுதலுறாத பிராந்தியங்கள் இருக்கத்தான் செய்கிறது என்று அவன் சொல்வான். உதாரண மாக, பெண்ணின் மறைவிடம் பார்வையில் படும் கணத்தில், சமூக உறவு நிலைகள் எதுவுமே நினைவிருப்பதில்லை - தொகுத்துக்கொண்டு அந்தக் காட்சியைத் துய்க்க விழையும் போதுதான், நண்பனின் மனைவி, நமது மகள் என்றெல்லாம் பேதம் தெரிய ஆரம்பித்து, பார்வையைத் தொடர்வதா, விலக்கிக் கொள்வதா என்கிற முக்கியமான முடிவை மேல்மனம் எடுக்கிறது என்பான்.

அவன் கிடக்கிறான், நான் பார்த்ததைச் சொல்கிறேன் - ரயில் நிலைய நடைமேடையில் விஜயகுமாருடன் பேசும் போது இளவெயிலாக இருந்தது இப்போது நன்கு முற்றிக் கனிந்திருக்கிறது. மனத்தின் கனிவுக்கும் வெயிலின் கனிவுக்கும் தான் எவ்வளவு வித்தியாசம்!

கிம்மும் நானும் ஒரு மாடிப்படி வளைவில் நிற்கிறோம். அவன் எனது கொரியப் பயணம் பற்றி விசாரிக்கிறான். 'தென் கொரியா வருவதற்குப் பதிலாக, தவறுதலாக வட கொரியாவுக்குப் போய்ச் சேர்ந்துவிட்டாலும் பரவாயில்லை - அங்கே உனக்கு ராஜ உபசாரம் கிடைக்கும்' என்கிறான். வடகொரிய அதிபரின் பெயரும் இவனுடைய பெயர்தானாம்! அந்தப் பயல் சிரிக்கும்போது மஞ்சள் நிறமாகப் பூத்திருக் கின்றன சோழிப் பற்கள்.

இதற்குள் விஜயகுமாரிடமிருந்து செல்ஃபோனில் அழைப்பு வருகிறது. அவருடைய குரல் பதட்டமாக இருக்கிறது.

ஸார், வண்டியெக் கொஞ்சம் சீக்கிரம் கொண்டாங்க. ரயில் வரப்போவுதுன்னு அனவன்ஸ் பண்ணீட்டாங்க.

நான் வண்டியை வேகமாகக் கிளப்புகிறேன். எதிரிலிருக்கும் வேப்பமரத்தில் மோதிவிடாமல் லாகவமாகத் திருப்புகிறேன். அதற்குள் எவ்வளவு நன்றாக ஓட்டப் பழகிவிட்டேன்! வியப்பை முழுக்க வாழ விடாமல், வண்டி ஒரு மண்டபத்தின் முன்னால் சென்று நிற்கிறது. இறங்கி உள்ளே வேகமாக நடக்கிறேன். கால்சட்டைப் பைக்குள் செல்ஃபோன் மறுபடி ஒலிக்கிறது. விஜயகுமாரேதான். எடுக்க வேண்டாம். நடையை ஓட்ட மாக்குகிறேன்.

பீடி குடித்துக்கொண்டு நாலைந்து பேர் உட்கார்ந்திருக் கிறார்கள். அழுக்கு வெள்ளை உடைகள். பிச்சைக்காரர்களா

சாதுக்களா என்று தீர்மானிக்க முடியவில்லை. அவர்களிடம் சென்ட்ரல் நிலையத்துக்கு வழி கேட்கிறேன்.

இந்தா, இந்த மண்டபத்துக்குப் பின்னாடிதான் இருக்கு. மாடியேறிப் போனா நீயே பாத்துக்கிறலாம்.

இருபத்தைந்து படிகள். கடைசிப் படியில் முனை உடைந் திருக்கிறது. உச்சிப் படியில் மொட்டைமாடி விரிந்திருக்கிறது. சுமார் நூறுபேர் வரை உட்கார்ந்து சாப்பிடலாம். சென்ட்ரல் நிலையத்தின் சிவப்பு நிற முகப்புக் கட்டடம் தெரிகிறது. டெல்லியிலிருந்து வரும் ரயில் நிலையத்துக்குள் நுழைவதும் தெரிகிறது. கைக்குட்டையை உயர்த்தி விசையுடன் கையாட்டும் விஜயகுமாரும் தெரிகிறார்.

ஆனால், நான் அந்த இடத்துக்கு உடனே போக முடியாது. இரண்டு காரணங்கள். ஒன்று, காரை மாடிப்படிகளில் ஓட்டி யேற முடியாது. இரண்டாவது, இந்த மொட்டைமாடிக்கும் அந்த நிலையத்துக்கும் இடையில் பிரம்மாண்டமான குளம் இருக்கிறது. பச்சை நிறமாகப் பாசிபடர்ந்த குளம்.

வேகமாக இறங்கி வருகிறேன். மற்றவர்களெல்லாம் போய் விட்டிருக்கிறார்கள். மிச்சமிருக்கும் ஒருத்தரிடம் கேட்கிறேன்:

சென்ற்றலுக்குப் போக வேற வழியே கிடையாதாங்க?

இருக்கிறது. முப்பத்து நாலு கிலோமீட்டர் தெற்கில் போனால், இடது பக்கம் திரும்பியவுடன் செண்ட்ரல் தான்.

இவர் ஏன் எழுத்துத் தமிழில் பேசுகிறார் என்று வியந்து முடிப்பதற்குள், பின்புறம் சலனங்கள் தென்படுவதை ஓரக் கண்ணில் உணர்கிறேன். திரும்பிப் பார்க்கிறேன். ஆச்சரியம் பன்மடங்கு விரிகிறது.

நிர்வாணச் சாமியார் ஒருத்தி சம்மணமிட்டு அமர்ந்திருக் கிறாள். தரையில் ஊன்றி வைத்த மாதிரிச் செங்குத்தாக அமர்ந்திருக்கும் கிழவி தேனம்மை மாதிரியே இருக்கிறாள். தேனம்மை யார் என்று அப்புறம் சொல்கிறேன். இதற்குள் என்னைத் தாண்டி அவளிடம் செல்லும் ஒருத்தர் முழுத் தேங்காயை அவளுடைய மடியில் போடுகிறார். படாத இடத்தில் பட்டுவிட்டது போல. சம்மணமிட்ட கால்கள் உயர்ந்து தாழ, கிழவி வலியால் துடித்து அடங்குகிறாள். அந்த ஆளை அறைய வேண்டும் என்று சட்டைக் காலரைப் பிடிக்கிறேன். அட, இருபது வருடத்துக்கு முன்னால் செத்துப்போன லக்ஷ்மணச் சித்தப்பா! விறைவீக்கம் காரணமாகக் கடைசி வரை இரண்டு

விஷயங்கள் அவரால் முடியாமல் போனது. ஒன்று, கோமணம் அணிவது. இரண்டு, கல்யாணம் செய்துகொள்வது. ஆனால், அவருக்கு ஒரு தொடுப்பு இருந்தது என்று வதந்தி உண்டு. துறவுக் கோலத்தில் அமர்ந்திருக்கும் தேனம்மைக் கிழவியே தான் அது.

சித்தப்பாவைக் கண்டிக்குமுன் தேனம்மையின் சிஷ்யை கள் இரண்டு பேர் எங்களைக் கடந்து போகிறார்கள். இளம் பெண்கள். அநியாய உயரம். அநியாய வடிவம். அநியாய அழுக்கு. வெண்கல நிற சருமத்தில் பச்சை குத்தின டிஸைன் கள் மாதிரி அழுக்கு. புட்டங்களில் ஆலிலை வடிவங்கள். அவர்கள் போய்க்கொண்டே இருக்கிறார்கள். முகத்தையும் முன்புறத்தையும் பார்க்க முடியாமல் போய்விட்டதே என்ற ஏக்கம் படிகிறது. நிர்வாணப் பெண்கள் அந்த மண்டபத்தை விட்டு மட்டும் போகவில்லை — உன் வாழ்க்கையைவிட்டும் தான் வெளியேறுகிறார்கள் என்று முதுகில் ஒரு குரல் கேட்கிறது. மஞ்சள் நிறச் சோழிப் பற்களைக் காட்டி இளித்துக்கொண்டு நிற்கிறான் கிம் ஜோங் உன்...

அற்புதமான குறியீட்டுக் கனவுகள்.

என்றார் நண்பர். 'அண்மையில் பணி ஓய்வு பெற்றவனின் ஆழ்மனச் சித்திரங்கள்' என்று கண்டுபிடித்தும் சொன்னார். எனக்கு அப்படியெதுவும் தோன்றவில்லை. விற்பனைப் பிரதிநிதி யாக வாழ்வைத் தொடங்கி, மண்டல உதவிப் பொதுமேலாள ராகப் பணி ஓய்வு பெற்றவன் நான். முப்பத்திச் சொச்சம் வருடங்கள் கழித்து, சென்றமாதம்தான், சொந்த ஊரில் குடியமரத் திரும்பினேன். இந்த விபரங்களெல்லாம் நண்பருக்குத் தெரியும். தவிர, அவருக்குக் கதைகள் படிக்கும் பழக்கம் கொஞ்சம் உண்டு. அவ்வளவுதான்.

ஆக, இந்தக் கனவுகளுக்குப் பொதுச் சரடு ஏதாவது இருக்கும் என்று தேடாதீர்கள். இவற்றையெல்லாம் நான்தான் கண்டேன் என்பது மாத்திரமே பொது அம்சம். மற்றபடி, முறையான கிரமத்தில் முறையான இடைவெளியில் வந்த கனவுகள் அல்ல இவை. அதே வரிசைப்படி நான் சொல்லவும் இல்லை. கனவு கண்ட நாட்களின் தேதியையும் வேளையையும் குறித்து வைத்திருக்கலாமோ என்று ஆதங்கமாய் இருக்கிறது இப்போது...

இது நீ எழுதும் பதினெட்டாவது கனவுக் கதை, கிருஷ்ணா.

என்று எரிச்சலும் சலிப்புமாகச் சொன்னான் இஸ்மாயில்.

இருக்கட்டுமே.

என்றேன். 'எனக்கும்தான் ஐம்பது வயது முடிந்துவிட்டது. இன்னும் ஆயிரக்கணக்கான கனவுகள் பாக்கியிருக்கின்றன. அவற்றை எழுதித் தீர்க்காமல் இலக்கிய வாழ்க்கையை முடித்துக் கொள்வதாய் இல்லை' என்று மனத்துக்குள் உறுமினேன்.

கதாபாத்திரத்தின் கனவை, கதாசிரியனுடைய கனவு என்று எடுத்துக் கொள்ள முடியுமா இஸ்மாயில்?

என்று மேற்கொண்டு கேட்டேன். என் குரலில் வெளிப்பட்ட வெகுளித்தனம் எனக்கே ரொம்பப் பிடித்திருந்தது.

முடிவற்று நீளும் கோடை

என்னுடைய இளவயது நினைவுகளில் மிக அழுத்தமாகப் பதிந்திருக்கும் பெயர் பானு அக்கா. இத்தனைக்கும் என்னுடைய ஐந்தாம் வகுப்பு முழுப் பரீட்சை விடுமுறையின்போது அக்கா இறந்து போனாள். ஆனாலும், Y எழுத்தின் வலது மேல் பகுதியை ஒடித்து விட்ட மாதிரி ஒயிலாக இடதுபுறம் சாய்ந்து வலதுகையில் சூட்கேஸைச் சுமந்து செல்லும் பெண்கள் யாரைப் பார்த்தாலும் பானு அக்கா ஞாபகம் வந்துவிடும்.

நடக்கும்போது அடிக்கடி மேலாடை விலகி, வலது நெஞ்சு குமிழ்மாதிரித் தெரியும். விக்கோ டர்மரிக் மணம் கமழ நடப்பாள். அவளுடைய நெஞ்சுயரம் வளர்ந்திருந்த என்னைக் கீழ்நோக்கிப் பார்த்துப் பிரியமாய்ச் சிரிக்கும்போது, சிங்கப்பல்லை ஒட்டி உபரியாக வளர்ந்திருந்த இன்னொரு குட்டிப் பல் பளபளக்கும். புறா முட்டைக் கண்கள் கோலிக்காய் மாதிரி மின்னும். திருத்தமான, அடர்த்தியான, நேர்த்தியாய் வளைந்த புருவங்கள் அக்காவுக்கு.

இத்தனை வருடங்களில், பானு அக்காவையும் அந்தக் கோடை விடுமுறையையும் இன்னதுதான் ஞாபகப்படுத்தும் என்றில்லை. கொஞ்சநாள் முன்பு ஒரு பிரபலமான பாடகி இறந்துவிட்டார் என்று செய்தித்தாள்களில் வந்தது. அந்த அம்மாளின் பெயரோ, எந்த மாநிலத்தைச் சேர்ந்தவர் என்பதோ நினைவில்லை. சாகும்போது அவருக்குத் தொண்ணூற்றிச் சொச்சம் வயது என்பது நினைவிருக்கிறது.

அந்த அம்மாளைப் பற்றி அதே நாள் பேப்பரில் ஒரு கட்டுரை போட்டிருந்தது. எண்பத்திச் சொச்சம் வயதுக் கிழவரும், தேசிய அளவில் புகழ் பெற்றவருமான

இன்னொரு பாடகரும் அந்த அம்மாளும் ஒரே குருவிடம் சங்கீதம் பயின்றவர்களாம். ஆஸ்பத்திரியில் மரணப் படுக்கையில் கிடக்கும்போது 'அவன் எப்பிடி இருக்கான்?' என்று பாடகி விசாரிப்பாராம் – நினைவு வரும்போதெல்லாம். பாடகரும் ஆஸ்பத்திரியில் அனுமதிக்கப்பட்டிருக்கிறார் என்ற தகவல் அந்த அம்மாள் இறக்கும்வரை அவருக்குத் தெரிவிக்கப்படவில்லை என்று சொன்னது அந்தக் கட்டுரை.

பாடகர் 'அக்கா' என்று கூப்பிடுவாராம். அவரைவிட இவர் எட்டு வயது இளையவர். என்னையும் பானு அக்காவையும் மாதிரி.

பக்கத்து ஊரிலிருந்து குருவின் ஊருக்கு வந்து பாடம் கேட்டுவிட்டு திரும்பிப் போகும் பாடகியை லோக்கல் ரயிலில் ஏற்றி வழியனுப்பத் துணையாகப் பாடகர் போவாராம். 'ரயிலடிக்குப் போகும் வழியில் அன்று கேட்ட பாடங்களைப் பாடிக்காட்டச் சொல்வான்' என்று மினுங்கும் கண்களுடன் பாடகி தெரிவித்ததாகப் படித்த மாத்திரத்தில் எனக்குக் கண் சுரந்துவிட்டது.

பின்னே? இன்றைக்கு, தொண்ணூற்றிச் சொச்சம் வயதில், இருவருமே நமக்கு ஒரே மாதிரிக் கிழவர்களாகத் தெரிகிறார்கள். அந்த வயதில்? ஒருவர் வாலிபத்தின் நுழைவாசலைக் கடந்து நடக்கும் இளம்பெண். மற்றவர், வேறு உலகத்தில் புழங்கிக்கொண்டிருந்த சிறுவன் அல்லவா? பார்க்கப் போனால், பானு அக்கா அகாலமாய் இறந்ததால்தானே, நான் சடாரென்று பெரிய பையனானேன்?

இவ்வளவு தூரம் அழுத்தமாக பானு அக்காவை நினைவூட்டிய அந்தப் பாடகியின் பெயர் மறந்துவிட்டதே என்று இருக்கிறது. ஆனால், எங்கள் குடும்பத்தில் நிலவிய சங்கீத வாசனை அவ்வளவுதான். என் அப்பாவும் அவரது இரண்டு சகோதரர்களும் வீட்டில் சுப – அசுப காரியங்கள் நடக்கும்போது நாலாயிரம் பாராயணம் பண்ணுவார்கள். அடித்தொண்டையும் அடைத்த மூக்கும் சேர்ந்து பிறப்பிக்கும் பயங்கரமான ஒலியில் நாலாயிரம் பாட்டுகளையும் மனப்பாடமாய் ஒப்பிப்பார்கள். தெய்வீகமான அந்தப் பிலாக்கணம் எப்படா முடியும் என்று நாங்கள் ஆயாசமாய்க் காத்துக்கொண்டிருப்போம். அக்காவின் மரணத்தோடு நிரந்தரமாக அதுவும் நின்றுபோயிற்று. தவிர, நான் வளர்ந்து வந்த காலங்களிலும், பெரியவனாகி சம்பாதித்துத் திருமணம் செய்துகொண்ட பிறகும், சங்கீதத்தையோ பிரபந்தத்தையோ நெருங்கவிடாமல் செய்துவிட்டது பானு அக்காவின் மரணம்.

நாங்கள் தல்லாகுளத்தில் குடியிருந்தோம். தங்கவேலு முதலியார் வீட்டு மாடியில். கீழே புஜங்க ராவ் என்ற கன்னடத்துக்காரர் குடும்பம். அவரும் என் அப்பாவும் முன் ஜென்மங்கள் பலவற்றிலும்கூட விரோதிகளாய் இருந்துவந்த மாதிரி நடந்து கொள்வார்கள். இப்போது நினைத்துப் பார்த்தால், அதில் ராயரின் தவறு எதுவுமே இருந்திருக்காது என்றுதான் தோன்று கிறது.

பானு அக்கா குடும்பம் அலங்காநல்லூர் போகும் வழியில் சிறுவாலை கிராமத்தில் வசித்தது. சிக்கனம் கருதித்தான். பிரபல மோட்டார் நிறுவனம் நடத்திய மருத்துவமனையில், சொற்ப சம்பளத்தில், கணக்கராக இருந்தார் சித்தப்பா. அந்த வளாகத்துக்குள் இருந்த ஆஞ்சநேயர் கோவிலுக்கும் அவர்தாம் அர்ச்சகர். அதற்குத் தனி அலவன்ஸ் உண்டு. சித்தியாவது சற்றுப் படபடவென்று பேசுவாள் – சித்தப்பா எந்நேரமும் அமைதியாக இருப்பார்.

தமது இரண்டாவது அண்ணனான என் அப்பாவிடம் அபாரமான பிரியம். வாரத்தில் ஒரு நாளாவது எங்கள் வீட்டுக்கு வந்துவிடுவார். கை நிறைய மல்லிகைப் பூவும், சென்ட்ரல் தியேட்டருக்கு எதிரில் இருந்த திருவேங்கடவிலாஸ் நெய் மிட்டாய்க்கடை அல்வாவும் வாங்கி வருவார். அண்ணன் இருக்கும் அறையில் விட்டத்தையோ, ஜன்னல் சட்டத்தையோ பார்த்தபடி உட்கார்ந்து ஒரு மணிநேரத்துக்குக் குறையாமல் மௌனம் காத்துவிட்டுக் கிளம்பிவிடுவார்.

எங்க சீமாச்சு பரதாழ்வான் மாதிரி.

என்று அடிக்கடி சொல்வார் அப்பா. அப்படியானால், இவர் தான் ராமரோ என்று தோன்றுமல்லவா? இல்லை, அப்பா லட்சுமணன்தான். லட்சுமணன் மாதிரியேதான், கடும் முன்கோபி. இவர்கள் இருவருக்கும் மூத்த அண்ணா, சோழவந்தானுக்கு அருகில் உள்ள தென்கரையில் குடும்ப நிலங்களைப் பராமரித்துக்கொண்டும், பஞ்சாங்கம் பார்த்துக் கொண்டும் வசித்தார். பஞ்சாங்கம் பார்ப்பது என்றால், பிற சாதிக்காரர்களுக்குப் புரோகிதராக இருப்பது.

ராமருக்கும் பெரியப்பாவுக்கும் ஒரு ஒற்றுமையும் ஒரு வேற்றுமையும் உண்டு. ராமர் மாதிரியே இவரும் நீலமேக சியாமள வர்ணன். ராமருக்கு இரட்டைக் குழந்தைகள் உண்டு அல்லவா? பெரியப்பாவுக்குக் குழந்தைகள் கிடையாது. அவர் அதைப் பற்றிக் குறைப்பட்டுக்கொண்டதும் இல்லை. பானு அக்காவையும் என்னையும் தமது சொந்தக் குழந்தைகளாகவே பாவித்தார்.

என்னுடைய அப்பா நான் மேலே சொன்ன மோட்டார் நிறுவனத்தின் பிரம்மாண்டமான பட்டறையில் இருந்த உணவகத்தில் மேற்பார்வையாளராக இருந்தார். காய்கறி, மளிகைச் சாமான்கள் கொள்முதல் செய்வதில் மிச்சம் பிடித்து ஏகமாய்ச் சம்பாதித்தார் என்று பின்னாட்களில் கேள்விப் பட்டேன்.

சோழவந்தானுக்கு அருகில் இருந்த இரண்டு ஏக்கர் நன்செய் நிலம் எங்கள் பரம்பரைச் சொத்து. தாத்தா புரோகிதராகத் தொழில் செய்து சம்பாதித்தது. அவர் இன்னொரு தொழிலும் செய்தார் என்று உறவினர் வட்டாரத்தில் பேச்சு உண்டு. செய்வினைகள் வைப்பதிலும் எடுப்பதிலும் வல்லவராம் தாத்தா. இவரால் பாதிக்கப்பட்ட யாரோ கொடுத்த சாபம்தான், அடுத்த தலைமுறைக்குக் குழந்தை வறட்சியாக வந்து சேர்ந்த தாம். எங்கள் உறவினர் வட்டாரத்தில் ஒற்றைக் குழந்தை உள்ள குடும்பமே அநேகமாகக் கிடையாது – 70 களில்.

தாத்தாவின் புகழ் காரணமாக நேர்ந்த இன்னொரு விளைவு, ஒன்றுவிட்ட இரண்டுவிட்ட என்றெல்லாம் எந்த உறவினரும் எங்கள் வீட்டுப் படி மிதிக்க மாட்டார்கள் – நாங்களும் யார் வீட்டுக்கும் சென்றது கிடையாது . . .

இப்படியாக, மூன்று வெவ்வேறு இடங்களில் வேர்பிடித்த கூட்டுக்குடும்பம் எங்களுடையது.

பானு அக்கா எஸ்ஸெஸ்ஸெல்ஸி முடித்தாள். அப்போது சித்தப்பா இரண்டு காரியங்கள் செய்தார். ஒன்று, பள்ளியில் முதல் மாணவியாகத் தேறிய அக்காவை லேடி டோக் கல்லூரி யில் பி யூ ஸி சேர்த்தது. இரண்டாவது, குடித்தனத்தை மதுரை நாராயணபுரம் ஐயர் பங்களாவுக்கு அருகில் மாற்றியது.

இரண்டுமே தவறான முடிவுகள் என்பது என் அப்பா வின் அபிப்பிராயம். இந்த இரு விஷயங்களில் மட்டும் அண்ண னின் சொல்லை பரதன் மீறிவிட்டார். ‘எல்லாம் அந்தத் தட்டுவாணி முண்டையின் கைங்கரியம்தான்’ என்று அப்பா கோபப்பட்டார். சித்தியைத்தான் சொல்கிறார்.

> அடுத்தவா குடும்ப விஷயம், இதிலெ நாம யோசனை மட்டுந்தானே சொல்ல முடியும்? முடிவு அவா கையி லேன்னா இருக்கு?

என்று தழைந்த குரலில் கேட்ட அம்மா இரண்டு தவணை யாக அடிவாங்கினாள்.

நீயே இந்தக் குடும்பத்திலே வந்தேறிதானேடி, என் தம்பி குடும்பத்தை 'அடுத்தவா குடும்பம்'னு சொல்றதுக்கு உனக்கு என்னடி அதிகாரம், நாயே?

என்று செமர்த்தியாகச் சாத்தினார் அப்பா.

இரவுச் சாப்பாட்டுக்குப் பிறகு, அப்பாவுக்கு இன்னொரு பாய்ண்ட் ஞாபகம் வந்துவிட்டது. அம்மா தன் தங்கைக்கும் அவள் பெண்ணுக்கும் 'சப்போர்ட் செய்கிறாள்' என்பதற்காக இன்னொரு சுற்று அடித்து உதைத்தார். ஆமாம், சிறுவாலைச் சித்தியும் என் அம்மாவும் உடன் பிறந்த சகோதரிகள். ஆனாலும், அந்நிய சம்பந்தமான தென்கரைப் பெரியம்மாவிடம்தான் சித்திக்கு அதிக நெருக்கம்.

சாந்த சொரூபியான சித்தப்பாவைக் கல்யாணம் செய்து கொண்ட தங்கை, வெடுக் வெடுக்கென்று பேசக் கூடியவள். என் அம்மா சாதுப் பிராணி. அப்பாவின் மின்சவுக்குக்குக் குட்டிக்கரணம் போடுகிறவள். ஒரு தடவை லீவுக்குத் தென்கரை போயிருந்தபோது, விளையாட்டாக பானு அக்காவிடம் கேட்டேன்:

பேசாமெ, அப்பாவைச் சித்திக்கும், அம்மாவைச் சித்தப்பா வுக்கும் கல்யாணம் பண்ணி வச்சிருக்கலாமில்லியோக்கா?

குடும்பத்துக்குள்ளெ குழப்பம் உண்டு பண்றியேடா கோந்தூ . . .

அக்கா சிரித்தாள்.

. . . நல்ல யோசனைதாண்டா. ஆனா, அப்ப நான் உனக்குத் தங்கையான்னா ஆயிருவேன்?

'இது எப்படி' என்று புரியாமல் நான் விழித்ததும், அதைப் பார்த்து அக்கா இன்னும் அதிகமாகச் சிரித்ததும் நினைவிருக்கிறது. அக்கா இன்னொரு கேள்வியும் கேட்டாள்.

அது சரிடா, அக்கா தங்கையை, தம்பியும் அண்ணாவும் மாத்திக் கல்யாணம் பண்ணிண்டா, பொண்டாட்டியைச் சித்தீன்னும், புருஷனைப் பெரியப்பான்னும் கூப்பிட வேண்டியிருக்குமேடா.

இது எனக்கும் புரிந்து விட்டது. இரண்டு பேருமாய்ச் சிரித்தோம் . . .

இளங்கலை சிறப்புக் கணிதம் இரண்டாம் வருடம் முடிந்ததும் பானு அக்கா தன் பங்குக்கு ஒரு காரியம் செய்து அப்பாவை உசுப்பேற்றினாள். சைக்கிள் ஓட்டக் கற்றுக்கொண்டது மட்டு

மில்லாமல், புதிய சைக்கிளைக் காட்டுவதற்காக நேரே எங்கள் வீட்டு வாசலில் வந்து இறங்கினாள்.

அன்று ஞாயிற்றுக் கிழமை. அப்பா வீட்டில் இருந்தார். சந்தியாவந்தனம் முடித்துவிட்டு, *தினமணிப்* பேப்பரை எடுத்துக்கொண்டு மாடியில் உள்ள முன்முற்றத்துக்கு வந்து சம்பிரதாயமாக எட்டிப் பார்க்கிறார், கீழே பானு அக்கா சைக்கிளை நிறுத்திவிட்டு வீட்டுக்குள் நுழைகிறாள்.

அப்பாவின் முகத்தில் பொங்கிய ஆத்திரத்தை இன்னமும் என்னால் மறக்க முடியவில்லை. ஈஸிசேரில் தடாலென்று உட்கார்ந்து பேப்பரில் பார்வையைப் புதைத்துக்கொண்டார். அக்கா நேரே சமையலறைக்குச் சென்று என் அம்மாவுடன் கொஞ்சநேரம் பேசிக்கொண்டிருந்துவிட்டு பழையபடி முற்றத் துக்கு வந்தாள்.

நான் ஈஸிசேரின் அருகில், மொட்டைமாடிக்கு இட்டுச் செல்லும் படிக்கட்டில் உட்கார்ந்து கணக்குப் பாடப் புத்தகத் தைப் படிப்பதாக பாவலாப் போட்டுக்கொண்டிருந்தேன். அக்கா கிளம்பினால், வழியனுப்பும் சாக்கில் கீழே போய்ப் புது சைக்கிளைத் தொட்டுப் பார்க்கலாம் என்று திட்டம் . . . அப்பாவைத் தாண்டி என் அருகில் வந்து நின்றாள் அக்கா.

கோந்து, மத்தியானமா நாராயணபுரம் வறியாடா?
ஒனக்கும் சைக்கிள் கத்துத் தரேன்.

புயல்மாதிரி எழுந்தார் அப்பா.

தப்பிலிக் கடங்காரி, நீ கெட்டது மட்டுமில்லாமெ, எம் புள்ளையையும் சீரழிக்கணுமோ?

என்று கையை ஓங்கி விட்டார். அந்த வேகத்தில், அக்கா கைப்பிடிச் சுவரை எகிறித் தரையில் விழுந்துவிடுவாளோ என்றே தோன்றியது. ஆனால், அக்கா பதறாமல் நின்றது எனக்கு ஆச்சரியமாய் இருந்தது. உயர்ந்த வேகத்தில் அப்பா வின் கை தானாக இறங்கியது.

. . . பொட்டெச்சியெக் கைநீட்டற வழக்கம் இந்தக் குடும்பத் திலே கிடையாது. நீ பொட்டெக்குட்டியாப் பெறந்தியோ தப்பிச்சியோ. கௌம்பு கௌம்பு . . .

என்று மறுபடி தடாலென்று உட்கார்ந்தார். மூச்சு வேகமாக இரைத்தது. அக்காவைப் பின்தொடர்ந்து முற்றத்துக்கு வந்து அப்பாவுக்குப் பின்னால் நின்றிருந்த அம்மா, மோவாய்க் கட்டையை வலது தோளில் இடித்துக்கொண்டாள். முகம் சுருங்கி இறங்கிப் போனாள் அக்கா.

நான் படிக்கட்டிலிருந்து எட்டிப் பார்த்தேன். புது சைக்கிளைத் தொட்டுப் பார்க்க முடியாமல் போனது ஏக்கமாக இருந்தது. ஆனால், வாங்கித் தின்ன என்று அம்மா கொடுக்கும் காசில், வீட்டுக்குத் தெரியாமல் அவர் சைக்கிள் எடுத்து நான் ஓட்டக் கற்றுக்கொண்டதும், சூறாவளி மாதிரி ஓட்டுவேன் என்பதும், திருஞானத்துக்கும் எனக்குமான போட்டிகளில் எப்போதுமே நான்தான் ஜெயித்து வந்தேன் என்பதும் தெரியாமல் அடித்துக்கொள்கிறார்களே, இவர்களெல்லாம் என்ன பெரியவர்கள் என்று உள்ளுக்குள் சிரித்துக்கொண்டேன்.

அப்பாவின் குடும்பத்தில், பானு அக்காவைத் தவிரப் 'பொட்டெக் குட்டி' வேறு யாரும் இல்லையே என்றும் தோன்றியது.

அந்த வியாழக்கிழமை சாயங்காலம், திருஞானம் ஒரு புது யோசனை சொன்னான்:

எலே நெய்க் கருவாடு, சும்மா தல்லாகுளத்துக்குள்ளேயே ஓட்டிக்கிட்டிருந்தாப் போதுமா, வேற ஏரியாவுக்குப் போவம்டா.

என்றான். எனக்கு உள்ளூற உதறியது. யாராவது பார்த்து விட்டால், முதுகுத் தோல் உரிந்துவிடுமே? ஆனாலும், திருஞானத் திடம் தோற்பது கேவலமில்லையா?

எந்தப் பக்கம் போலாம்?

ரிசர்வ் லயன் பக்கம். அங்கிட்டுத்தான் வெறிச்சுனு கெடக்கும்.

அந்த நாட்களில் வாகனப் போக்குவரத்து அதிகம் இல்லாத சாலை அது. மாரியம்மன் கோவில் வரை போய்த் திரும்பலாம் என்று முடிவெடுத்தோம் – ஒரு அவர் காசு அத்தோடு முடியும்... விசையாக சைக்கிள் ஓட்டும்போது, எதிர்காற்றின் சுகமும், திருட்டு சாகசத்தின் கிளுகிளுப்பும் எனக்குள் நிரம்பின.

கோவில் வாசலில் பானு அக்காவின் சைக்கிள் மாதிரியே புது சைக்கிள் நின்றிருந்தது. 'அட' என்று வியந்தவாறே எங்கள் வண்டிகளை நிறுத்திவிட்டுக் கோவிலுக்குள் போனோம். உள்ளே எனக்கு இரண்டு ஆச்சரியங்கள் காத்திருந்தன.

வாசலில் நின்றது அக்காவின் வண்டியேதான். ஆனால், அக்கா தனியாக வரவில்லை. அவளுடைய தோளில் இடித்துக் கொண்டு, பன்னீர்செல்வம் அண்ணன் நின்றிருந்தார். ஒரு

கணம் எனக்குள் பொறாமை உயர்ந்து அடங்கியது. அடுத்த கணத்தில் கடும் பீதி எழுந்தது. கல்யாணம் ஆனவர்கள் மாதிரி இவ்வளவு நெருக்கமாக நிற்கிறார்களே?

பன்னீர் அண்ணன் சித்தப்பா வீட்டுக்குப் பக்கத்து வீட்டைச் சேர்ந்தவர். மிலிட்டரியில் இருந்தார். வருஷத்துக்கு ஒரு தடவை லீவில் வருவார். எப்போதுமே பளீரென்ற, சல்லாத்துணி வெள்ளைச் சட்டைதான் போடுவார். உள்ளே வலை பனியன். சட்டைக் கைக்குள் புடைத்துத் தெரியும் தோள்பட்டைகள். ஒட்ட வெட்டிய தலையும், நல்ல உயரமும், அகலமான நெஞ்சும் என்று சீருடை அணியாத போலீஸ் காரர் மாதிரி இருப்பார். அடர்ந்த மீசை வைத்திருப்பார். அவரிடம் என்னைக் கவர்ந்த இன்னொரு அம்சமும் இருந்தது. தல்லாகுளம் பெருமாள் கோவில் அருகில் உள்ள பெட்டிக் கடையில் எல்லாரும் பார்க்க நின்று தைரியமாக சிகரெட் பிடிப்பார்.

இந்த இடத்தில் இன்னொரு விஷயமும் சொல்ல வேண்டும். எங்கள் குடும்பத்தில் எல்லா மனைவிகளும், புருஷன்மார் சாப்பிட்ட எச்சில் தட்டில்தான் சாப்பிடுவார்கள். ஆண் பிள்ளை சாப்பிட்ட தட்டில் சாப்பிடுவதால்தான் பெண்கள் வயிற்றில் குழந்தைகள் வந்து சேர்கின்றன என்று நான் கண்டு பிடித்து வைத்திருந்தேன். சமீப காலமாக, அதன்மீது ஒரு சந்தேகமும் தோன்ற ஆரம்பித்திருந்தது. அம்மாதான் தினசரி சாப்பிடுகிறாளே, பிறகு ஏன் ஒரே ஒரு குழந்தை?

அக்கா அவரோடு உரசிக்கொண்டு நின்றுவிட்டுப் போகட்டும், பரவாயில்லை. பன்னீர் அண்ணன் சாப்பிட்ட தட்டில் சாப்பிடாமல் இருந்தால் போதும். சித்தப்பாவாவது பரவாயில்லை, அப்பாவிடமும் பெரியப்பாவிடமும் சிக்கிக் கொண்டால் என்ன ஆகும்? குலை நடுங்கியது எனக்கு.

அக்கா என்னைப் பார்த்துவிட்டாள். அவரிடம் ஏதோ சொன்னாள். இருவரும் சிரித்தவாறே என்னைப் பார்த்து வந்தார்கள். அக்கா என்னையே பார்த்துக்கொண்டு நீட்டிய கையில், சட்டைப்பையிலிருந்து எட்டணா நாணயத்தை எடுத்து வைத்தார் அவர். அக்கா என் உள்ளங்கையைப் பிரித்து, காசை வைத்து அழுத்தினாள்.

வாங்கித் திங்க வச்சுக்கோடா கோந்தூ. இம்புட்டுத் தொலவு நடந்தேவா வந்தே?...

இதற்குள் திருஞானம் எங்கள் இருவர் சைக்கிள்களுக்கும் நடுவில் நின்றிருந்தான். நான் முட்டாள்தனமாக அவனையும் சைக்கிளையும் பார்த்தேன்.

ஏமாறும் கலை 165

...அட ராஸ்கல், சைக்கிள் ஓட்டத் தெரியுமா ஒனக்கு? அன்னிக்கிச் சொல்லவேயில்லியே? அமுக்கன்டா நீ.

சிரித்துக்கொண்டே பன்னீர் அண்ணனைத் திரும்பிப் பார்த்தாள். அவர் 'போகலாம்' என்கிற மாதிரித் தலையசைத்தார். அக்கா மறுபடி என்னிடம் திரும்பினாள். என் தலையைக் கோதியபடி குனிந்து என் முகத்துக்கருகில் வந்தாள்.

கோந்து, அக்காவை நீ பார்க்கவே யில்லே. சரியா?

கிசுகிசுப்பாக அக்கா கேட்டதும், எனக்கு மயிர்க்கூச்செரிந்தது. சம்மதமாகத் தலையசைத்தேன்.

சாதாரணமாக, இந்த மாதிரி சமயங்களில், 'அவர் சைக்கிளுக்குக் காசு பார்க்க இன்னொரு ஊற்று கிடைத்து விட்டது' என்று மனம் கும்மாளம் போடுமல்லவா? எனக்கு அந்த மாதிரித் தோன்றவேயில்லை. பானு அக்காவின்மீது எனக்கு இருந்த பிரியம் அப்படிப்பட்டது. தவிர, நானும் திருட்டு சைக்கிள் ஏறித்தானே வந்து தொலைத்திருக்கிறேன்?

இத்தனை வருடங்கள் ஓடிவிட்டது. கிட்டத்தட்ட நாற்பது வருடங்கள். ஏகப்பட்ட விஷயங்களை வயது மழுங்கடித்திருக் கிறது. ஆனால், சில விஷயங்கள் மட்டும் அழுத்தமாக நினைவில் இருக்கின்றன. சித்தப்பா வீட்டு வராந்தாவில் பரமத் தேவர் வந்து உட்கார்ந்திருந்த சந்தர்ப்பமும் அப்படித்தான்.

பெரியப்பா தம்பதியும், எங்கள் குடும்பமும் சித்தப்பா வீட்டில் குழுமியிருந்தோம். என்ன காரணத்துக்காக என்று குறிப்பாக நினைவில் இல்லை. சுருட்டு மணம் கமழ, பரமத் தேவர் சித்தப்பா வீட்டுக்கு என்ன காரணமாய் வந்தார், தானாக வந்தாரா, அழைத்ததால் வந்தாரா, அதற்கு முன்னால் என்னவெல்லாம் நடந்தது என்று எவ்வளவோ யோசித்தும் ஞாபகம் வர மாட்டேனென்கிறது.

சித்தப்பா வீட்டுக்குப் பக்கத்து வீட்டில் வசித்தவர் பரமத் தேவர். பன்னீர் செல்வம் அண்ணனின் தாய்வழித் தாத்தா. அண்ணனின் அப்பாவை இளம் வயதிலேயே ஏதோ தகராறில் வெட்டிக் கொலை செய்துவிட்டார்கள். அப்போது அண்ண னுக்கு இரண்டு வயது. மதிய உணவுக் கூடத்தில் ஆயாவாக இருந்த மகளுக்கும் பேரனுக்கும் காவலாக பரமத் தேவர் வந்து சேர்ந்தார். அவர் காவல்துறையில் சர்வீஸ் முழுக்கக் கான்ஸ்டபிளாக இருந்து ஓய்வு பெற்றவர். தலை சதா நடுங்கிக் கொண்டேயிருந்தாலும், வார்த்தைகள் உறுதியாக வந்து விழும்.

பெரியப்பாவும் சித்தப்பாவும் நிற்கிறார்கள். அப்பாவும் தேவரும் ஆளுக்கொரு நாற்காலியில். தேவர் கரகரத்த குரலில் பேசியது நினைவிருக்கிறது:

...ஐயிரு மேல எனக்கு...

...ஐயங்கார்...

என்று ஆத்திரமாகத் திருத்தினார் அப்பா. பரமத் தேவர் சிரிக்கிறார்.

இதுலெ என்னாங்க இருக்கு. அவுக படுக்கப் போடுறாக. நீங்க நட்டக்குத்தலா நிறுத்திக்கிர்றீக. எல்லாம் மூணு கோடுதானெ சாமீ?

அப்பாவின் முகம் கடுமையாகச் சிவக்கிறது. எல்லாரும் ஆளுக் கொரு பக்கம் பார்த்துக்கொண்டு மௌனமாக இருந்தார்கள். பரமத் தேவர் மற்றவர்களை மாறிமாறிப் பார்க்கிறார்.

அண்ணன் தம்பிகள் மூவருமே நல்ல சிவப்பு நிறம். சொல்லி வைத்த மாதிரி, மனைவிமார் மூவருமே மாநிறம். பானு அக்கா காஃபிக் கலரில் இருப்பாள். வசீகரமான முக அமைப்பு அவளுக்கு. இப்போது சமையலறையில் உட்கார்ந்து, மூக்குத்தி நனையப் பொருமிப் பொருமி அழும்போதும் முகம் அழகாகத் தான் இருக்கிறது. வழக்கத்தைவிடச் சற்று அதைத்தும் இருக்கிறது. அப்பாவிடமும் பெரியப்பாவிடமும் ஏகப்பட்ட அறைகள் வாங்கியதில் கன்னங்கள் இரண்டும் லேசாகப் புடைத்திருக் கின்றன.

எனக்கு அக்காவின் அருகில் ஆறுதலாக உட்கார்ந்திருக்கத் தான் ஆசை. ஆனால், வராந்தாவில் நடக்கும் விஷயம் இன்னமும் தீவிரமானது என்று பட்டது. பொதுவாக, இந்த மாதிரி இடங்களில் நிற்க என்னை அனுமதிக்கவே மாட்டார்கள். ஆனால், ஜன்னலின் உட்புறக் கட்டையில் நான் இருப்பதை யாருமே கவனிக்கவில்லை என்றால் எவ்வளவு தீவிரம்?

பெரியப்பா செருமினார். அப்பா, சுய நிலைக்கு வந்த மாதிரித் தேவரை நோக்கினார். கனத்த குரலில் அப்பா கேட்டார்:

...முடிவா என்ன சொல்றீங்க தேவரே?

அதெத்தேன் சொல்ல ஆரமிச்சேன் – நீங்க அவசரப் பட்டுட்டீக. ஓங்க தம்பி மேல எனக்கு ரெம்ப மரியாதெ உண்டுங்க... அட, அப்பிடிச் சொன்னாக்கூடத் தப்பிதந்தேன். அபிமானம் உண்டு. சேசசயனம் னு ஒரு அதிகாரி வீட்டுலெ இருவது வருசம் ஆர்டர்லியா இருந்தேம்

பாத்துக்கிருங்க. பிறாமணாள்னா எம்புட்டு ஆசாரமா இருப்பாக, அவுக போக்கு என்னா, வரத்து என்னா, கவுச்சியெ எப்பிடி அண்டவே வுட மாட்டாக, செத்தவ களுக்கு எம்புட்டு அக்கறெயாத் திதி குடுப்பாக, அக்குருமத் துக்கு எப்பிடிப் பயந்த சாதிமக்க எல்லாம் தெரியும்ங்க . . .

அப்பா பொறுமையிழக்கிறார் என்பது வெளிப்படையாகத் தெரிந்தது. இவ்வளவு பொறுமையாக அவர் இருப்பதையே நான் பார்த்தது கிடையாது. பெரியப்பா பேசினார்:

தேவரய்யா . . .

அதேஞ் சாமி சொல்ல வாறேன். பக்கத்துவீட்டுல ஒங்க தம்பி குடிவந்தாக. ரெண்டா நாத்து எங்க வீட்டுலெ கருவாட்டுக் கொளம்பு. ஒங்க தம்பி பொஞ்சாதி வாயிலெ முந்தாணியெ அடச்சிக்கிட்டு எங்க வீட்டு வாசல்லெ வந்து நின்னுருச்சு. அம்புட்டுத்தேன், எங்க வீட்டுலெ கவுச்சி சமைக்கிறதையே நிறுத்திப்புட்டோம். மூணாவது தெருவுலே எம் மயென் வீடு இருக்கால்லியா, அங்கிணெ போயிச் சமைச்சு எடுத்தாந்துக்கிர்றது. எங்க வீட்டுக் கோளி உங்க வீட்டுக் கொல்லையிலே மொளைஞ்சு பேண்டு வச்சிருதுன்னு பிராதி சொன்னாக, கோளி வளக்குறதையே விட்டுப்பிட்டோம்.

அட, நீர் என்ன தேவரே, நாங்க என்ன கேக்கறோம், நீர் என்ன பேசிட்டு இருக்கீர்?

அப்பாவின் குரல் உரத்துப் பாய்ந்தது.

நடுவுச் சாமிகளே, கோவிக்காதீக. நீங்க கேட்டதுக்குத் தேன் நா வௌக்கம் சொல்லுறேன். மிச்சதெல்லாம், கட்டுப்படுத்திக்கிர்ற விசயம், நாங்களும் கட்டுப்படுத்திக் கிட்டோம். இது வேற சங்கதி. ரெண்டு மனசுக்கும் பிடிச்சுப் போச்சுன்டா நாம குறுக்க நிக்யப் படாது. சின்னஞ் சிறுசுக, ஒண்ணொடெக்கொண்ணு ஆயிப்போச்சுன்டா, இருக்குறவகல்ல கெடந்து ஆயுசு பூராங் கலங்கணும்.

அப்ப நாங்க போலீசுக்குத்தான் போகணுங் கிறீங்க?

தாராளமாப் போங்க சாமி. எம் பேரனுக்கு ஒங்க வீட்டு மகாலச்சுமி மேல நெசம்மாப் பிரியம் இருந்துச்சுன்னா லாக்கப்பிலெயும் இருந்து காட்டத்தானே வேணும்? ஆனா, ஒண்ணுங்க சாமிகளே . . . நான் கிளவன், இந்தான்னு கிளம்பீருவென். ஒங்களுக்கெல்லாம் அம்புட்டு வயசில்லே. எல்லாரும் கலங்குற மாதிரி எதுவும் செஞ்சுக்கிர்றாதீக. அம்புட்டுத்தேன் சொல்வேன். பெறகு ஒங்க இஸ்டம்.

பரமத் தேவர் எழுந்தார். விடுவிடுவென்று படியிறங்கி நடந்தார். அத்தனை நேரமும் கமழ்ந்த சுருட்டு மணமும் அவரோடு வெளியேறியது. தேவர் அபாரமான உயரமும் பருமனும் கொண்டவர். அவர் ஒருத்தரை அழித்து இவர்கள் மூன்று பேரையும் குறைவில்லாமல் உருவாக்கிவிடலாம்.

ஐந்தாம் வகுப்பு முழுப்பரீட்சை விடுமுறையை என் ஆயுட் காலத்துக்கும் மறக்க முடியாது. அந்த நாட்களை நினைக்கும் போது ஒருவிதமாக நெஞ்சு அடைக்கும். சுற்றிலும் உள்ள மனிதர்கள் அத்தனைபேர் மேலும் அவநம்பிக்கையும் வெறுப்பும் தோன்ற ஆரம்பித்துவிடும்.

கடைசிப் பரீட்சை முடிந்து நான் வீட்டுக்கு வந்த நிமிடத்தி லிருந்து எனக்குள் தொடங்கிய பரபரப்பு அவ்வளவு சுலபமாக முடிந்துவிடவில்லை. பதினேழு வருடம் கழித்து நான்ஸியை மணந்துகொண்ட பிறகுதான் ஒருவிதமான சமனநிலைக்கு வந்தேன். செக்கானூரணி திருத்துவ மாதா கோவிலில் வைத்து நடந்த திருமணத்துக்கு என் தரப்பு சொந்தக்காரர்கள் என்று யாருமே வரவில்லை. வருவதற்கு அதிகப் பேர் இல்லவும் இல்லை.

பானு அக்கா மரணமடைந்த நாலாவது நாள் பெரியம்மா தூக்குப் போட்டுக்கொண்டு இறந்தாள். பெரியப்பா காணாமல் போனவர் போனவர்தான். சித்தப்பா குடும்பத்துக்கும் எங்கள் குடும்பத்துக்கும் பேச்சுவார்த்தை நின்றுபோய், உறவு அறுதி யாக முறிந்துபோயிருந்தது.

அம்மா மாரடைப்பால் காலமானபோது, நான் ரயில்வே யில் குமாஸ்தாவாகச் சேர்ந்து மூன்று மாதம் ஆகியிருந்தது. தானப்ப முதலித் தெருவில் ஒரு மேன்ஷன் ரூமுக்குக் குடிபெயர்ந் தேன். அப்பா தனியாகச் சமைத்துச் சாப்பிட்டுக்கொண்டு குலமங்கலம் போகும் சாலையில் ஒற்றையறையில் வசித்தார். நாங்கள் சந்தித்துக்கொள்வது முற்றாக நின்றுபோயிருந்தது. இறந்து, நாட்கணக்காக ஆகி, சடலம் நாறியபிறகு அக்கம் பக்கத்தில் கதவை உடைத்துக் கண்டுபிடித்தார்கள். தகவல் கிடைத்து நான் போய்ச் சேர்ந்தபோது, அழுகிய சதைப்பொதி யாக ஒரு சாக்கு மூட்டையில் திணித்துக் கட்டியிருந்தார்கள் அப்பாவை.

இவ்வளவுக்கும் காரணமான அந்த விடுமுறையை எப்படி மறக்க முடியும் சொல்லுங்கள்?

இத்தனை வருடங்களில் எத்தனையோ நடந்து, என் தலை நரைத்து, என் குழந்தைகள் கல்லூரிப் படிப்பையும் முடித்தாகி விட்டது என்றாலும், அந்த விடுமுறையை நினைக்கும்போதெல லாம், நான் சின்னஞ்சிறு கோவிந்தராஜன் ஆகிவிடுவதும், என் காதுக்குள் 'கோந்தூ . . .' என்று பானு அக்காவின் குரல் கிசுகிசுப்பதும் தவறாமல் நடக்கிறது . . .

அது ஒரு வெள்ளிக் கிழமை. சற்றுமுன் குறிப்பிட்ட கடைசிப் பரீட்சை முடிந்து வீடு திரும்பியவனை உடனடியாக முகம் கழுவிக்கொண்டு தயாராகச் சொன்னாள் அம்மா. லீவுக்குத் தென்கரை போகிறேனாம் நான். சரி, போகலாமே, மறுநாள் போகக் கூடாதா? நண்பர்களிடம் சொல்லிப் பீற்றிக் கொள்வதற்குக்கூட அவகாசமில்லாமல் இவ்வளவு அவசர மாகப் புறப்பட வேண்டுமா என்ன?

எரிச்சல் முட்டியது எனக்கு. ஆனால், கொஞ்சநேரம் தான். பானு அக்கா சைக்கிளிலும். சித்தியும் சித்தப்பாவும் ஜட்காவிலும் வந்து இறங்கிய மாத்திரத்தில் சமாதானமாகி விட்டது. அக்காவும் என்னோடு லீவுக்கு வருகிறாள். சைக்கிளைக் கீழே உள்ள வராந்தாவில் ஏற்றி வைத்தாள் அக்கா. அப்போது எனக்குத் தெரியாது, லீவு முடிந்து வந்த பிறகு அந்த சைக்கிள் என்னுடையதாகப் போகிறது, நான் விருப்பமே இல்லாமல் அதை ஓட்டப் போகிறேன் என்று. லேடீஸ் சைக்கிள் என்பதற் காக அல்ல, அக்காவை சதா நினைவுறுத்தும் சனியனை எப்படி நிம்மதியாக ஓட்டுவது, சொல்லுங்கள்?

என்னுடைய அப்பாவையும் அம்மாவையும் நமஸ்காரம் செய்து விடைபெற்றுக்கொண்டோம். சாய்வுநாற்காலிக்குள் அமிழ்ந்திருந்த அப்பா வேறு பக்கம் பார்த்துக்கொண்டு உட்கார்ந் திருந்தார். அம்மா மட்டும் பால்கனியில் வந்து நின்றாள், நாங்கள் சந்துமுனையில் கையாட்டிவிட்டு வெளியேறுவது வரை.

மையப் பேருந்து நிலையம் சென்று, சோழவந்தானுக்கு வண்டியேறும் வரை நான் தொணதொணத்துக்கொண்டே இருந்ததும், சிரித்த முகத்துடன் பானு அக்கா பதில் சொல்லி வந்ததும் நினைவிருக்கிறது. இன்னொன்றும் அழுத்தமாக நினைவிருக்கிறது. சோழவந்தானில் போய் இறங்கி தென்கரைக்கு ஜட்கா பிடித்துப் போய்ச் சேரும்வரை சித்தியும் சித்தப்பாவும் ஒரு வார்த்தைகூடப் பேசவேயில்லை. அவர்களுக்குள்ளும் பேசிக்கொள்ளவில்லை. சோழவந்தான் வண்டியில் எனக்கு ஒரு ஜன்னலோர சீட் கிடைத்ததும் நான் உடனடியாகத் தூங்கிப்போய்விட்டேன். இடையில் அவர்கள் பேசினார்களா

என்று எனக்குத் தெரியாது. ஆனாலும், அவர்கள் இருந்த சீரைப் பார்த்தால் பிறந்ததிலிருந்தே பேசி அறியாதவர்கள் மாதிரித்தான் இருந்தது.

சனிக்கிழமை காலையிலேயே பேச ஆரம்பித்துவிட்டார்கள். நான் திண்ணையிலிருந்து எழுந்து கண்ணைக் கசக்கிக்கொண்டே சமையலறைக்குள் நுழைகிறேன், பானு அக்கா சுவரில் சாய்ந்து உட்கார்ந்திருக்கிறாள். எதிரில் பெரியவர்கள் நாலு பேரும் அவளை முற்றுகையிடுகிற மாதிரிச் சுற்றிலும் உட்கார்ந்திருக் கிறார்கள்.

சென்ற லீவுக்கு வந்திருந்தபோது தினசரி வழக்கப்படி சுந்தர காண்டம் படித்துவிட்டு எழுந்து வந்த பெரியப்பாவிடம் அந்தக் கதை சொல்லும்படி நச்சரித்தேன். அசோக வனத்தில் அரக்கிகள் மத்தியில் சீதாப்பிராட்டி உட்கார்ந்திருந்த கதை சொன்னார். அக்கா உட்கார்ந்திருந்ததைப் பார்த்தபோது எனக்குப் பெரியப்பா வர்ணித்தது ஞாபகம் வந்தது.

பெரியம்மா எழுந்து எனக்குக் காஃபி கலந்தாள். அவள் விசும்புகிற சப்தம்தான் முதலில் கேட்டது. சடாரென்று முகத்தை இரண்டு கைகளாலும் மூடிக்கொண்டு பானு அக்கா அழத் தொடங்கினாள். வாய்பேச இயலாதவர்களின் தொண்டையி லிருந்து கிளம்புகிற மாதிரி அவலமான ஓசையுடன் விசித்து விசித்து அழுதாள். இப்போது நினைத்தாலும் ஆச்சரியமாக இருக்கிறது, மற்றவர்களும் உடனடியாகக் குலுங்கி அழுதார் கள். காரணமே தெரியாமல் நானும் அழுதேன். அக்காவின் அருகில் சென்று உட்கார ஆசையாகவும் பயமாகவும் ஒரே சமயத்தில் இருந்தது.

அன்று முழுவதும் பேசிக்கொண்டேதான் இருந்தார்கள். விளையாடத் தெருவுக்குப் போன நான் வீட்டுக்குத் திரும்பி வந்த சமயங்களிலெல்லாம் நாலு பேரும் அதே இடங்களில், அதே தினுசில் உட்கார்ந்து பேசுவதையும் அழுவதையும் பார்த்து ஆச்சரியப்பட்டேன். தொடர்ந்து அங்கேயே இருந்தால் எனக்கும் அழுகை வந்துவிடுமோ என்று அச்சமாக இருந்தது. தெருவில் விளையாடுவது வழக்கத்தைவிட இன்பமான காரியமாகத் தோன்றியது.

ஞாயிற்றுக்கிழமை காலையில் என் அப்பாவும் அம்மாவும் வந்து சேர்ந்தார்கள். பழைய மாதிரியே சமையலறையில் அக்காவைச் சூழ்ந்து எல்லாரும் உட்கார்ந்து பேச ஆரம்பித் தார்கள். எப்போது சமைத்தார்கள், எப்போது சாப்பிட்டார்கள்,

எப்போது அக்காவை அடித்தார்கள் எதுவுமே எனக்குத் தெரியாது. பகல் முழுக்க நான் எங்கே போனேன் என்ன செய்தேன் என்கிற மாதிரி விபரங்களெல்லாம் அவர்களுக்கும் தெரியாது. உள்ளூர் நண்பன் மதியழகனுடன் குருவித்துறை பெருமாள் கோவிலுக்கு வாடகை சைக்கிள் அழுத்திக்கொண்டு பறந்துவிட்டேன். தென்கரையில், பெரியப்பா முன்னிலையில் என்னை அடிக்க மாட்டார் அப்பா. பெரியப்பா அனுமதிக்க மாட்டார்.

சாயங்காலம் நான் திரும்பிவந்தபோது, அக்காவின் கன்னத்தில் விரல் தடங்கள் சிவப்புக்கோடுகளாகப் புடைத்திருந்தன. ஆனால், அக்கா உற்சாகமாகத்தான் இருந்தாள். மதுரைக்காரப் பெரியவர்கள் நாலுபேரும் புறப்பட்டார்கள். அசன் சாயபு வின் பெரிய ஜட்காவைக் கொண்டுவரச் சொல்லி எல்லாரும் ஏறிக்கொண்டார்கள். பானு அக்காவும் நானும் வழியனுப்பக் கிளம்பினோம்.

வழக்கமாக வாசலில் வந்து, தெரு முனை திரும்பும்வரை கையாட்டிக்கொண்டே நிற்கும் பெரியம்மா நாங்கள் கிளம்பும் போது எங்கே போனாள் என்று தெரியவில்லை.

பெரியவர்கள் ஏறி அமர்ந்த சோமசுந்தரம் பஸ் சர்வீஸ் பேருந்து நிலைய வாசலைக் கடந்து வெளியேறிய மாத்திரத் தில் எனக்கு அந்த ஆச்சரியம் காத்திருந்தது. பாலன் தியேட்டர் பக்கத்திலிருந்து பஸ் ஸ்டாண்டுக்குள் நுழையும் வாசலில் பன்னீர் அண்ணன் நிதானமாக நடந்து வந்தார். கையில் சிகரெட் புகைந்துகொண்டிருந்தது. அவரைப் பார்த்ததும் அக்கா உடம்பு நடுங்கக் குமுறினாள்.

இரண்டு பேரும் கை கோத்துக்கொண்டு நடந்து வந்தார் கள். அக்கா உதட்டைக் கடித்தபடி விசும்பிக்கொண்டே வந்தாள். அண்ணன் வேகவேகமாகப் புகை விட்டார். 'ஐயையோ, சாயபு பார்த்துவிட்டால் வம்பாகிவிடுமே' என்று நான் உள்ளுக் குள் பதறினேன்.

சாயபு பார்க்கவும் செய்தார். அவர் பார்க்க, ஜட்கா நிலையத்தில் நின்றிருந்த குதிரை வண்டிக்காரர்களும் குதிரை களும் பார்க்க, தெருவில் போகும் ஜனங்களில் இந்தப் பக்கம் பார்வை திரும்பியிருந்தவர்கள் அத்தனைபேரும் பார்க்க, அவசர மாக இருட்டிவிட்ட சாயங்காலம் பார்க்க, வெளியேறிப் போன திண்டுக்கல் முருகன் ட்ரான்ஸ்போர்ட் விடுத்த புகை நாற்றம்

யுவன் சந்திரசேகர்

பார்க்க, தெருவோரம் அக்காவை இறுக்கி அணைத்து நெற்றி உச்சியில் வகிடு ஆரம்பிக்கும் இடத்தில் முத்தமிட்டார் பன்னீர் அண்ணன்.

ஓரிரு கணங்கள்தாம். அக்கா விடுவித்துக்கொண்டாள். அவசரமாக ஓடி ஜட்காவுக்குள் ஏறினாள். நான் தொடர்ந்தேன். சாயபு குதிரையைச் சாட்டையால் அடித்தார். விசையுடன் கிளம்பி ஓடும் ஜட்காவின் பின் திறப்பு வழியாகப் பார்த்தேன். பன்னீர் அண்ணன் திரும்பிப் பார்க்காமல் பஸ் ஸ்டாண்டுக்குள் நுழைந்துகொண்டிருந்தார். அதன் பிறகு நான் அவரைப் பார்க்கவும் இல்லை. கேள்விப்படவும் இல்லை என்பது இதைச் சொல்லும் இந்த நிமிடத்தில்தான் உறைக்கிறது.

அக்காவைப் பார்த்தேன். குத்திட்ட முழங்கால்களுக்குள் முகத்தைப் புதைத்திருந்தாள். உடம்பு சீராக அதிர்ந்துகொண்டிருந்தது.

திங்கட் கிழமைப் பகல் பொழுது முழுக்க வீட்டில் நிலவிய அமைதியையும் வெறுமையையும் அதற்கு முன்னால் நான் கண்டதே யில்லை. பெரியப்பா பெரியம்மா பானு அக்கா மூவரும் ஒரே வீட்டுக்குள் மூன்று தனித்தனி உலகங்களில் நடமாடினார்கள் – ஒருத்தர் முகத்தை ஒருத்தர் பார்த்துக் கொள்ளாமலே.

சாதாரணமாக, வீட்டுச் சூழ்நிலை இந்த மாதிரி இருந்தால் வெளியே ஓடிவிடலாம் என்று தோன்றும் இல்லையா? எனக்கு வேறு மாதிரியாக இருந்தது. விளையாடக் கூப்பிட்ட மதியிடம் 'இன்னைக்கி நான் வல்லடா' என்று சொல்லி அனுப்பிவிட்டேன். பானு அக்கா கூடவே இருக்க வேண்டும் என்று ஏனோ ஆசையாக இருந்தது.

ராத்திரி முழுவதும் அழுதாளோ என்னவோ, முகம் கடுமையாக வெளுத்து, வீங்கி, இமைகள் புடைத்து, வழக்கத்தை விடவும் அழகாக இருந்தாள் அக்கா. அடிக்கடி என்னை அணைத்துக்கொண்டாள். சாயங்காலம் நாலைந்து தடவை என் கன்னத்தில் முத்தமிட்டாள்.

பெரியம்மா அக்காவை உட்காரவைத்து தலையைப் பின்னிவிட்டாள். ஒற்றைப் பின்னல். அக்கா எழுந்து நடந்தபோது புட்டத்தைத் தாண்டி இறங்கியிருந்தது. அவள் நடந்துபோவதைப் பார்த்துப் பெரியம்மாவிடமிருந்து சீறிப் புறப்பட்ட பெருமூச்சு பொருமலாக முடிந்தது.

ஏமாறும் கலை

எனக்கும் வகிடு எடுத்துத் தலைவாரிவிட்டாள் பெரியம்மா. வாசலில் சாயபு காத்திருந்தார். ஜட்காவில் ஏறி குருவித்துறை பெருமாள் கோவிலுக்குப் போனோம் நானும் அக்காவும். எந்த நிமிடமும் பன்னீர் அண்ணன் வந்து நிற்பார் என்று நான் எதிர்பார்த்துக்கொண்டேயிருந்தேன். ம்ஹூம். அவர் தட்டுப்படவேயில்லை.

வழக்கத்தைவிட நிதானமாய் இருந்தாள் அக்கா. எப்போதும் கோவிலுக்குள் வந்தோமா சேவித்தோமா போனோமா என்று இருப்பவள், அன்று பெருமாள் முன்பு வெகுநேரம் கைகூப்பி நின்றிருந்தாள். திடீரென்று ஒரு விசிப்பு. அக்காவின் மூடிய கண்களிலிருந்து பளபளப்பாக இரண்டு கோடுகள் இறங்கிக் கன்னத்தில் வழிந்ததை நிமிர்ந்து பார்த்தேன். சடாரென்று கண் திறந்து பெருமாளை முறைத்த அக்கா என் கையை இறுகப் பிடித்து,

வாடா கோந்து போலாம்.

என்று கறாராகச் சொன்னாள் – 'இங்கெல்லாம் நமக்கென்ன வேலை' என்கிற பாவத்துடன். விரைந்து வெளியேறியவளுக்குச் சமானமாக எட்டி நடக்க முடியாமல் ஓடினேன்.

இரவுச் சாப்பாட்டுக்கு முதல் ஆளாக அடுக்களைக்குள் போனேன். அக்கா காமிரா உள்ளில் தனியாக இருட்டில் புதைந்திருந்தாள். இரண்டு தட்டுகளில் தயிர் சாதம் பரிமாறி விட்டு தலையில் கைவைத்து உட்கார்ந்திருந்தாள் பெரியம்மா. கோவிலில் அக்கா நின்றிருந்தது மாதிரியே பெரியம்மாவும் கண்மூடி இருந்தாள்.

வழக்கமாகப் பெரிய தட்டு பானு அக்காவுக்கு. சின்னத் தட்டு எனக்கு. பெரியம்மாவின் அழுமூஞ்சியை மாற்றும் உத்தேசத்துடன்,

நான் இன்னிக்கி அக்கா தட்டுலெ சாப்பிடப் போறேன்.

என்று உரத்த குரலில் அறிவித்தவாறே உட்கார்ந்தேன். சட்டெனக் கண்விழித்த பெரியம்மா, பதறிப்போய் என்னை ஓங்கி அறைந்தாள். பெரியம்மாவா அடிக்கிறாள்! எனக்கு அழக்கூடத் தோன்றவில்லை. தலை குனிந்தபடி என் தட்டுக்கு நகர்ந்தேன். இரண்டாம் முறை ஓங்கிய கையால் தன் தலையில் நாலைந்து தடவை அடித்துக்கொண்டாள் பெரியம்மா.

இருட்டறையிலிருந்து வெளியில் வந்தாள் அக்கா. அதற்குப் பிறகு நடந்ததெல்லாம் எனக்குத் துல்லியமாக நினைவிருக்கிறது தான் – ஆனால், விஸ்தாரமாகச் சொல்ல முடியாமல் நெஞ்சை அடைக்கிறது.

அன்றைக்கு நள்ளிரவில் பானு அக்கா பொங்கிப் பொங்கி வாந்தியெடுத்தாள். நாலைந்து முறை வாந்தி பண்ணிவிட்டு, துவண்டுபோய்ச் சுருண்டு படுத்துக்கொண்டவள் பிறகு கண்ணைத் திறக்கவேயில்லை.

ஆனால், அக்காவை நினைக்கும்போதெல்லாம் என்னைத் துடிக்க வைப்பது அவள் திடீரென்று இறந்தது அல்ல, சாதாரண ராச் சாப்பாட்டுக்கு முன்னால் வீட்டிலுள்ள பெருமாள் விக்கிரகத்தை எதற்காகச் சேவித்துவிட்டு வந்தாள் என்ற கேள்வியும் அல்ல, மறுநாள் காலை ஏழரை மணிக்கெல்லாம் அவசர அவசரமாக அக்காவைக் கொண்டுபோய் எரித்து விட்டு வந்துவிட்டார்களே சண்டாளர்கள் என்ற ஆத்திரமும் அல்ல. பிறகு..? முதல் வாய் சாப்பிடுவதற்கு முன்,

நீ ஏதுக்குக் கலங்கறே பெரியம்மா? நீ யென்ன செய்வே பாவம்?

என்று சிரித்துக்கொண்டே சொன்னாளே பானு அக்கா, அதை நினைத்தால்தான் இன்றைக்கும் உடைந்து சுக்கு நூறாகிப் போகிறேன் ...

மலைகள்.காம்

கதைகதையாம் காரணமாம்

1

தல்லாகுளம் பூசாரித் தெருவுக்கு நாங்கள் குடிபெயர்ந்தது 1980 மே மாதத்தில். வீட்டு இலக்கம் 18ஏ. பூச்சி முதலியார் காம்பவுண்டில் 18ஜி வரை ஒண்டுக் குடித்தனங்கள் இருந்தன. தகரச் சுவர் பிரித்த 18பி காலியாக இருந்தது. ஜூன் கடைசியில் அந்த இடத்துக்குப் பேராசிரியரின் குடும்பம் குடிவந்தது.

உண்மையில் அவர் விரிவுரையாளர்தான். 'பேராசிரியர்' என்று சொல்லிக்கொண்டார். எந்தக் கல்லூரி, எந்தத் துறை என்றெல்லாம் சொல்ல மாட்டேன். தொழில் கல்லூரி என்று ஒரு சிறு குறிப்பு வேண்டு மானால் கொடுக்கலாம். மற்றவர்களின் படுக்கையறையைச் சாவித் துவாரம் வழி எட்டிப் பார்ப்பது அல்லவே நமது நோக்கம். காரணம் என்ற தொந்தரவின் சில சாயைகளைப் பற்றிப் பேசுவதற்கு இதுமாதிரி நிஜமான மனிதர்கள் தேவைப்படுகிறார்கள் – சில சமயம்... அவ்வளவுதான்.

பேராசிரியருக்கு – இத்தனை வருடம் கழித்து அவரை நோகடிப்பானேன், நானும் அப்படியே குறிப்பிட்டு விடுகிறேன் – ஒரு மனைவி, ஒரு குழந்தை. இன்னொரு குழந்தை வேண்டும் என்று யாரும் ஆசைப்படத்தானே செய்வார்கள். பேராசிரியர் சற்று வித்தியாசமானவர். இன்னொரு மனைவி வேண்டும் என்று ஆசைப்பட்டார். அவர்கள் குடிவந்த ஒரே வாரத்தில் காம்ப்பவுண்ட் முழுக்க இந்த விஷயம் பரவிவிட்டது. பரப்பியது அவருடைய மனைவியேதான். அந்த அம்மாளும் வேண்டு மென்று இதை டமாரம் அடிக்கவில்லை.

ராத்திரியிலே ஏம்மா உன்னை அந்த அடி அடிக்கிறான் அந்தாளு?

என்று கேட்பவர்களுக்கு என்னதான் பதில் சொல்வாள், பாவம். இரண்டாம் திருமணத்துக்கு ஒப்புதல் கடிதம் தரச் சொல்லித்தான் பேராசிரியர் சித்ரவதை செய்கிறாராம். இந்தப் பெண்மணி சிவகங்கைக்கு அருகில் ஏதோ கிராமத்திலிருந்து வந்தவள். கிராமம் அவளுடைய உடம்பிலும், மனத்திலும் அழிக்க முடியாதபடி அப்பியிருந்தது.

பேராசிரியர் இரண்டாம் திருமணம் செய்ய உத்தேசித் திருப்பவள் மதுரையில் பிறந்து வளர்ந்தவள். அவருடைய மாணவியேதான்.

அ ... அ ... அவுருக்கென்னா, சி ... சி ... சின்னப் பை ... ஐ ... ஐ ... ஐயன் கணக்கா அ ... அ ... அளகாத்தானே ருக்காரு!

என்று பேராசிரியரின் மனைவி என் அம்மாவிடம் கேட்டுக் கொண்டிருந்தபோது நான் வீட்டுக்குள் நுழைந்தேன். என்னைப் பார்த்ததும், சரியாக இருந்த முந்தானையைச் சரிசெய்தபடி அவசரமாக எங்கள் போர்ஷனைவிட்டு வெளியேறினாள்.

மேற்சொன்ன விவரங்களை அம்மா பிறகு சொன்னாள். அவர்களின் மூன்றரை வயதுப் பையன் மனோஜுக்கும் தீர்க்கமான திக்குவாயாம்.

பேராசிரியரின் கல்லூரியிலிருந்து ஒன்றரை கிமீ தொலைவில் இருந்தது எங்களுடையது. ஆனால் இரண்டு வளாகங்களுக்கும் இருந்த பின்புறச் சுற்றுச்சுவர் பொதுவானது. எங்கள் கல்லூரி மைதானத்திலிருந்தால் அந்தக் கல்லூரிப் பிரதான கட்டடத்தின் பக்கவாட்டுத் தோற்றம் தெரியும். உணவு இடைவேளையில் நாங்கள் மைதானத்துக்குப் போய்விடுவோம். டப்பாச் சாப்பாட்டை முடித்துவிட்டு நண்பர்களோடு அரட்டை யடிக்கும்போது பேராசிரியர் சமாசாரத்தைச் சொன்னேன். அவர் மனைவி என் அம்மாவிடம் திக்கித் திக்கிப் பேசியதை நடித்துக் காட்டினேன். சரி தவறு எல்லாம் துல்லியமாகத் தெரியாத வயது அல்லவா அது?

மற்றவர்களெல்லாம் கதை மாதிரிக் கேட்டுப் புகை வளையங்களை வெளியேற்றினார்கள். நஸீம் அகமது மட்டும் கடுமையாக முகம் சிவந்தான். நாங்கள் சாய்ந்திருந்த சுவரில்

ஒட்டியிருந்த போன வருட மாணவர் தேர்தல் போஸ்டரை வேகமாகக் கிழித்துப் போட்டான். போதாதென்று, கைக்குக் கிடைத்த கல்லைப் பொறுக்கி, தன் பாட்டுக்கு விடுதியை நோக்கி நிதானமாகச் சென்றுகொண்டிருந்த தெருநாயின் மீது வன்மமாக எறிந்தான். வாலைக் கால்களுக்குள் சொருகிக் கொண்டு ஓடித் தப்பித்தது அது . . .

இந்த விஷயத்தை எல்லாரும் மறந்திருப்பார்கள் என்று தான் நினைத்திருந்தேன் – இரண்டு மாதம் கழித்து ராஜாஜி பூங்கா சம்பவம் நடக்கும்வரை.

அன்று நாங்களெல்லாம் வகுப்பைக் கட் அடித்துவிட்டு பூங்காவுக்குப் போனோம். பேராசிரியர்களும் கட் அடிப்பது சகஜம்தானே. அவரும் அதே பூங்காவுக்கு வந்து சேர்ந்தது, பாவம், அவருடைய துரதிர்ஷ்டம்தான். சும்மா வரவில்லை அவர். தன் அபிமான மாணவியைக் கூட்டி வந்திருந்தார். பேராசிரியரின் விதி என் சுட்டுவிரல் நுனியில் வந்து உட்கார்ந் திருந்தது என்பது எனக்குத் தெரியாமல் போயிற்று. யதார்த்த மாக என் நண்பர்களிடம் சுட்டிக் காட்டினேன். மற்றவர் களெல்லாம்,

யார்றா அவரு?

என்று சந்தேகம் கேட்கத் துவங்குவதற்கு முன்பே, நஸீம் அழுத்தமான உருது உச்சரிப்பில் ஒரு வசவை உச்சரித்தான். 'தாயாரின் பிறப்புறுப்பு' என்று பொருள். எனக்கு உருது சுத்தமாகத் தெரியாது. நஸீமிடம் கேட்டு பயனுள்ள சில வார்த்தைகள் மட்டும் கற்றிருந்தேன்.

பேராசிரியரின் தலைவிதியில் சுழி சற்று ஆவேசமாய் இருந்தது அன்று. ஒதுக்குப்புறம் தேடிக் கச்சிதமான இடத்தைக் கண்டுபிடித்தவர், உற்சாக மிகுதியில், ஏழு ஜோடிக் கண்கள் சற்றுத் தள்ளியிருந்து தங்களை வெறிப்பதைக் கவனிக்கத் தவறிவிட்டார்.

தியானம் போன்ற அமைதி நிலவிய முகங்களுடன் ஒருவருக்கொருவர் கைபிடித்து அமர்ந்து வெவ்வேறு திக்கில் பார்த்துக்கொண்டிருந்தவர்கள், திடீரென்று நேருக்கு நேராய்த் திரும்பினார்கள். முகங்கள் ஆவேசமாய் நெருங்கின. ராஜாஜி பூங்காவின் இலை தழைகளெல்லாம் பொசுங்கும் அளவு உஷ்ணம் கிளம்பியது, அவர்கள் இருவரும் இருந்த இடத்தி லிருந்து. அதற்கு முன்பும் பின்பும் சினிமாவில் எத்தனையோ முத்தக் காட்சிகளைப் பார்த்திருக்கிறேன். என்றாலும் நேரில் மாதிரி வருமா?

நான் பேராசிரியரைக் குற்றம் சொல்ல மாட்டேன். அந்த மாதிரி அழகான இளம்பெண் அவ்வளவு உத்வேகத் துடன் நெருங்கினால், பயந்தாங்குள்ளியான நானே சும்மா விட மாட்டேன் . . . ஆனால், நான்தான் இப்படி சமாதானப் படுத்திக்கொண்டேன். நஸீம் வேறு மாதிரி நினைத்திருக் கிறான். அது பரவாயில்லை, பேராசிரியரைத் தண்டிக்கப் பாய்வான் என்று நாங்கள் யாருமே எதிர்பார்க்கவில்லை. அவனைத் தடுக்க நாங்கள் முனைவதற்குள் அருகில் சென்று விட்டான் அவன். வேறு வழியில்லமல் நாங்களும் கிட்டே போனோம்.

'ஆணுறுப்பின் ரோமமே' என்று உரத்த உருதுக் குரலில் அதட்டியவாறு இவன் பாய்ந்ததும் அந்தப் பெண் பதறிப் போய் எழுந்து நின்றாள். அவளுடைய கைவிரல்கள் நடுங்கியது இப்போதும் பசுமையாக ஞாபகமிருக்கிறது. பேராசிரியர் கனவான் அல்லவா? பதறாமல் நின்றார்.

> பொது எடத்திலெ அசிங்கமாடா பண்றீங்க?

என்றவாறு அவரைக் கன்னத்தில் அறைந்தான் நஸீம். அந்தப் பெண்ணைப் பார்த்து,

> ஓடுறீ. இன்னொருவாட்டி இந்தாளோடெ ஒன்னெ வெளியிலெ பாத்தேன், கொண்டே புருவேன். ஓடீரு.

என்று கத்தினான். சற்றுத் தள்ளிப் புல்தரையில் படுத்திருந்த ஓரிருவர் திரும்பிப் பார்த்தார்கள். அந்தப் பெண் கைப்பையை எடுத்துக்கொண்டு வேகமாக நடந்தாள். பத்து முப்பதடி தூரம் சென்றுவிட்டவளின் பின்புறத்தைப் பார்த்து,

> எந்த ஏரியாக்காரிடீ நீ. இரு, ங்கொப்பங் கோத்தாட்டெ வந்து பஞ்சாயத்து வச்சுக்கிர்றேன்.

என்று சத்தம் போட்டான். சும்மா சொல்லக்கூடாது, அவ்வளவு பதற்றத்திலும் அவளுடைய பின்புறம் பேரழகாக அசைந்தது.

பேராசிரியர் குனிந்த தலை நிமிராமல் மெல்ல நழுவி னார். கால் சராயின் பின்புறம் ஒட்டியிருந்த பூங்காத் தூசியைத் தட்டிவிடக்கூட ஓர்மையின்றி, தமிழ்சினிமாவின் சோக நாயகன் மாதிரித் தோள்கள் தொய்ய அவர் நடந்துபோகும்போதுதான் உறைத்தது. அய்யய்யோ, அவர் என்னை நேருக்குநேர் பார்த்து விட்டாரே. பக்கத்துவீட்டுக்காரன் என்பதால், நான் சொல்லித் தான் இதெல்லாம் நடந்தது என்று சந்தேகப்படுவாரே, இங்கே நடந்த சம்பவத்தின் இரண்டாம் காட்சியில் நானல்லவா குற்றவாளியாக நிற்பேன், என்று எனக்குள் அடுக்கடுக்காகக் கலக்கம் உதித்தது.

ஆனால், பேராசிரியரைப் பற்றி முன்னமே சொன்னேனே, கனவான். அடுத்த ஏப்ரலில் வீட்டைக் காலிசெய்துகொண்டு போகும்வரை என் முகத்தைப் பார்க்கவேயில்லை. தன் மனைவியை நள்ளிரவுகளில் அடித்துத் துன்புறுத்துவதையும் நிறுத்தவில்லை ... திரும்பி வரும்போது, வர்கீஸ் நஸீமைக் கண்டிக்கும் குரலில் சொன்னான்:

நஸீமு, ஒனக்கு சுள்ளுன்னு கோவம் வந்துருதுடா. இதெல்லாம் நல்லதுக்கில்லே. அவன் யாரு, நம்ம யாரு. தேவையில்லாத விசயத்திலே போய்த் தலையிடலாமாடா? அவனே பயந்த கேஸா இருக்கக்கொண்டு சரியாப்போச்சு. இன்னொருத்தன்னா மல்லுக்கட்டிற மாட்டானா? இப்பிடி யாடா, காரணமில்லாமெப் போய் சண்டை இளுக்குறது?

நஸீம் பதில் சொல்லாமல் தலைகுனிந்தபடி வந்தான். முஷ்டிகள் இரண்டும் கடுமையாய் இறுக்கம் கொண்டிருப்பது, அவனது சிவந்த கைகள் ரத்தச் சிவப்பாய் இருந்ததில் தெரியவந்தது. ஆனால், எனக்கும் வர்கீஸின் அபிப்பிராயமேதான் இருந்தது – அந்த வருட செப்டம்பர் வரைக்கும் ...

முந்தின நாள் சாப்பிட்ட எதுவோ தொந்தரவு செய்ததால், வகுப்பறையில் வாந்தி எடுத்துவிட்டான் நஸீம். நெல்பேட்டையில் உள்ள தனது வீட்டுக்குக் கிளம்பியவனை 'துணையில்லாமல் போகக்கூடாது' என்று நண்பர்கள் ரொம்பவும் வற்புறுத்தினார்கள். அரைமனதாக ஒப்புக்கொண்டான். என்னை மட்டும் கூட வரச் சொன்னான். ஆட்டோவில் போகும்போது ஒரு வார்த்தைகூட நாங்கள் பேசிக்கொள்ளவில்லை. நெல்பேட்டையின் குறுகலான, தரையாகப் பட்டியல் கற்கள் பதித்த, சந்துக்குள் இருந்தது நஸீமின் வீடு. தாழ்வான நிலைவாசல்.

உள்ளெ வாடா. ஒரு சாயா குடிச்சிட்டுப் போ. குனிஞ்சு வாடா. தலை இடிச்சிரப் போகுது.

போனேன்.

பர்தா அணிந்த தாயாரும், அணியாத இளம்பெண்கள் இரண்டுபேரும் இருந்த ஒற்றை அறை வீடு அது. சிறிய அறை. கிழிந்த சேலை ஒன்று திரையாகத் தொங்கி இரண்டாகப் பிரித்த அறை. தாயாரிடம் சைகையில் விளக்கினான் நஸீம் – நான் அவனுடைய நெருங்கிய நண்பன் என்று.

தகப்பனார் விட்டுச் சென்ற இரண்டு மூன்று ஓட்டுவீடுகளின் வாடகை வருமானத்தில்தான் குடும்பம் நடக்கிறது

என்று பிற்பாடு ஒருநாள் நஸீம் சொன்னான் – கல்லூரி வாழ்வின் கடைசி நாளன்று . . .

நண்பர்கள் பலரும், குடித்துக்கொண்டும் அழுதுகொண்டும் இருந்தனர் அன்று. நஸீம் என் தோளோடு உட்கார்ந்து, கிசுகிசுப்பான குரலில் ஓயாமல் பேசிக்கொண்டே யிருந்தான் – கடந்த நாலு வருடங்களில் பேச விட்டுப்போன அத்தனையை யும் அந்த ஒரே இரவில் பேசி முடித்துவிடும் வேகம் கொண்டவன் மாதிரி. பின்னிரவின் கனத்தில் மற்றவர்கள் அமிழ்ந்த பிறகு, அவன் சொன்ன தகவலில் நானும் கனமாக உணர்ந்தேன். நஸீமின் தாயார் மட்டுமல்ல, தங்கையும் அக்காவும்கூட பிறவிச் செவிட்டூமைகளாம்.

2

> **கா**ரணங்கள் பெரும்பாலும் மறைந்திருக்கின்றன – காரியங் கள் மட்டுமே தெரியவருகின்றன. அவற்றை வைத்துக் காரணங்களை யூகித்துக்கொள்கிறோம். உதாரணமாக, நான் உயிருடன் இருக்கிறேன் என்பதை நீங்கள் என் உயிரைப் பார்த்து அறிந்துகொள்வதில்லை அல்லவா?
>
> என்ன, மறைந்திருக்கிற காரணத்தால், காரணங்களை அவரவர் மனப்போக்குக்கு ஏற்றமாதிரிக் கற்பிதம் செய்து கொள்கிறோம். கோடானுகோடிப்பேர் யூகம் செய்து பகிர்ந்துகொள்ளும், சம்மதம் கொள்ளும் அத்தனை காரணங்களுக்கும் அப்பால், மெய்யான காரணம் யாருமே அறியாதவண்ணம் புதைந்து கிடக்கவும் வாய்ப்பு உண்டு. மனிதப் பார்வையே படாமல் பூத்து உதிர்ந்து மட்கிவிடும் காட்டுப் பூ போல.

என்று நீளநீளமான ஆங்கில வாக்கியங்களில் சொல்லி முடித்தார் ஆங்கிலப் பேராசிரியர் திரு டோமினிக் அருள்தாஸ். கல்லூரி வளாகத்திலிருந்த தேவாலயத்தின் பூசாரியும் அவர்தான். அவருடைய ஆங்கிலத்தில் லத்தீனின் சாயல் இருக்கிறது என்று வர்கீஸ் எப்போதும் கேலி செய்வான். வாரத்துக்கு ஒருநாள் எங்களுக்கு விதிக்கப்பட்ட நீதிபோதனை வகுப்பில் அவர் நடத்திக்கொண்டிருந்த ஏதோ ஒரு விஷயத்தின் மத்தியில் சம்பந்தமில்லாமல் மேற்கண்ட பத்தியைச் சொன்னார்.

ஆனால், சம்பந்தமில்லாமல் சொன்னார் என்று சொல்வ தும் முழுக்கச் சரியில்லைதான். அதற்குச் சில நிமிடங்கள் முன்பு வர்கீஸ் அரசினர் பொது மருத்துவமனையை நோக்கிச் சென்றிருந்தான். பாதி வகுப்பில் மருத்துவமனைக்கு ஒருவன்

போய்விட்டான் என்று சொன்னால், அவனுக்குத்தான் ஏதோ உடம்பு முடியாமல் போய்விட்டது என்றுதானே ஒரு சராசரி மனம் யூகிக்கும்? இதைப் பற்றித்தான் திரு டோமினிக் கருத்துரைத்தார். வர்கீஸ் போனது அவனுக்காக அல்ல.

மருத்துவமனையில் பிரசவத்துக்கு ஆயத்தமாக இருக்கும் ஒரு பெண்ணுக்கு ரத்ததானம் வேண்டுமாம். என்ன குரூப் ரத்தம் வேண்டியிருந்தது என்று இப்போது ஞாபகமில்லை. அந்தக் குறிப்பிட்ட வகை ரத்தம் உள்ளவர்கள் நேரே மருத்துவ மனைக்குச் சென்று இன்ன வார்டில் இன்னாரைச் சந்திக்கவும் என்றது சுற்றறிக்கை. கல்லூரி முதல்வர் தமது வழக்கப்படி இதிலும் விவிலிய மேற்கோள் ஒன்றை வழங்கியிருந்தார்.

திரு. டோமினிக் அறிக்கையை உரத்து வாசித்து முடித்த தும் வர்கீஸ் எழுந்து நின்றான். திரு. டோமினிக்குக்கு அது புது அனுபவம். நீதி தொடர்பாக அனுசிதமான கேள்விகள் கேட்டு அவரை தர்மசங்கடப்படுத்தத்தான் வர்கீஸ் எழுவது வழக்கம்.

இவனுடைய ரத்தம் ‘சுற்றறிக்கையில் குறிப்பிட்டுள்ள வகையைச் சேர்ந்ததுதானா’ என்று சந்தேகம் கேட்டார் திரு. டோமினிக். வர்கீஸ் சாந்தமாகப் பதிலளித்தான்:

> தெரியாது ஸார். ஒருவேளெ அவுங்களுக்குத் தேவையான க்ரூப்புன்னா எடுத்துக்கிறட்டும்.

இந்த இடத்தில் வர்கீஸ் சம்பந்தமாக சில தகவல்களை உங்களுக்குச் சொல்ல வேண்டும். கோட்டயத்துக்காரன். அதாவது கோட்டயத்துக்குப் பக்கத்தில் உள்ள ஏதோ ஒரு கிராமம். அவ்வளவாக வசதியில்லாத குடும்பம். நான் முன்னர் குறிப்பிட்ட தேவாலயத்தின் பொறுப்பாளரும், விலங்கியல் துறைப் பேராசிரியருமான திரு. சாக்கோவுடைய நெருங்கிய நண்பர் அந்தக் கிராமத்தில் அருட்தந்தையாக இருந்தார். வர்கீஸுக்கு எங்கள் கல்லூரியில் இடம் கிடைத்துவிட்டது.

மிகக் குறைவான பணத்தில் வாழ்க்கையை ஓட்டும் கலையை நீங்கள் வர்கீஸிடம்தான் கற்றுக்கொள்ள வேண்டும். நாங்களெல்லாம் டீ குடிப்போம். சிகரெட் பிடிப்போம். சினிமா வுக்குப் போவோம். இரண்டு பஸ் நிறுத்தங்கள் தள்ளி உள்ள மகளிர் கல்லூரி வாசலுக்குச் சென்று காத்திருந்து அந்தக் கல்லூரி மாணவிகள் இன்புறுவதற்காக ஏகப்பட்ட கோமாளித் தனங்கள் செய்து இன்புறுவோம். கல்லூரி வாழ்க்கை மிகவும் சலிப்பாகும்போது மற்ற துறைகளின் சலிப்பாளர்களுடன் கலந்து பேசி ஓரிரு நாள் வேலைநிறுத்தங்கள் ஏற்பாடு

செய்வோம் – பெரும்பாலும் உலக அரசியல் பிரச்சினை எதற்காவது கண்டனம் தெரிவிக்கும் விதமாகத்தான் இருக்கும் – இவை எதிலுமே கலந்துகொள்ள மாட்டான் வர்கீஸ்.

அதற்காக விலகியே இருப்பவன் என்று தவறாக நினைத்து விடக் கூடாது. எங்களுடைய அரட்டைகளில் தனியானதொரு நகைச்சுவைப் பங்களிப்பு அவனுடையதுதான். எங்களைவிட நன்றாக மதுரைக்கொச்சை வசப்பட்டு விட்டது அவனுக்கு. இருந்தாலும், தமிழ் மற்றும் ஆங்கிலச் சொற்களை மலையாள வாசனையுடன் உச்சரிப்பதில் தொடங்கி (one year என்பதை 'வன்னியர்' என்பது மாதிரிச் சொல்வான்), எழுதுவதற்குக் கை கூசும் பாலியல் தமாஷ்கள்வரை பிரமாதமான அம்சங்கள் கொண்ட பேச்சு அவனுடையது. குறிப்பாகப் பாதிரியார்களும், கன்னியாஸ்திரீகளும் அவனுடைய நகைச்சுவைத் துணுக்குகளில் படாதபாடு படுவார்கள். சில வேளைகளில் தேவனையும் விட்டுவைக்க மாட்டான்.

ஆனால், எனக்கு வேறு ஒரு சந்தேகம் தீராமல் இருந்து வந்தது – வாஸ்தவத்தில் வர்கீஸ் மிகுந்த மத நம்பிக்கை உள்ளவன். அதன் காரணமாகவே எங்கள் கேளிக்கைகள் எதிலும் பங்கேற்க மாட்டேனென்கிறான். தன்னுடைய ஆஸ்திகச் சார்பை நாங்கள் கண்டுபிடித்துவிடுவோமோ என்று அஞ்சுகிறான். அதற்காகத்தான் மத ஆசாரங்களை எங்களிடம் கடுமையாகக் கேலி பேசுகிறான்.

ஆக, 'செலவில்லாத முறையில் தன் இறைப் பணியைச் செய்வதற்காகத்தான் மருத்துவமனைக்குப் போயிருக்கிறான் வர்கீஸ்' என்று எனக்குள் ஒரு காரணம் கற்பித்துக்கொண்டேன். கல்லூரி முடிந்ததும் இதை மற்ற நண்பர்களிடம் பகிர்ந்துகொள்ள விரும்பவில்லை. கொஞ்சமே கொஞ்சூண்டு யோசிக்கிற மாதிரி வாக்கியங்கள் எதையாவது பேசிவிட்டால் நண்பர்கள் என்னை குழுப் பிரஷ்டம் செய்துவிடுவார்கள். சும்மாவே, தேசியப் புத்தக நிறுவனம் வெளியிட்ட அர்மீனியச் சிறுகதைகள், வங்காளக் கவிதைகள் என்று படிப்பதில் அந்தரங்கமாய் ஒருவித விலக்குக்கு ஆளானவன்தான் நான்.

ஆனால், வர்கீஸுக்குத் துணையாய்ப் போகிற சாக்கிலாவது நானும் வெளியேறியிருக்கலாம் என்று தோன்றச் செய்து விட்டார் திரு. டோமினிக்.

விவேகம் அன்பு கருணை தியாகம் என்று கிளம்பி, பாவத்தில் கொண்டு நிலைநிறுத்திக்கொண்டார் தம் உரையை. கையில் பேனாவை வைத்திருப்பது, வகுப்பறையில் உட்கார்ந் திருப்பது, மூக்கு அரித்தால் சொறிந்துகொள்வது என்று எல்லா

விஷயங்களுமே பாவக் கணக்கில் சேரும் என்கிற தொனியில் விரைகிறார். 'மூச்சு விடுவது பாவம்' என்று சொல்லி முடித்து விட்டாரென்றால், நான் குற்றவுணர்ச்சியில்லாமல் தற்கொலை செய்துகொள்வதற்கு வசமான காரணம் ஒன்று கிடைத்துவிடும். வகுப்பு முடிவதற்குள் அதையும் சொல்லிவிடுவார் என்றே பட்டது.

வெளியேறும் ஆசையைக் கிளப்பியது திரு. டோமினிக்கும் வர்கீஸூம் மட்டுமல்ல. செப்டம்பர் பிறந்தும் கோடை முடியாதது மாதிரி, அன்று அநியாய வெயில். ஜன்னல் வழியாகப் பார்த்தால் தெரியும் கொன்றை மரத்தின் விரிந்த பச்சைத் தலை அலுமினியத் திடல் மாதிரிக் கண்கூசுகிறது. கணகண வென்று புகையும் வெக்கை வகுப்பறைக்குள் வருகிறது. தலைக்கு நேர்மேலே சுழலும் விசிறி சுழலவில்லை, வட்டவடிவமான நிலைத் தகடு, அலங்காரத்துக்காகத் தொங்குகிறது என்கிற மாதிரித் தோன்றுகிறது. ஓர் இணுக்குக் காற்றுகூட இறங்க வில்லை. தலையை நிமிர்த்தினால், ஏற்ற இறக்கமற்ற குரலில் பேசிக்கொண்டே போகும் திரு. டோமினிக். தலையைக் குனிந்தால் நம் உடம்பிலிருந்தே கிளம்பும் தாளமுடியாத வியர்வை நாற்றம். உடம்பு அவமானகரமான பொருளாகத் தென்பட்டது.

ஜன்னல் கட்டையில் ஒரு காக்காய் வந்து அமர்ந்தது. நாங்கள் நேருக்கு நேராய் ஓரிரு கணங்கள் பார்த்துக்கொண் டோம். உலகத்தின் பாவங்களெல்லாம் ஒன்றாய்த் திரண்டு கருநிறச் சிற்றுடம்பாக மாறி என் எதிரே பறந்து வந்து உட்கார்ந்திருக்கிறது என்று பட்டது. என்னை ஆமோதிக்கிற மாதிரி திரு. டோமினிக்கின் பட்டியலில் புதிய பாவம் எதுவோ வந்து சேர்ந்தமாதிரித் தோன்றியது. சட்டையின் மேல் பித்தான் போடாமல் இருப்பதாக இருக்குமோ.

அவசரமாகக் குனிந்து நெஞ்சுக்குள் ஊதிவிட்டு நிமிர்ந்தேன். என்னுடைய சலனம் தன்னைத் தாக்குவதற்காகத்தான் என்று தவறாகப் புரிந்துகொண்ட காக்காய் ஓரசையில் குழறிவிட்டு எழுந்து பறந்தது. 'காக்கை மொழி வசைச் சொற்களும் பாலுறுப்பு கள் சார்ந்ததாகத்தான் இருக்குமா?' என்று ஒரு கேள்வி எனக்குள் உதித்தது – மிகவும் ஆறுதலாக மனத்துக்குள் ஒரு மெல்லிய குறுகுறுப்பை உணர்ந்தேன்.

மறுநாள் காலையில் கல்லூரியின் திடீர் நாயகன் ஆகிவிட்டான் வர்கீஸ். அறிவிப்புப் பலகையில் அவன் பெயரையும் வகுப்பையும்

கொட்டை எழுத்தில் எழுதி, 'இறைவனின் நிரந்தர ஆசிகளுக்கு உரியவன் அவன்' என்று வாழ்த்தும் தெரிவிக்கப்பட்டிருந்தது.

அபூர்வமாக, எங்களோடு டீக்கடைக்கு நடந்து வந்தான் வர்கீஸ். இந்த மாதிரிப் பாராட்டுகளெல்லாம் தனக்கு சர்வ சாதாரணம் என்கிற மாதிரி வழக்கம்போல மிதப்பான நடை. நான் கேட்டேன்:

வர்க்கி, திடீர்னு எதுக்காகடா அப்பிடி ஒரு முடிவெடுத்தே?

என் கண்களைக் குறுகுறுவென்று பார்த்தான். நான் கொஞ்சமும் எதிர்பார்த்திராத பதிலைச் சொன்னான்:

ஒண்ணுமில்லே மாப்ளே. வெயில் ஜாஸ்தியில்லையா நேத்து? ரொம்பக் கசகசன்னு இருந்துச்சு. நம்ம டோமினிக் தம்பி வேற ஓயாமெப் புளுபுளுத்தான். என்ன சாக்கு வச்சு வெளியெ ஓடலாம்னு யோசிச்சிக்கிட்டிருந்தேன். ப்ரின்ஸி ஆளனுப்புனது வசமாச் சிக்குச்சு. அம்புட்டுத்தான்.

விளையாட்டான தொனியில் பேசினானே தவிர, வர்கீஸின் குரலிலும் விழிகளிலும் அசாத்திய நேர்மை இருந்தது. என்னால்தான் நம்ப முடியவில்லை. பிற்பாடு, அந்த பதிலைப் பல்வேறு சந்தர்ப்பங்களில் பல்வேறு இடங்களில் நினைவுகூர்ந்திருக்கிறேன். எளிதில் வசப்படாத எண்கணிதப் புதிர் மாதிரி எனக்குள் நமட்டிக்கொண்டே இருந்தது.

கல்லூரி முடித்து ஆறு வருடம் கழித்து யதேச்சையாக அறிமுகமான ஆல்பர் காம்யுதான் தெளிவுபடுத்தினார். நண்பர் ஒருவரிடமிருந்து காம்யுவின் 'அந்நியன்' படிக்கக் கிடைத்தது. வெக்கையின் உறுத்தல் தாளாததால் ஓர் அல்ஜீரியனை சுட்டுக் கொன்றுவிடும் மெர்சோவின் கதை.

வர்கீஸ் சொன்னது சரிதான். பார்க்கப்போனால், அவன் செய்தது நல்ல காரியம்தானே?

3

தெரிஞ்ச விஷயங்களுக்கு நாம எஜமானன். தெரியாத விஷயங்கள் நமக்கு எஜமான்.

என்று கோடையிடி குமரேசன் அடிக்கடி சொல்வார். ஒரே சொல்லை ஏன் இரண்டுவிதமாகச் சொல்கிறார் என்று நாம் கேட்டுவிட முடியாது. அய்யாவின் புகழ் அப்படிப்பட்டது. தமிழகப் பட்டிமன்றங்களில் மிகவும் பிரசித்தி பெற்றிருந்த பேச்சாளர் அவர். முனிசிபல் நடுநிலைப் பள்ளியில் தமிழாசிரியர்.

தினசரி சாயங்காலம் நாங்கள் கந்தசாமி நாயுடு நினைவுப் பூங்காவில் சந்திப்போம்.

முந்தைய ஒரு வருடத்தில் ஏழு கிலோ எடை அதிகரித் திருக்கிறேன் என்றும், அதற்குக் காரணம் என்னுடைய தைராய்டு சுரப்பியில் ஏற்பட்டிருக்கும் கோளாறு என்றும், அதிகாலையில் வெறும் வயிற்றில் இரண்டு மாத்திரைகள் சாப்பிடுவது, சாப்பாட்டில் கொஞ்சம் கட்டுப்பாடு மேற்கொள்வது, அன்றாடம் நடக்கச் செல்வது என்பது போன்ற சின்னச் சின்ன விஷயங்கள் மூலம் உடம்பைப் பழைய நிலைக்குக் கொண்டு வந்துவிடலாம் என்றும் எங்கள் குடும்ப மருத்துவர் அறிவுறுத்தியிருந்தார்.

மாத்திரை சாப்பிடுவது பரவாயில்லை, மற்ற இரண்டு விஷயங்களும் நடைமுறைப்படுத்தச் சிரமமாய் இருந்தன. எண்ணெய்ப் பலகாரம் இல்லாத சாயங்காலத்தை என்னால் நினைத்துக்கூடப் பார்க்க முடியாது. அதிகாலையில் எழுந்து தெருவில் நடப்பதற்குப் பதில் தைராய்டு பிரச்சினை முற்றுவதை சகித்துக்கொள்வது சுலபமானது. நடுராத்திரி வரை படிக்கும் பழக்கம் உள்ளவன் அல்லவா நான்? தவிர, தைராய்டுக் கோளாறால் செத்துப் போனவர்கள் யாராவது இருக்கிறார்களா என்ன?

சாயங்காலம் கொஞ்சநேரம் நாயுடு பூங்காவில் என்னை வாக்கிங் அனுப்புவது என்று குடும்பம் அதிரடியாக முடிவெடுத் தது. குமரேசன் அய்யா தாமாகவே பூங்காவுக்கு வருவார். தூய வெள்ளை உடையில் மட்டுமே அவரைப் பார்த்திருக் கிறேன். உள்ளூர்ப் பட்டிமன்றங்களில் அவர் கர்ஜிக்கும்போது ஓரிரு தடவை கேட்டிருக்கிறேன். அப்போதும் இதே வெள்ளை உடைதான். அறிமுகமான பிறகு, மைக் அருகில் நிற்கும்போதும், என் முகம் தட்டுப்பட்டுவிட்டால் அமரிக்கையாக ஒரு புன்சிரிப்பைச் சிந்துவார்.

பூங்காவின் நீலநிற சிமெண்ட் பெஞ்சில் உட்கார்ந்து கால்களை ஒன்றின்மேலொன்று போட்டுக்கொண்டு கம்பீர மாகச் சாய்ந்த நிலையில் வாசித்துக்கொண்டிருப்பார். இருக்கை யின் பின்புற இடைவெளியில் ஜிப்பாவின் கீழ்ப்பகுதி கசங்காத திரைமாதிரித் தொங்கிக்கொண்டிருக்கும்...

பொதுவாகவே, அய்யாவின் உடல் பாவனைகளிலும், முகக் குறிப்புகளிலும் ஒருவித நாசூக்கு விரவியிருக்கும். படித்துக் கொண்டிருக்கும் புத்தகம் சலித்தால் மாற்றிக்கொள்ளவோ என்னவோ, இன்னும் நாலைந்து புத்தகங்களை அருகில் கிடத்தி யிருப்பார். இதுபோக ஒரு கற்றை வெள்ளைத் தாள்கள். சில

நாள் புத்தகங்களிலிருந்து குறிப்பெடுப்பார். நெஞ்சில் இரண்டு பக்கமும் பை தைத்த கதர் ஜிப்பா அணிகிறவர். வலதுபையில் நாலைந்து நிறங்களில் பேனாக்கள் செருகியிருப்பார்.

புத்தகங்களும் விநோதமானவை. 'ஜைன மகாபாரதம்', தேவேந்திரநாத் சர்க்காரின் 'மாயாஜால விநோதங்கள்', பி. கேசவ தேவின் மலையாள மொழிபெயர்ப்பு நாவல், 'நபிமார்கள் வரலாறு', ஆர்த்தர் கானன் டாயிலின் 'ஷெர்லாக் ஹோம்ஸ் வரிசை', 'உபநிடதங்களின் செய்தி', உலகப் புகழ் பெற்ற நகைச்சுவைத் துணுக்குகள் என்று ஒன்றுக்கொன்று தொடர் பில்லாத பல்வேறு வகைப்பட்டவை.

> 'கண்டது கற்றவன் பண்டிதனாவான்'னு ஒரு பளமொளி இருக்கு தம்பி.

என்று அறிமுகமான புதிதில் ஒருநாள் சொன்னார். அதன் தொடர்ச்சியாகத்தான், நான் ஆரம்பத்தில் சொன்ன இரட்டை வாக்கியத்தையும் உதிர்த்தார். தினசரி நாங்கள் கால் மணி நேரமாவது பேசிக்கொண்டிருப்போம்.

பூங்காவின் சுற்றுச்சுவரையொட்டி உட்புறமாகப் போடப்பட்டிருக்கும் சிமெண்ட் நடைபாதையில் வியர்க்க விறுவிறுக்க நான் கிட்டத்தட்ட இருபது சுற்றுகள் நடந்துவிட்டு ஓய்ந்து வந்து உட்கார்வேன். அய்யா அருகில் வைத்திருக்கும் தோள்பையிலிருந்து தண்ணீர் சீசாவை எடுத்து நீட்டுவார். நான் குடித்து முடித்ததும் வலது சட்டைப்பையிருந்து ஒரு பாலித்தீன் கவரை எடுப்பார். அதற்குள் சிறு காகிதப் பொட்டலம். நிதானமாக, நேர்த்தியாக அதைப் பிரித்து நாலைந்து கல்கண்டுத் துணுக்குகளும் ஓரிரு வால்மிளகும் பொறுக்கி என் உள்ளங்கையில் வைப்பார்.

> என்னை மாதிரி ஆள்களெல்லாம் புகளுக்கும் துட்டுக் கும் ஆசெப்பட்டு மேடையேர்றதுக்கு அலையிறோம்னு செலபேரு அபிப்பிராயம் தம்பி. இதெல்லாம் கிடைக் கிறது வாஸ்தவந்தான். மத்தவங்க எப்பிடியோ, எனக்கு இதுலெ ஒருவிதமான ஆத்ம திருப்தி கிடைக்கிது தம்பி. சொன்னா நம்ப மாட்டீங்க, எவ்வளவோ தயார் பண்ணிக்கிட்டுத்தானே போறோம், ஆனாலும் அங்கெ மைக்கு கிட்டெ நிக்கிம்போது புதுசு புதுசா யோசனெ தோணும். நாம அதுக்கு முன்னாடி நெனச்சே பாக்காத கருத்துகளெல்லாம் உதிக்கும் . . .

இன்னும் வாக்கியம் முடியாத மாதிரி நிறுத்திவிட்டு, சீசாவி லிருந்து தண்ணீர் குடித்தார். அய்யாவிடம் ஒரு விஷயம் கவனித்திருக்கிறேன், தண்ணீர் சீசாவையும் கோலி சோடா

தோரணையில்தான் பிடிப்பார். இன்னொரு விஷயத்தையும் சொல்லியாக வேண்டும். பட்டப்பெயருக்கு ஏற்ற மாதிரி மேடையில் அந்த முழங்கு முழங்குவாரே தவிர, நேரில் அதிர்ந்துகூடப் பேச மாட்டார்.

> ...ஒரு மேல்நாட்டு அறிஞ்சன் சொல்லியிருக்கான், சாதாரணமா நாம எளுதுற கடுதாசியே மூணு விதமா இருக்காம். எளுத நினைச்சது, எளுதுறது, 'அடடா, எளுதியிருக்கலாமே' ன்னு நெனைக்கிறது. மேடைப் பேச்சும் அப்பிடித்தான்.

என்று சொல்லியபடி, பெஞ்ச்சில் எங்கள் இருவருக்கும் இடையில் பரப்பியிருந்த சாமான்களைச் சேகரிக்கத் தொடங்கினார். இருட்டிவிட்டிருந்தது.

இப்படிப்பட்ட நயமான மனிதருக்கு வாழ்க்கை திட்ட மிட்டிருந்த எதிர்காலம் மிகமிகப் புதிரானது. அவருடைய ஒரே மகனின் மனைவி என்கிற ரூபத்தில் அதை அனுப்பி வைத்தது. ரத்னவேலுக்கு என்னைவிட ஏழெட்டு வயது குறைவாக இருக்கலாம். புதிதாக வந்த மருமகள் பேரழகி. தஞ்சாவூரில் பிறந்து வளர்ந்தவள். மணமேடைக்குப் பந்தயக் குதிரை மாதிரி நடந்து வந்தாள்.

> பொண்ணு பாக்கப் போனப்ப பூனெ மாதிரி இருந்தாம்மா இந்த ராச்சஸி.

என்று என் தாயாரிடம் குமரேசன் அய்யாவின் சம்சாரம் ஒருமுறை சொன்னார். 'மகனுக்குத் திருமணம் ஆகவிருக்கிறது, மேலும் ஒரு படுக்கையறை இருக்கிற மாதிரி வீடு விலைக்கு வந்தால் சொல்லுங்கள்' என்று அய்யா சொன்ன சமயத்தில், நல்லவேளையாக, எங்கள் தெருவிலேயே ஒரு மாடி வீடு விற்பனைக்கு வந்தது. அய்யாவுக்கு உடன்பாடான விலைக்குத் திகையவும் செய்தது. கிரகப்பிரவேசத்தன்று எனக்கு வேஷ்டியும் சட்டைத்துணியும் அன்பளித்தார் அய்யா.

மறு மாதம் மகனுக்குத் திருமணம். அதற்கும் மறுமாதத்தில் என் தாயாரிடம் வந்து கலங்க ஆரம்பித்தார் சம்பூர்ணத்தம்மாள். மூங்கில் கழிபோல நெடுநெடுவென்று இருக்கும் அய்யாவுக்கு நேர் எதிர் இந்த அம்மாள். நடந்தாலே மூச்சு வாங்கும் உடல்வாகு. கொடகொடவென்று நீர் நிரம்பிய தர்ப்பூசணிப் பழம் மாதிரி இருப்பார். எந்த நேரமும் தெறித்து விடக் காத்திருக்கும் பழம். அய்யாவுக்குப் பல வயது மூத்தவரோ என்று தோன்றும்.

முகத்தில் நிரந்தரமாக இருந்து வந்த மலர்ச்சி அறுதி யாகக் காணாமல் போய், வந்து உட்கார்ந்தவுடனே விசும்பி விசும்பி அழுவார்.

மருமகள் இந்தக் குடும்பத்துக்கு ஏற்றவள் இல்லையாம். எத்தனையோ ஜன்மங்களில் இவர்கள் செய்த பாவம்தான் பெண்ணுருவமெடுத்து நிலைவாசல் தாண்டி நுழைந்துவிட்ட தாம். எவ்வளவோ ஜாதகங்கள் வந்தும், இவள் தாயார் தகப்பனாரைப் பார்த்து இவளை வீட்டுக்குள் கொண்டுவந்தது மிகப் பெரிய பிசகாகிவிட்டது. ரத்னவேல் தலை நிமிர்ந்த பையன். அவன் தரையைப் பார்த்து நடப்பதைக் காணும் போது, இந்த அம்மாளுக்கு, 'நாண்டுக்கிறலாம் போல' இருக்கிறது.

என் அம்மா கழுத்தில் சுருள்வில் வைத்த பொம்மை மாதிரித் தலையை ஆட்டிக்கொண்டு உட்கார்ந்திருப்பாள். அந்தப் பெண்ணை வெளியிடங்களிலும், தெருவில் போகும் போதும் வரும்போதும், அய்யாவைப் பார்க்க ஓரிரு தடவை அவர்கள் வீட்டுக்குப் போனபோதும் பார்த்திருக்கிறேன். பம்மிப் பம்மி நடப்பாள். கண்களில் அசாத்தியமான மிரட்சி இருந்து என்னைத் தொந்தரவு செய்யும். வகிட்டில் குங்குமத்தை அள்ளி அப்பியிருப்பாள். தேநீர்த் தம்ளரை என் கையில் கொடுக்கும்போது பளீரென்ற புறங்கை கடுமையாக நடுங்கும். இப்போதுதான் ஞாபகம் வருகிறது – அந்தப் பெண்ணின் குரலை நான் கேட்டதேயில்லை... அம்மா ஒருமுறை ஆலோசனை சொன்னாள்:

இம்புட்டுச் சங்கடம் இருக்குன்னா, பேசாமெ தனியாக் குடி வச்சிற வேண்டியதுதானே.

அப்பிடித்தாங்கம்மா நாங்களும் நெனைக்கிறம். நல்ல வீடு எதுனா கிரயத்துக்கு வந்தாச் சொல்லுங்களேன். அவுங்க மட்டும் தனியாப் போயி இருந்துக்கிறட்டும். எக்கேடும் கெட்டு ஒளியட்டும்.

சேச்சே. முதலியாரம்மா, பெத்த பிள்ளைக்கி இப்பிடி சாபங் குடுக்கலாமா?

ஆனால், அவர்கள் எதிர்பார்த்த மாதிரி வீடு அமைவதற்குள் அந்தப் பெண் வேறு ஒரு முடிவு எடுத்துவிட்டாள்.

அதிகாலை ஆறரை மணி வாக்கில் என் மனைவி ஓங்கித் தட்டி எழுப்பினாள். குறைத்தூக்கத்தில் யாராவது எழுப்பி னால் பளாரென்று அறையும் வழக்கம் உள்ள நான், அவள்

குரலில் இருந்த பதட்டதத்தைக் கவனித்தவாறு புரண்டு படுத்தேன். காதருகில் அலறுகிற மாதிரிக் கேட்டது அவளுடைய குரல்.

என்னாங்க, எந்திரிங்க. குமரேசன் அய்யா மருமக தீக் குளிச்சிருச்சாம்.

எழுந்து லுங்கியைச் சரிசெய்தபடியே வாசலுக்குப் பாய்ந்தேன். மனைவி நீட்டிய சட்டைக்குள் அரைகுறையாக நுழைந்தவாறே ஹவாயை மாட்டிக்கொண்டு தெருக்கோடிக்கு ஓடினேன்.

வாசலில் போலீஸ் வந்திருந்தது. அய்யாவின் குடும்பத்தை ஒன்றாகத் திரட்டி, இரண்டுபுறமும் காவலர்கள் நின்றார்கள். துணிந்து அவர் அருகில் சென்றேன். என் தோளில் சாய்ந்து விம்மினார் அய்யா.

சம்முகம் . . . சம்முகம் . . . என் மானம் மரியாதெ அம்புட்டும் போச்சே . . . பளிகாரி இப்பிடிப் பண்ணீட்டாளே சம்முகம் . . .

அடுத்த சில நாட்களில் தமிழ்நாடே பேசும் விஷயமாகி விட்டது அந்தச் சம்பவம். சட்டசபையில்கூட கேள்வி எழுந்தது. காவல்துறை வழக்குப் பதிவு செய்தது. நீதிமன்ற வாசலில் மாதர் சங்க உறுப்பினர்கள் ஆபாசமான கோஷங்கள் எழுப்பி ஆர்ப்பாட்டம் நடத்தினர். ஜாமீனில் வெளிவந்த அய்யாவின் குடும்பத்தை விளக்குமாறும் ஒட்டடைக்குச்சியும் கோல் நுனியில் கட்டிய பிய்ந்த செருப்பும் ஏந்திய பெண்கள் கூட்டம் வரவேற்றது. எதிர்ச்சாரியில் சில அரசியல் கட்சிகளின் தொண்டர்கள் கறுப்புக்கொடி காட்டினர். சாதாரணமாக ஊருக்குள்ளேயே பல பேருக்குத் தெரிந்திராத எங்கள் தெருவுக்கு மாநிலம் தழுவிய புகழ் வாய்த்துவிட்டது.

காவல்துறையும், பெண்ணைப் பெற்றவர்களும் 'வரதட்சணைக் கொடுமை மற்றும் தற்கொலைக்குத் தூண்டுதல்' என்று வழக்காடினர். 'மனநலம் சரியில்லாத பெண்ணை உண்மையை மறைத்துக் கட்டிவைத்துவிட்டார்கள்' என்று வாதாடினார் அய்யாவின் வக்கீல். இவருடைய பேச்சுக்கு ரசிகர் என்பதால் ஃபீஸ் வாங்காமலே ஆஜராகிறாராம் – அய்யா சொன்னார்.

புலனாய்வுப் பத்திரிகைகளுக்கு நல்ல தீனி. ஆய்ந்து தள்ளின. நாலைந்து வாரம் அட்டைப் படங்களில் அய்யா, சம்பூர்ணத்தம்மாள், ரத்னவேல், அரை ஸ்வஸ்திக் வடிவில் கருகிக் கிடக்கும் உடம்பு, அதன் திருமணப் புகைப்படம் என்று ஒரே கொண்டாட்டம்தான்.

ஒரு பத்திரிகை 'அய்யாவின் காமவெறிக்கு மருமகள் பலியாகிவிட்டாள்' என்று புலனாய்ந்து சொன்னது. 'காம

வாழ்க்கைக்கு ஐம்பத்தைந்தெல்லாம் ஒரு வயதே கிடையாது' என்று தமிழ்நாட்டின் புகழ்பெற்ற பாலியல் மருத்துவர் பெட்டிச் செய்தியில் எடுத்துரைத்தார். இன்னொரு பத்திரிகை ரத்ன வேலின் ஆண்மையைச் சந்தேகித்தது. தொடர்ந்து, அய்யா மருமகளின் நாட்குறிப்பை அகழ்ந்தெடுத்துப் பிரசுரிக்கத் தொடங்கியது. தேர்ந்த எழுத்தாளரின் நடையில் விரிந்து சென்றது அந்தத் தொடர்.

ஜாமீனில் வந்த மூன்றாவது வாரம், அந்தக் குடும்பத்தின் தலையில் அடுத்த இடி இறங்கியது. சம்பூர்ணத்தம்மாள் எலி மருந்தைத் தின்று தற்கொலை செய்துகொண்டார். அய்யாவும் ரத்னவேலும் நொறுங்கிப் போனார்கள்.

இந்த நாட்களில் நான் அய்யாவுக்கு மிகப்பெரிய ஆறுதலாக இருந்ததாக அய்யாவே பலமுறை சொல்லித் தழுதழுத்திருக்கிறார். ஆனால், ஆரம்பத்தில் கூனிக் குறுகியிருந்த அய்யா, சம்பூர்ணத்தம்மாளின் தற்கொலைக்குப் பிறகு பழையபடி நிமிர்ந்துவிட்டார். பட்டிமன்றங்களில் பேசுவதற்கு முன்பு போலப் போவதில்லை – அழைப்புகள் குறைந்துவிட்டன என்பது என் யூகம் – தமிழாசிரியர் வேலையை ராஜினாமா செய்தார், பொது இடங்களில் பெரும்பாலும் தட்டுப்படுவதில்லை, பூங்காவுக்கு வருவதேயில்லை, தூய வெள்ளுடை அணிவது நின்றுவிட்டது, அழுக்கு வேஷ்டியுடன் காய்கறி வாங்க வந்ததை நானே பார்த்தேன், பெண்கள் இல்லாத வீட்டில் சும்மா இருக்கிற கிழவரின் தலையில்தான் சமையல் பொறுப்பு விடிந்தது என்பதெல்லாம் ஒருபுறம் இருக்கட்டும். சந்தித்துப் பேசும் சந்தர்ப்பங்களில் அவரிடம் தென்பட்ட அசாத்திய உறுதி எனக்கு மிகப் பெரிய ஆச்சரியமாய் இருந்தது. சத்தியத்தின், நேர்மையின் உறுதி என்று அனுமானித்துக் கொண்டேன். அப்படி நினைத்துக்கொள்ளத்தான் எனக்குப் பிடித்திருந்தது.

கீழ்க் கோர்ட்டில் அய்யாவின் குடும்பத்துக்கு சார்பாகத் தீர்ப்பு வந்தது. மருமகள் குடும்பம் மேல் கோர்ட்டுக்குப் போனது. அங்கேயும் அய்யாவுக்கே வெற்றி. அவர்கள் உயர்நீதி மன்றத்துக்குப் போனார்கள். இறுதியாக அங்கேயும் அய்யாவும், அவர் மகனும் குற்றமற்றவர்கள் என்று விடுவிக்கப்பட்டார்கள்.

இதெல்லாம் நடந்து முடிய எடுத்த காலம்தான் கொஞ்சம் அதிகம். அய்யாவின் மருமகள் இறந்த சமயத்தில் எல் கே ஜி சென்றிருந்தாள் என் மகள். உயர்நீதிமன்றத் தீர்ப்பு வந்தபோது, பட்டப் படிப்பை முடித்திருந்தாள்.

இப்போது அதிர்ச்சி தருவது அய்யாவின் முறை. உயர்நீதி மன்றத் தீர்ப்பின் நகலோடு ஊர் வந்து சேர்ந்த அன்று சாயங் காலம் அவரைப் பார்க்கப் போனேன். இத்தனை நாளும் வீம்பும் வீறாப்பும் கனன்றுகொண்டிருந்த முகம் கரியை அள்ளி அப்பினமாதிரிக் கறுத்திருந்தது. கஷ்டப்பட்டபோது உற்சாக மாக இருந்த மனிதர், நல்ல செய்தி வந்த அன்று இப்படித் துக்கமாக இருக்கிறாரே என்று வியந்தவாறு வீடு திரும்பினேன்.

அன்றிரவில் தூக்கு மாட்டிக்கொண்டு இறந்து போனார் குமரேசன் அய்யா. அப்போது அவருக்கு எழுபத்திரண்டு வயது.

4

சிடுக்கான விளைவுகளை ஏற்படுத்தும் நிகழ்வுகளுக்கு இன்னும் சிடுக்கான காரணத்தைக் கண்டறிவதுதான் இயற்பியலாளர்களின் இயல்பு.

என்று ஒரு அறிவியல் புத்தகத்தில் எப்போதோ வாசித்தது நினைவு வருகிறது. சராசரி மனிதர்களுக்கும் அதே மனோபாவம் தான் இருக்கிறதோ என்று படுகிறது. ஆனால், காரியம் துல்லிய மாக விளங்காத பட்சத்தில் காரணத்தைப் பிடிப்பதற்கு ஒரு நூல்முனைகூடக் கிடைக்க மாட்டேனென்கிறது. அதன் காரண மாக, நேரடியாக நடந்து முடியும் நிகழ்ச்சிக்கு பல்லாயிரக் கணக்கான காரணங்களை மனம் கற்பித்துக் கற்பித்து ஓய்கிறது.

இப்படியெல்லாம் சுற்றி வளைப்பானேன், முந்தாநாள் காலையில் சென்னை சென்ட்ரல் வந்து சேர்ந்த தமிழ்நாடு எக்ஸ்ப்ரஸில் நடந்துவிட்ட ஒரு சம்பவத்தைச் சொன்னால் உங்களுக்கே எளிதாகப் புரிந்துவிடும்.

புது தில்லி நிலையத்தில் காத்திருந்தபோதே நான் அவரைக் கவனித்துவிட்டேன். சுற்றிலும் அலைமோதும் ஜனக்கூட்டத்தின் மத்தியில், ஊன்றிய நீர்மட்ட அளவுகோல் மாதிரி அசையா மல் அமர்ந்திருந்தார். சிறு பை ஒன்று அருகில். இடதுகையை வாகாக அதன்மீது போட்டிருந்தார். இலக்கின்றி ஒரே இடத்தை வெறித்த பார்வை. நடுவயதின் இறுதிக் கட்டத்தில் இருக்க லாம். நன்கு வெளிச்சம் படும் இடத்தில்தான் அமர்ந்திருந் தார் – வெகுவாக நரைத்துவிட்ட தலையில் இளமையின் மிச்சத் துணுக்குகள் மாதிரி அங்கங்கே கறுப்புத் தீற்றல்கள். நாசிக்குக் கீழே உச்சியும், புறங்கள் இரண்டிலும் சரிந்திறங்குவதுமான மலை வடிவ மீசை. நல்ல அடர்த்தி. அது கறுப்பாகத்தான் இருந்தது. முகமும் பார்க்கப் பார்க்கத் தமிழ்முகமாகி வந்தது.

காலி ரயில் நடைமேடையில் நுழைந்தது. முன்பதிவுப் பெட்டியில் ஏறுவதற்குள், கூட்டம் ஏகப்பட்ட அமளி உண்டாக்கியது. உயிர்பிழைக்க இருக்கும் கடைசி வாய்ப்பு என்கிற மாதிரி எல்லாரும் துள்ளிப் பாய்ந்து நெருக்கினார்கள். இவரிடம், நடைமேடைக் கூரைக்குப் பார்வையை நகர்த்தியதைத் தவிர்த்து வேறு சலனமே இல்லை.

அவருக்குத் துணையாக நிற்பவன் மாதிரி நானும் அதிராமல் நின்றுகொண்டிருந்தேன். என்னிடம் பெரிய சாமான் மூட்டைகள் இல்லை என்பதும் ஒரு காரணம். ஒரேயொரு சூட்கேஸ்தான். அவருடைய பையைவிட இரண்டு மடங்கு பெரியது.

பயணிகள் எல்லாரும் ஏறி, வழியனுப்ப வந்தவர்களும் ஏறி, அவரவர் பொருட்களை வசதியான இடங்களில் பத்திரமாக வைத்து, சிறுசிறு வாக்குவாதங்கள் நடத்தி ஓய்ந்து, இனி செய்வதற்கு ஒன்றுமில்லை ரயில் கிளம்ப வேண்டியதுதான் என்ற நிலை வந்த பிறகு அவர் ஏறினார். நானும் உள்ளே போனேன்.

ஜன்னல் ஓரக் கீழ்ப் படுக்கை என்னுடையது. எதிரில் வலதுபுற நடுப்படுக்கை அவருடையது. பையைப் படுக்கையில் வைத்துவிட்டு, கழிவறைக்குப் போய்வந்தார். உடனடியாகப் படுத்துவிட்டார்.

ரயில் கிளம்பி அரைமணிநேரம் கழித்து பரிசோதகர் வந்து பயணச் சீட்டுகளை வாங்கிப் பார்ப்பது வரை ஒரே நிலையில் மல்லாந்து படுத்திருந்தார். வயிற்றில் படிந்து கோத்த கைகள். அவர் உறங்கவில்லை என்பதற்கு அடையாளமாக, பாதங்கள் மட்டும் கயிற்றில் கட்டிய புறாக்கள் மாதிரி ஆடிக் கொண்டிருந்தன.

இரவில் நாலைந்து தடவை விழிப்புத்தட்டி நான் எழுந்த போதெல்லாம் பார்த்தேன், அந்தப் புறாக்கள் அதே மாதிரி ஆடிக்கொண்டிருந்தன.

பொழுது விடிந்ததும் போபாலில் ஏறிய தம்பதிக்குள் வாய்த் தகராறு மூண்டது. எதிரில் ஒரு புற நடுப்படுக்கையை இதற்குள் மடித்துவிட்டிருந்தார்கள். அவர் நேற்றிரவில் மாதிரியே நிலை குத்திய கண்களுடன் அமர்ந்திருந்தார். கீழ்ப்படுக்கை இளைஞன் அதிகாலையிலேயே எழுந்து தன்னுடைய மொபைல் போனில் இரண்டு கைகளாலும் செய்தி அனுப்பி, திரும்பப் பெற்று,

மீண்டும் அனுப்பி என்று மும்முரமாகப் பணிபுரிந்து கொண்டிருந்தான்.

ஓசை கேட்டு விழித்தவர்கள் அந்தத் தம்பதியை வேடிக்கை பார்க்கத் தொடங்கினார்கள். எனக்கு ஹிந்தி தெரியாது. குறிப்பான அர்த்தம் எதையும் தராத கோப வாக்கியங்கள் எதிரெதிராய்ப் பாய்வதைக் கவனித்துக்கொண்டு அமர்ந்திருந் தவன், யதேச்சையாக அவர் பக்கம் திரும்பினேன். விழிகளில் கண்ணீர் முட்ட அமைதியாகப் பார்த்துக்கொண்டிருந்தார். உச்சமாக, கணவன் மனைவியை ஓர் அறை விட்டான். அவருக்குத் தூக்கிவாரிப் போட்டது. கன்னத்தில் கண்ணீர் கோடாக இறங்கியது . . .

பத்தரை பதினோரு மணி இருக்கும். தரையில் தேய்த்துத் தேய்த்து நகர்ந்து ரயில் பெட்டியைச் சுத்தம் செய்துகொண்டு போனார் ஒரு வயோதிக ஊனர். கையில் இருந்த துணியால் பெருக்கி முடித்துவிட்டு கையேந்தினார். சிலர் போட்டார்கள். சிலர் வேகமாக முகத்தைத் திருப்பிக்கொண்டார்கள். நம்மவர், தன் சட்டைப்பையைத் துழாவி, முழுசாக ஒரு ஐம்பது ரூபாய் நோட்டை எடுத்துப் போட்டதை ஊனர் நம்ப முடியாமல் பார்த்தார். அவர் நிச்சலனமாகத் தொடர்ந்து படிக்க ஆரம்பித்தார்.

தமிழ்ப் புத்தகம்தான். ஏதோ வணிகப் பதிப்பகம் மலிவுப் பதிப்பாக வெளியிட்ட பகவத் கீதை. வலதுகையில் பிடித்த புத்தகத்தைப் படித்தவாறு, இடது கையால் முன்னந்தலையி லிருந்து பின்னந்தலைநோக்கி நிதானமாகத் தடவிக்கொண்டு படித்தார். நேற்றிரவிலிருந்து அவர் முகத்தில் நிரம்பியிருந்த கலக்கம் முற்றாக வெளிறி நிம்மதியான சாந்தம் படர்ந்த மாதிரி இருந்தது.

மொபைல் ஃபோன் வாலிபன் கழிவறைக்குச் செல்லும் போது அவர் காலில் இடித்துவிட்டான். உரத்த குரலில் 'ஸாரி' சொன்னான். அபூர்வமான கனிவுடன் அவர் தலையாட்டி னார். இதற்குள் என் பங்குக்கு விதவிதமான கதைகள் அவர் சம்பந்தமாக எனக்குள் உருவாகிக் கொண்டிருந்தனவா, 'இந்த வாலிபனின் வயதில் அவருக்கு மகன் இருக்கிறான்' என்று ஒரு தகவலைச் சேர்த்துக்கொண்டேன்.

இப்போது, பக்கத்துப் பகுப்பில் பயணம் செய்யும் கைக் குழந்தை மறுபடியும் அழ ஆரம்பித்தது. அவர் முகம் மிகுந்த சங்கடத்துடன் கோணியது. நல்லவேளை, அவர் கன்னத்தில் மீண்டும் கண்ணீர் இறங்குவதற்கு முன், குழந்தையை சமாதானப் படுத்திவிட்டார்கள்.

சாயங்காலம் முடியும்போது, ரயில் மஹாராஷ்ட்ராவை நீங்கி ஆந்திரத்துக்குள் நுழைந்தது. அவர் படிப்பதை நிறுத்தி விட்டு, வெளியில் நிரம்பிய இருட்டை வெறித்துக்கொண்டிருந் தார். பொருள் எதையும் உணர்த்தாத வெற்றுப் பார்வை.

இரண்டு விஷயங்கள் அதிர்ச்சியாக எனக்குள் உதய மாயின. ஒன்று, இன்று முழுவதும் அவர் சாப்பிடவேயில்லை. டீ கூடக் குடிக்கவில்லை. இரண்டாவது, இந்தப் பகுப்பில் இருக்கும் சக பயணிகள் அனைவரது குரலும் எனக்குத் தெரியும் – அவருடைய குரலைத் தவிர. கிட்டத்தட்ட இருபத்து நாலு மணிநேரமாக, சிறு கீறல்கூட இல்லாத மௌனத்தில் ஆழ்ந்திருக்கிறார் அவர்.

பகலில் அவ்வப்போது குட்டித் தூக்கம் போட்டதாலோ என்னவோ, கடைசி விளக்கு அணைந்த பிறகும் உறக்கம் வராமல் படுத்திருந்தேன். நடுப்படுக்கையில் ஏறிப் படுத்து விட்டார் அவர். புறாக்கள் துரிதமாக ஆடிக்கொண்டிருந்தன. விசித்திரமாக எனக்கு ஒரு ஆசை தோன்றியது. காலையில் ரயில் சென்னை சென்று சேர்வதற்குள் இவரிடம் ஒரு சொல் லாவது வாங்கிவிடவேண்டும். 'போய் வருகிறேன்' என்று சொன்னால் பதில் சொல்லாமலா போய்விடுவார்? தொடர்ந்து அவரது குரல் சம்பந்தமான யூகங்கள் வரிசைகட்டிக் கிளம்பின ...

காலையில் சென்ட்ரலுக்குள் ரயில் நுழைகிறது. சேகரித்துக் கொண்ட உடமைகளுடன் கதவருகில் சென்று நின்றுகொள் கிறார்கள் சகபயணிகள். ஏறும்போது இருந்த அதே அவசரத் துடன் இறங்கத் தயாராகிறார்கள் – சென்னையில் சென்று நின்றவுடன் ரயில் வெடித்துச் சிதறப் போகிறது என்று செய்தி கிடைத்திருக்கிற மாதிரி.

நடுப்படுக்கைக்காரர் இன்னும் உறக்கம் கலையாமல் படுத்திருந்தார். அவர் படுத்திருக்கும் நிலை உசிதமானது அல்ல என்று என் உள்ளுணர்வில் குறுகுறுத்தது. பாதங்கள் ஆட வில்லை. வயிறும் ஏறித் தாழவில்லை போலப் பட்டது. ஏனோ, உடனே அவரைத் தொட்டு எழுப்ப வேண்டும் என்று தோன்றியது . . .

தொட்டேன். உடம்பு சில்லிட்டிருந்தது.

என் சப்தம் கேட்டு மற்றவர்கள் திரும்பிப் பார்த்தார்கள்.

மூன்றாவது முத்தம்

தங்கையா அண்ணன் ரயில் நிலையக் கூலியாக இருந்த காலத்தில் நடந்தது இது. அண்ணனுடைய இருபதாவது வயதில். ஒருநாள் நடைமேடையில் நின்று கொண்டிருக்கிறார். சரக்கு ரயில் புறப்படத் தயாராக இருக்கிறது. செல்ல வேண்டிய தொலைவையோ, இழுக்க வேண்டிய பளுவையோ நினைத்துப் பெருமூச்சு விட்டுக் கொண்டு நிற்கிறது என்ஜின்.

உத்தம் லால் இவரைத் தாண்டிப்போனார். சரக்கு ரயில் கார்டு. இவரைவிட இருபது வயது பெரியவர். அமெச்சூர் குத்துச்சண்டை வீரர். கொஞ்சம் முன்கோபி. அவரிடம் யாரும் அதிகம் வைத்துக்கொள்ள மாட்டார்கள்.

அனாதையாக இருக்கிறான், துறுதுறுவென்று இருக்கிறான், நயமாகப் பழகுகிறான், பொறுமைசாலி என்பது மாதிரியான காரணங்களுக்காக லாலுக்கு தங்கையாவைப் பிடிக்கும். அவருக்கு மட்டுமல்ல, ஏகப் பட்ட பேருக்கு அண்ணனைப் பிடிக்கும் – ரயில் நிலையக் கிராதிக்கு வெளிப்புறம் குடிசைபோட்டுத் தொழில் நடத்திவரும் கிரண் உட்பட.

தாண்டிப்போனவர் நின்றார். தங்கையாவை உற்றுப் பார்த்தார். ‘ஹேய் தொங்கொம், என்னோடு வருகிறாயா’ என்றார். முதலில் புரியவில்லை இவருக்கு. லால் மறுபடியும் கேட்டார். ரயிலில் கூட வரச்சொல்கிறார். சிங்ரோலியிலிருந்து ஆந்திராவின் கொத்தகூடம் அனல்மின் நிலையத்துக்கு நிலக்கரி ஏற்றிக்கொண்டு போகிறது ரயில்.

> வெசக்கடி வேளெம்பாகளே, அதுவேதாண்டா தம்பிகளா. நெனப்பறியாமெச் சரீண்டு தலெ யாட்டீட்டென் . . .

தொடர்ந்து, 'உலகத்திலேயே தனிமையானதும் சலிப்பூட்டக் கூடியதுமான உத்தியோகம் சரக்கு ரயில் கார்டாக இருப்பது தான்' என்று எடுத்துரைத்தார் அண்ணன். மின்வசதி இல்லாத கடைசிப் பெட்டியில், பேச்சுத் துணைக்கு யாருமின்றி, ஆளற்று அந்தகாரத்தில் மூழ்கியிருக்கும் கிராமத்து ரயில் நிலையங் களுக்கும் தவறாமல் பச்சைக்கொடியோ விளக்கோ காட்டிய வாறு, பெரும்பாலான நேரம் நின்றுகொண்டு, நாள்கணக்கில் பயணம் செய்வது எவ்வளவு கடினம்? அண்ணன் சொல்லா விட்டால், அந்த வேலை இவ்வளவு சிரமமானது என்று எங்களுக்குத் தெரியவே வந்திருக்காது.

உத்தம் லால் சரளமாகப் பேசிக்கொண்டிருந்தவர்தானாம். இந்தப் பணியில் சேர்ந்தபிறகு அவருக்குத் திக்குவாய் வந்து விட்டது. சாதாரணமாகவே மற்றவர்களுடன் அதிகம் பேசாதவர்; புதிதாக வந்த வியாதியால், பேச்சு இன்னும் குறைந்துவிட்டது. என்றாலும், தங்கையா அண்ணனுடன் மட்டும் நெருக்கமாகப் பேசுவார்.

கார்டு வேனில் இன்னொரு ஆளைக் கூட்டிச் செல்வ தற்கு அனுமதி கிடையாது. பிடிபட்டால் வேலை போய்விடும். ஆனால், அன்றைக்கு உத்தம் லால் தங்கையாவைக் கூட்டிச் சென்றதற்குக் காரணம் இருந்தது. நத்தையைவிடச் சற்று வேகமாகச் செல்லும் ரயிலின் கடைசிப் பெட்டியில் இருட்டும் தடதடப்பும் பழகிவிட்ட பிறகு, உத்தம் லால் மனம் விட்டுப் பேசத் தொடங்கிய பிறகு, அது பிடிபட்டது.

பொதுவாக, பணியில் இருக்கும்போது குடிப்பவர் இல்லை உத்தம் லால். அன்று கொஞ்சம் குடித்துவிட்டு வந்திருந்தாரோ என்று தங்கையா அண்ணனுக்கு சந்தேகம். ரயில் சற்றே வேகமெடுத்து கிராமப்புறத்தின் ஊடாகப் போகும்போது, குறுக்கிடும் நிலையங்களின் இடைவெளி கணிசமாக அதிகரித்த பிறகு, சீசாவை அவர் வெளியில் எடுத்தபோது உறுதியாகி விட்டது. அண்ணனுக்கும் ஒரு தம்ளர் நீட்டியிருக்கிறார். இவர் மறுத்துவிட்டார்.

ஒரு சமயத்திலே ஒரு தப்புதானே தம்பி செய்யணும்?

என்று தாமுவைப் பார்த்துக் கேட்டார் அண்ணன். அவன் பவ்வியமாகத் தலையாட்டினான்.

சற்றே கிறுகிறுத்ததும் உத்தம் லால் விஷயத்துக்கு வந்து விட்டார். ஸோனாவுடனான தன் காதலையும், அதில் ஏற்பட்டிருக்கும் சிக்கலையும் சொல்ல ஆரம்பித்தார். இதை யெல்லாம் சொல்வதற்கு அவருக்கும்தான் யார் இருக்கிறார்கள்?

தன் ஒரு காதில் விழும் சங்கதியை மறு காதுக்குக்கூட நகர்த்தாத தங்கையா மாதிரி அந்தரங்க நண்பன் இன்னொருத்தன் உண்டா?

உத்தம் லாலின் பிரச்சினை இதுதான். சக ஊழியனும், அவருடைய ஊர்க்காரனுமாகிய ப்ரேம்ஜித் லாலின் மனைவி ஸோனாவுடன் இந்த லாலுக்கு இருந்த நட்பு ஊருக்கே தெரியும். வெறும் பேச்சளவில்தான் தொடர்ந்தது என்பதாலும், மூவருமே தொலைதூர உறவினர்கள் என்பதாலும், யாருக்கும் விகற்பமாகப் படவில்லை. தவிர, சதா குடித்துவிட்டு வந்து கண்மண் தெரியாமல் உதைக்கும் கணவனிடம் சிக்கிய அழகிக்கு இப்படியொரு ஆறுதல் கிடைக்கிறெதென்றால், 'இருந்துவிட்டுப் போகட்டும், பாவம்' என்றுதானே யாருக்கும் தோன்றும்.

போனவாரம் எல்லைகளெல்லாம் உடைந்துவிட்டன. கடுமையான மழை பெய்து ரயில்வே க்வார்ட்டர்ஸ் முழுமையாக ஈரமுற்றிருந்ததும், ப்ரேம்ஜித் இரவுப் பணிக்குப் போய் விட்டதும், உத்தம் லாலின் மனைவி ராஞ்சியில் இருக்கும் தாய்வீட்டுக்குப் போயிருந்ததும் என்று சகலமும் உதவிகரமாக இருக்க, ஸோனாவும் உத்தம் லாலும் இணைசேரும் சந்தர்ப்பம் உருவாகிவிட்டது.

> எனக்கெல்லாம் அதெக் கேட்டதும் வந்த போறாமெ இம்புட்டு அம்புட்டு இல்லடா தம்பி. அவனவென் ஒத்தப் பொண்டாட்டி கெடைக்காதாண்டு அலஞ்சிக்கிட்டிருக்கான். அந்தாளுக்கு இருந்த எடத்துலெயே தொடுப்பும் சிக்கீருச்சு. ஏற்கனவே ஒருமாதிரி லோலாயிதான் அவென். இவ எத்தனையாவதோண்டு நெனைக்கிறப்ப வகுத்தெரிச்சலா இருந்துச்சு.

அண்ணனிடம் எனக்குப் பிடித்த விஷயமே இதுதான். தான் நினைப்பது எதுவானாலும் ஒளிவுமறைவில்லாமல் சொல்வது.

அலாதியான நெருக்கத்தில் இருக்கும்போது ஸோனா கறாராக ஒரு நிபந்தனை விதித்துவிட்டாள். கட்டுப்பாடற்றுப் பாய்கிற ஆவேசத்தில் உடம்பும் மனமும் முறுக்கேறியிருக்கும் போது, 'இதைச் செய் இதைச் செய்யாதே' என்று சொன்னால் எரிச்சல் வராதா? நிபந்தனையின் அழுத்தம் ஒருபுறம். மானப் பிரச்னையாக அதை எடுத்துக்கொண்டு விலகி வெளியேற முடியாதபடி தனக்குள் உச்சிக்கு ஏறியிருக்கும் உன்மத்தம் மறுபுறம். இன்றைக்கு விட்டால், பின் என்றென்றெக்குமாக இப்படியொரு வாய்ப்பு அகப்படவே செய்யாதோ என்ற

முன் ஜாக்கிரதை ஒருபுறம். பின் வாங்கவும் முடியாமல், மனமொப்பி முன்னேறவும் முடியாமல் தாம் பட்ட பாட்டை விளக்கிக்கொண்டிருந்தார் உத்தம் லால். அவருடைய அதிர்ஷ்டம் தொடர்பாகத் தனக்குள் தொற்றிய எரிச்சலை இறக்கிவைக்க ஒரு சாக்கு சிக்கிவிட்டது என்றே தோன்றியது தங்கையா அண்ணனுக்கு.

ஆனாலும், பொம்பளைக்கும் மனசுன்னு ஒண்ணு இருக்கத் தானே செய்யுது ஸாப். அவுங்களுக்குப் பிடிச்சது பிடிக்காததெச் சொல்றதுக்கு உரிமை இருக்குல்ல?

என்று ஆரம்பித்தாராம். ஆனால், உத்தம் லால் இவரை கூட்டிப் போனது தமக்கு ஒரு வடிகால் தேடித்தானே தவிர, ஸோனா தரப்பு நியாயத்தை விசாரிப்பதற்காக அல்லவே?

ஆறேழு வாக்கியங்களிலேயே வாதம் உச்சத்தை எட்டி விட்டது. நிலையிழந்து தள்ளாடிக்கொண்டிருந்த உத்தம் லால்,

வண்டியை விட்டு இறங்குடா, பத்மாஷ்.

என்று கூவ ஆரம்பித்துவிட்டார்.

என்னதான் சரக்கு ரயில் என்றாலும், ஓடும் ரயிலிலிருந்து எப்படி இறங்குவது? கைப்பிடிச் சுவர் மாதிரி இருக்கும் பட்டைக் கம்பியில் சாய்ந்து தர்மசங்கடமாகக் காத்திருந்தார் தங்கையா அண்ணன். ஏதோ ஒரு சிற்றூர் நெருங்குகிறது. வண்டியின் வேகம் குறைகிறது. காபினுக்குள் சென்று பச்சை விளக்கை எடுத்துக்கொண்டு வெளியில் வந்த உத்தம் லால், திடீரென்று, சந்நதம் வந்தவர் மாதிரி, தங்கையா அண்ணன்மீது மோதினார். மலை மோதுகிற மாதிரி இருந்ததாம். அண்ணனுக்கு மூச்சுத் திணறியது.

லாலுக்குக் கோபம் அடங்கவில்லை. கையிலிருந்த விளக்கால் இவருடைய உச்சந்தலையில் ஓங்கி அடித்தார். மண்ணெண்ணெய் தளும்பும் சப்தம். தலை கிறுகிறுத்தது அண்ணனுக்கு. உத்தம் லால் தமது முழு பலத்தையும் உபயோகித்து இவரை வண்டியி லிருந்து உந்தித் தள்ளிவிட்டார்.

சரளைக் கல்லில் உடம்பு உருளும்போது, திருப்பி ஓர் அடியாவது கொடுக்காமல் விட்டுவிட்டோமே என்று ஏக்கமாக இருந்ததாம். மேகக் குறுக்கீடு எதுவும் இல்லாது, பவுர்ணமி நிலா முழுமையாகக் காய்ந்த இரவு அது. எழுந்து நிதானமாக எதிர்த்திசையில் நடக்க ஆரம்பித்தார். தண்டவாளக்கட்டை களில் தாண்டித் தாண்டி நடந்தபோது விசித்திரமான விடுதலை யுணர்ச்சி தொற்றிய மாதிரி இருந்ததாம். ரயில்வே கூலி வேலையும் அத்தோடு ஒழிந்தது.

ஆந்திரத்தின் சிறு நகர் மருத்துவமனையில் ஆம்புலன்ஸ் டிரைவராக வேலைக்குச் சேரும்வரை, விதவிதமான வேலைகள்.

அம்புட்டையும் சொல்றதுக்கு ஒரு நா பத்தாது. இன்னுரு தபா சொல்றேன்.

என்று சிகரெட் பற்றவைத்தார். எனக்கும் ஒன்று நீட்டினார்.

அன்று தாமு கேட்ட கேள்வியும் தங்கையா அண்ணன் சொன்ன பதிலும் தொடர்ந்து நாங்கள் எல்லாரும் விழுந்து விழுந்து சிரித்ததும் ஞாபகம் வரும்போதெல்லாம் குதூகலமாக உணர்வேன். அப்படி உணர்வது சம்பந்தமாகக் குற்ற உணர்ச்சியும் பொங்கும். அவன் கேட்டது இதுதான்:

அப்பிடி என்னதாண்ணே அந்தப் பொம்பளெ கண்டிசன் போட்டுச்சு?

விளக்கமாக பதில் சொல்ல ஆரம்பித்துவிட்டார் அண்ணன். அவருடைய ஒவ்வொரு வாக்கியத்துக்கும் நாங்கள் வெடித்துச் சிரித்துக்கொண்டிருந்தோம்.

ஸோனாவிடம் உத்தம் லாலுக்கு ஈர்ப்பு உண்டானதற்குக் காரணமே அவளுடைய உதடுகள்தான். 'ஆரஞ்சுச் சொளெ மாதிரி இருக்கும்டா தம்பி.' ஆனால் அவற்றில் முத்தமிட அனுமதிக்க மறுத்துவிட்டாள் ஸோனா என்பதுதான் பிரச்சினை.

அதுகூடப் பரவாயில்லயாம்டா தம்பி அந்தத் தாயளிக்கி. சிறுக்கி மக சொன்ன காரணந்தான் கடுப்பாயிருச்சாம்.

தனது வசீகர உதடுகளில் முத்தமிடும் உரிமை கன்னையா தாஸுக்கு மட்டும்தான் உண்டு என்று உறுதியாகச் சொல்லிவிட்டாளாம் ஸோனா. உத்தரப்பிரதேசக்காரனும், ஓயாமல் பீடா மென்று துருப்பிடித்தது போலப் பற்களில் கறைபிடித்தவனும், அதே க்வார்ட்டர்ஸின் மறுகோடியில் வசித்தவனுமான கேங்மேன் அவன். 'அவனளவு தித்திப்பாகவும் அழுத்தமாகவும் உதட்டில் முத்தம் கொடுக்க எவனாலும் முடியாது' என்று சவாலாகச் சொன்னாளாம் ஸோனா.

தங்கையா அண்ணன் எங்களுக்கு அறிமுகமான கட்டத்தில் நாங்கள் ஏழுபேர் ஒன்றாய்த் திரிந்தோம். பட்டப்படிப்பு முடிந்து, இன்னும் வேலை கிடைக்காதவர்கள். இப்போது மாதிரி, படிப்பை முடிப்பதற்குள்ளாக கல்லூரிக்கே நிறுவனங்கள் வந்து ஆள் எடுக்காத நாட்கள் அவை. நாள்தவறாமல் சாயங்காலம் ராஜாஜி பூங்காவில் கூடுவோம். வேறென்ன, அரட்டையடிக்கவும்,

திருட்டு சிகரெட் குடிக்கவும்தான். இரண்டு மணி நேரம் போலக் கழித்துவிட்டுக் கிளம்புவோம்.

அண்ணனும் தினசரி வருவார். அவர் எதற்காக வந்தார் என்பது இறுதிவரை எங்களுக்குத் தெரியாமலே போயிற்று. இரண்டு நாள் அவரிடம் தீப்பெட்டி இரவல் வாங்கினோம். மூன்றாவது நாள் நட்பு முகிழ்த்துவிட்டது. அடுத்த ஒரு வருடத் துக்குள் ஒவ்வொருவனாக வேலை கிடைத்து வெவ்வேறு ஊர்களுக்குப் போய்ச் சேர்ந்தார்கள்.

கடைசியாக மிஞ்சியது நான்தான். உச்சபட்ச மக்கு என்ப தால் அல்ல. ஸ்டாஃப் செலக்ஷன் கமிஷனில் அகில இந்திய அளவில் நூற்றி யிருபதாவது இடம் பெற்றிருந்தேனாக்கும். நியமன உத்தரவு இன்னும் வரவில்லை. அரசாங்க சமாசாரம் என்பதால் இன்னமும் கூட நாலைந்து மாதம் ஆகலாம் என்று விவரம் தெரிந்தவர்கள் சொல்லியிருந்தார்கள். அதனால் என்ன, பகல்பொழுதில் கல்கி, தேவன், சுஜாதா, கேஎஸ். ராஜா, ராஜேஸ்வரி சண்முகம், மயில்வாகனன் சர்வானந்தா, பாலசந்தர், எம்.ஏ. காஜா, பி. சுசீலா, பீ.பி. ஸ்ரீநிவாஸ் என்று ஏகப்பட்ட பேர் இருந்தார்கள் – சாயங்காலத்தில் தங்கையா அண்ணன். வேறென்ன குறை? ஆனால், எனக்கு நியமன உத்தரவு வருவதற்கு முன்பே அவருடனான சந்திப்புகள் முடிவுக்கு வந்துவிட்டன என்பதுதான் தீராத மனக்குறையாக என்னுடன் தங்கிவிட்டது.

ஏழெட்டு மாத காலம் அண்ணனுடன் பழகக் கிடைத்தது. வாழ்நாள் முழுக்கத் தொடர்ந்திருக்க வேண்டிய நட்பு. சிலபல காரணங்களால் முறிந்துபோய் விட்டது. இப்படிப் பன்மையில் சொல்வதுகூட ஒரு சம்பிரதாயம் கருதித்தான். உண்மையில், அண்ணன் எங்களைச் சந்திப்பதையே நிறுத்திக்கொண்டதற்கு ஒரே காரணம்தான் – அவர் வாழ்வில் நடந்த ஒரு சம்பவம். அதையும் அவர் சொல்வதற்கு முன்பாகவே எங்கள் குழுவின் மற்றவர்களுக்கும் அண்ணனுக்கும் லேசான மனத்தாங்கல் உண்டாகிவிட்டது. அதற்குக் காரணமும் அண்ணனேதான். அதாவது, அவர் சொன்ன இன்னொரு சம்பவம்.

நிரந்தரமாக அண்ணன் விலகிப் போனது எங்களுக்குப் புரியவே ஒரு வாரம் போல ஆனது. அவர் வருவதை நிறுத்திக் கொண்ட முதல் வாரத்தில் எங்களுக்குச் சந்தேகம்கூடத் தட்ட வில்லை. பிற்பாடும் கூட, அவர் வராமல் இருந்தது, இடையில் வந்த பிரச்சினையால் அல்ல; பஞ்சாபிலிருந்து நேஷனல் பெர்மிட் சரக்கு லாரி ஓட்டிக்கொண்டு அவருடைய நண்பர் வந்திருப்பதாகவும், தன்னுடன் வந்துவிடும்படி அவர் வற்புறுத்து வதாகவும் அண்ணன் போன வாரம் சொன்னாரே; இங்கே

மதுரையில் நிலத்தரகராக இருப்பதில் அவர் எதிர்பார்த்த அளவு வருமானம் இல்லை என்று கொஞ்ச நாளாகவே புலம்பிக்கொண்டிருந்தாரே; 'அதுக்கெல்லாம் கூசாமெப் பொய் சொல்லணுமப்பா, நமக்குத்தான் சனியன் பொய் சொல்லவே வரமாட்டெங்குதே' என்று அவர் அடிக்கடி சொல்வதில்லை? என்றெல்லாம் நண்பர்கள் தங்களுக்குள் பேசி சமாதானமாகி விட்டார்கள் – பொய்ச் சமாதானம் என்று தெரிந்தும்.

ஆனால், என்னால் அவ்வளவு சகஜமாக எடுத்துக்கொள்ள முடியவில்லை. என்னமோ, மாதக்கணக்கில் இவர்களைப் பார்க்காமலிருந்து திரும்பி வந்தவன்தான் தங்களுடன் உட்கார்ந் திருக்கிறான் என்கிற மாதிரியல்லவா பேசிக்கொண்டார்கள்? என்னதான் அவசரம் என்றாலும், இத்தனை நாள் பழகியவர் களிடம் சொல்லிக்கொள்ளாமலா போவார்? அந்த அளவு அன்பில்லாத மனிதரா அண்ணன்? புதிதாகப் போயிருக்கும் இடத்தில், கேட்பதற்கு நண்பர்கள் கிடைக்கும் பட்சத்தில், நாங்களும் அவருடைய கதாபாத்திரங்களாக ஆகிவிடுவோம் தானே? அப்போது, மற்றவர்களைப் பற்றி என்ன சொல்வாரோ – என்னைப் பற்றிச் சொல்வதற்கு அன்பான வாக்கியங்கள் மட்டும்தானே அவரிடம் இருக்கும்? என்னிடம் கூடவா சொல்லிக்கொள்ளாமல் போவார்?

'பொய் சொல்ல வரமாட்டேங்குதே' என்று தங்கையா அண்ணன் ஆதங்கப்பட்டதை தாமு நினைவூட்டினான். எல்லாரும் சிரித்தார்கள். ஒரே பொருள் பொதிந்த ஆறு சிரிப்புகள். எனக்குச் சிரிப்பு வரவில்லை. தங்கையா அண்ணன் அனுபவக் களஞ்சியம். அவர் சொல்வதில் பாதிக்குமேல் புளுகு என்று நண்பர்கள் அனைவருக்குமே அபிப்பிராயம். 'இருந்தாலென்ன, பாதி உண்மை இருக்கிறதே' என்று ஆறுதல் சொல்லிப் பார்த்தேன். கேட்கவில்லை.

வாழ்க்கை பொன்மயமாக ஆவதற்கு அதிக நேரமொன்றும் பிடித்துவிடாது என்று நிஜமாகவே நம்பியவன் நான். தவிர, உண்மையைத்தான் சொல்லவேண்டும் என்று நிர்ப்பந்தம் ஏதாவது இருக்கிறதா என்ன? நடந்தால்தான் உண்மையா, நடக்க சாத்தியம் இருந்தால் போதாதா? இதைவிடப் பெரிய புளுகர்களைக் கலைஞர்களாக ஏற்றுக்கொள்ளவில்லை? எல்லா வற்றுக்கும் மேல், சுவாரசியமாக இருக்கிறதா இல்லையா? தவிர, வேலை எப்போது கிடைத்து, சொந்தக் காலில் எப்போது நிற்பது என்று அவனவன் தத்தளிக்கும்போது, எவ்வளவு ஆறுதலாக இருக்கிறது இந்த அனுபவங்கள் என்று எனக்குள் ளேயே வாதங்களை அடுக்கிக்கொண்டேன். கடைசி வாதத்தை மட்டும் வாய்விட்டுச் சொன்னேன். எதிர் கோஷ்டி வேறு

மாதிரி பதிலளித்தது. ‘மேற்படி சுமையினால் மூச்சுத் திணறும் காலகட்டத்தில் கதையென்ன கதை, அதுவும் பொய்க்கதை’ என்று சலித்துக்கொள்வார்கள். ஆனால், தங்கையா அண்ணன் சொல்ல ஆரம்பித்த பிறகு யாரும் எழுந்துபோனதாகச் சரித்திரமே இல்லை.

ஒன்றாகத் திரிந்த நண்பர் வட்டத்துக்கும் தங்கையா அண்ணனுக்கும் நடுவில் கிடந்து நான் தத்தளித்தேன். ஜென்ம ராசிகளைப் பனிரண்டாக வகுத்திருக்கிறார்களல்லவா. பெரியவர்கள் உருவாக்கிய சங்கதி அது. சரியாகத்தான் இருக்கும். ஒரேயொரு திருத்தம் செய்துவிட்டால் இன்னும் அமோகமாக இருக்கும். பதின்மூன்றாவதாக ஒன்றைச் சேர்த்துக்கொள்ள லாம் – ‘வவ்வால்’ என்று. என்னை மாதிரிப் பிறவிகள் – நிரந்தர இரண்டுங்கெட்டான்கள் – பிறந்த ராசியாக.

அது போகட்டும். தங்கையா அண்ணன் சம்பந்தமாக அடிக்கோடிட்டுச் சொல்லவேண்டிய செய்திகள் மூன்று உண்டு. சாயங்காலம் பூங்காவுக்கு எங்களில் யாராவது வராமல் போகலாம்; அண்ணன் தவறாமல் வந்துவிடுவார். முதல் ஆளாய் வந்து காத்திருப்பார். எங்கள் சராசரி வயதைப்போல இருமடங்கு வயது அவருக்கு. பொருட்படுத்த மாட்டார். சிகரெட்டைப் பகிர்ந்துகொள்வார். வாரம் ஒருநாள் சாத்தமங்கலத்தில் அவருடைய அறைக்கு வரச்சொல்லி, காண்டீனில் அவரது நண்பர்மூலம் வாங்கிவைத்திருக்கும் மிலிட்டிரிச் சரக்கை எங்களுக்கு விநியோகம் செய்வார். (காணாமல் போனபோது, அந்த அறையையும் காலி செய்துகொண்டு போய்விட்டார்.) ‘எனக்கென்னாடா, ஒண்டிக்கட்டெ’ என்று அடிக்கடி சொல்லிக் கொள்வார். தாராளமாகச் செலவு செய்வார். இரண்டாவது, அடைமழை மாதிரிக் கதைகள் கொட்டுவதற்கு நாங்கள் மெனக்கெட வேண்டியிருந்ததேயில்லை.

என்னாண்ணே, அப்பறம் . . ?

என்று யாராவது கேட்டாலே போதும். ஊற்றுப் பெருக்கெடுத்து விடும்.

மூன்றாவதும் முக்கியமானதுமான சமாசாரம், அவர் வழங்கிய ஆறுதல். நாங்கள் இருவரும் தனியாக இருந்து பேசிக் கொண்டிருந்த ஒரு நாளில், வேலை சம்பளம் என்கிற மாதிரிப் பேச்சு வளர்ந்து, என்னையும் மீறிக் கண்கலங்கிவிட்டேன். அண்ணன் கனிவாகச் சொன்னார்:

> இதெல்லாம் என்னாடா, சும்மா கொஞ்ச நாளைக்கித் தானே. பாக்கணும்னு நெனைச்சா வேலை கிடைக்காமலா

போயிரும்? இன்ன விதமான வேலைதான் பாப்பேன்னு பிடிவாதப் படுறோம். காத்துருக்கோம். அம்புட்டுத்தானே. அந்த நாள்லெ நான் பாக்காத வேலையா?

தொடர்ந்து அவர் பார்த்த வேலைகளின் பட்டியல் ஓடியது. அவற்றில் பலவும் இன்றைக்கு நினைவிலில்லை. ஞாபகம் இருக்கிறவரை, இருபத்தைந்து வேலைகளுக்குக் குறையாமல் பார்த்திருந்தார் அண்ணன். அவற்றில் ரயில் நிலையத்தில் கூலியாள் கதை பசுமையாக நினைவிருக்கிறது. சொன்னேன்.

அவர் சொன்ன சம்பவங்களில் அநேகம் மறந்துவிட்டன. ஞாபகத்தில் உள்ளவற்றையாவது சொல்லிவைத்துவிட வேண்டும் என்று ஆசையாக இருக்கிறது. நான் முன்பே குறிப்பிட்ட சர்ச்சை விஷயத்துக்குப் போவதற்கு முன்பாக, இன்னும் ஒன்றும் பாக்கியிருக்கிறது. மனத்தாங்கல் விஷயம்.

கருங்கல் ஜல்லியில் விழுந்து கிடந்த அண்ணன் எழுந்து நடந்தார் என்று சொன்னேனல்லவா. ஆந்திராவில் சிறுநகர் ஒன்றில் ஆம்புலன்ஸ் ஓட்டுனராக வேலைக்குச் சேர்ந்தார்.

நம்ம உள்ளங்கையிலே ஒரு உசிரைச் சொமந்துக்கிட்டு ஓடுற மாரி இருக்குமுடா தம்பீ. அடாடா, பாம்பாப் பெறக்காமெப் போனமே – பின்னாடி, வண்டிக்குள்ளாறெ, சாகக் கெடக்குற செம்மத்தெத் தோள்லெ தூக்கிக்கிட்டு இந்த நெரிசலுக்குள்ளாறே வளைஞ்சு நெளிஞ்சு ஓடூறலாமால்லியா ண்டு ஏக்கமா இருக்கும். அதுலயும் நாம மனுச ஒடம்பாக் கொண்டுபோனதெப் பொணமாத் திருப்பிக் கொண்டாரும்போது, சொந்தக்காரவுக கேதம் மாரி அப்பிடியொரு துக்கம் வந்துரும். மூணு நாலு நாளைக்கிச் சோறு எறங்காது . . .

இப்படியொரு பாசமான மனிதர் எவ்வளவு நாளைக்குத்தான் அந்த வேலையில் குப்பை கொட்டியிருக்க முடியும்? உடம்பு வாகுக்கும் உணர்வுக்கும் பொருத்தமில்லாத ஆள் அவர்.

தங்கையா அண்ணனுக்கு 'மிலிட்டிரி' என்று பட்டப் பெயர் வைத்திருந்தோம். இத்தனைக்கும் அவர் ராணுவத்தில் வேலை பார்த்துத் திரும்பியவர் அல்ல, ஆள் தோரணை அப்படி. நட்டுவைத்த கோல் மாதிரி நிமிர்ந்த உடம்பு. ஒட்ட வெட்டிய கிராப். சீராக வெட்டித் திருத்திய அடர்மீசை. துல்லியமான வெண்ணிறப் பற்கள். நெஞ்சு முடி தெரியத் திறந்துகிடக்கிற, இஸ்திரி மடிப்பு கலையாத சலவை வெள்ளைச்

சட்டை. அடிக்கொரு தடவை வாயிலிருந்து உதிரும் 'அச்சா.' இந்திய மொழிகள் பலவற்றிலும் பேசும் திறமை.

இவை மட்டுமல்லாது, அவருடைய கதைகளில் வரும் அவர் நடந்துகொண்ட மாதிரி நேர்மையாக நடந்துகொள்வது இன்னொரு மனிதப்பிறவிக்கு சாத்தியமே கிடையாது என்றுதான் எனக்கு எண்ணம். அவரால் மட்டும் எப்படி இப்படியெல்லாம் நடந்துகொள்ள முடிந்தது என்று பலதடவை ஆச்சரியப்பட்டிருக்கிறேன்.

ஆம்புலன்ஸ் ஓட்டுனர் வேலை சீக்கிரமே அலுத்துவிட்டது. அதிலும் தான் கொண்டு சென்ற நோயாளிகளில் உயிருடன் திரும்பியவர்களின் விகிதம் படுமோசமானதாக இருந்தது, அண்ணனுக்கு விசித்திரமான குற்ற உணர்ச்சியைக் கிளப்பி விட்டது. தாம் ராசியில்லாத ஆள் என்று தோன்ற ஆரம்பித்து விட்டது. கையில் மீந்த சொற்ப சேமிப்புடன் வேறெங்காவது போய்விடலாம் என்று முடிவெடுத்தார். வட இந்தியாவுக்குப் போய்விடலாம் – 'முன்னப் பின்னத் தெரியாத ஊருக்குப் போயிட்டம்னா மான அவமானம் பாக்காமெ, கெடச்ச வேலையப் பாத்து வகுத்த வளத்துக்கிறலாமுல்ல?'

அன்றுதான் கடைசி நாள். ஆம்புலன்ஸை ஆஸ்பத்திரியில் கொண்டு நிறுத்திவிட்டு, நிறுவனத்திடமிருந்து வரவேண்டிய நிலுவைத்தொகையை வாங்கிக்கொண்டு வருகிறார். தெற்கு வடக்காகப் போகும் நெடுஞ்சாலையை ஒட்டிய நகரமாம் அது. சாலை நகருக்குள் நுழையுமிடத்தில் அண்ணன் வாடகைக்கு எடுத்திருந்த வீடு இருந்தது. அத்துவானமாகப் பரந்த பொட்டல் வெளியில், யாரோ மறந்து போட்டுவிட்டுப் போன பொருள் மாதிரிக் கிடக்குமாம் அது.

> வீடென்னா வீடு. நம்மளை மாதிரி அன்னாடங்காச்சி ஒருத்தன் சல்லிசாக் கொடக்கூலிக்கி எடுத்திருந்த சிமிண்டுக் குடுசெ. ஸைடுலெ நம்பளுக்கு ஒரு ரூம்பு. அம்புட்டுத்தேன். காலையிலேயும், ராத்திரியிலெயும் அவென் குடும்பம் குடிக்கிற கஞ்சியிலெ நமக்கும் ஒரு வாய் குடுத்துருவான். கொடக்கூலியிலெ ஆளுக்குப் பாதீண்டு கணக்கு.

என்று சிரித்தார் அண்ணன். வீட்டுக்கு வரும்போதே ஒரு திட்டத்துடன்தான் வருகிறார். காலையில் ஆயத்தம் செய்திருந்த பையை எடுத்துக்கொள்ள வேண்டியது. ஓப்பன் டிக்கெட் எடுத்து கொனார்க் எக்ஸ்ப்ரஸ்ஸில் ஏறிக் கிளம்பிவிட வேண்டியது. தினந்தோறும் இவருடைய வீட்டுக்குப் பின்னால் அந்த ரயில் கூவிக்கொண்டே ஓடும் ஓசை கேட்கும்போது மனமும் அதனுடன் தொற்றி ஓடத் துடிக்குமாம். இன்றைக்கு

வாய்த்துவிட்டது. உடம்பின் ஒவ்வொரு அங்கமும் பரபரத்துத் துவள வீட்டை நெருங்குகிறார்.

ஆனாக்கெ, மேலெ ஓர்த்தன் ஒக்காந்துருக்கானே, அவென் வெட்டிப்பய இல்லடா தம்பி. நாம திட்டம் போட்டுட் டோம்னு அந்தச் சண்டாளனுக்கு எப்பிடித்தேன் தெரியுமோ, சம்மட்டியெத் தூக்கீட்டுக் கிளம்பீருவான். ஒரே போடு. திட்டத்தெ நொறுக்கிட்டுத்தேன் அடுத்த வேலெ ...

இந்த முறை அண்ணனின் சிரிப்பில் கசப்பு மண்டியிருந்தது.

வீடு சேர இன்னும் பத்துநிமிட தூரம் இருக்கிறது. சாலையில் ஓர் உருவம் கிடப்பதைக் கண்டார். நெருங்கிய பிறகுதான் தெரிகிறது. பெண்ணுருவம். அலங்கோலமாகப் புடவை கலைந்து கிடக்கிறது. எவனோ மனசாட்சியில்லாதவன் மோதிவிட்டுப் பறந்திருக்கிறான். தொடைக்குக் கீழ் இரண்டு கால்களும் நைந்து கூழாகியிருக்கின்றன.

மூஞ்சி மகாலச்சிமியாட்டம் இருக்கு. ஆனா, வெளுத்துப் போய்க் கெடக்கு. ஏகப்பட்ட ரத்தம் ஓடீருச்சு போல. அம்பூட்டு வண்டிக தாண்டிப் போகுதே. ஒருத்தனுக்காச்சும் மனச்சாச்சி இருந்தாத்தானே? சர் சர்ருன்னு பறக்குறாங்ய, தாயளிக. ஆனா, இவ வலுத்த பொம்பளே. நெனப்பு மங்கிருச்சேயொளிசி, பேசத்தேன் செய்யிறா ...

அவ்வளவு பலமாக அடிபட்டிருந்தும், நெஞ்சோடு பிடித்த மூட்டையை விடாமல் இறுக்கிப் பிடித்திருந்தாளாம். அண்ணனைப் பார்த்ததும்,

என்னையக் காப்பாத்துங்க ... என்னையக் காப்பாத்துங்க ...

என்று தெலுங்கில் புலம்புகிறாள். அண்ணன் கொஞ்சமும் யோசிக்கவில்லை. அவளைத் தன் கொடுங்கைகளில் சுமந்து கொண்டு வந்த வழியே ஓடினார். அவர் வேலை பார்த்த அதே மருத்துவமனைக்குக் கொண்டு சேர்த்திருக்கிறார்.

கண்ணெ எளந்து சித்திரம்பாகளே, அது மாதிரித்தேன் ...

கால்கள் இரண்டையும் அகற்றியாக வேண்டும் என்று தலைமை மருத்துவர் தெரிவித்துவிட்டாராம். அதற்கு சம்மதம் தெரிவிக்க வேண்டியவள் நினைவு தப்பிக் கிடக்கிறாள்.

கடேசியிலெ, நாந்தேன் கையெளுத்துப் போட்டேம் பாத்துக்க. அவ கண்ணு முளிச்சி, 'எங்கடா எங் காலு? எளுதிக்குடுக்க நீ யார்றா மூதேவி, எம் மாமனா, மச்சானா' ண்டு கேட்டுப்புட்டாண்டு வையி ...

அட, இப்படி ஒரு கோணத்தில் நாங்கள் யாருமே யோசித்திருக்கவில்லையே. அண்ணன் அண்ணன்தான்! நல்ல வேளை, அவள் அப்படியெல்லாம் கேட்டுவிடவில்லை. ஆனால், வேறொன்று கேட்டாள். அதைப் பிறகு சொல்கிறேன் ... சிகிச்சை முடிந்து மீண்டும் தெம்படைகிற வரை அண்ணன் அவளுக்கு ஒத்தாசையாகவும் பாதுகாவலாகவும் இருந்திருக்கிறார்.

ஆனா, அவ ரெம்ப நல்ல மாருதி பாத்துக்க. மொதோ நாத்து கண்ணு முளிச்சவ, எங் கையி ரெண்டையும் பிடிச்சுக்கிட்டு ஓ ண்டு அளுதா. நான் அவ கண்ணெத் தொடெச்சுவிட்டேன். அநாதரவான பொம்பளெ. என்னாண்டு விட்டுப்புட்டு ஓடுறது? போகுது களுதெ. கொனாரக் வண்டி தெனோம் ஓடத்தானே செய்யிது?

அண்ணன் லேசாகச் சிரித்தார். நாங்களும் கொஞ்சம் இறுக்கம் தளர்ந்தோம்.

...அந்த ஒரு மாசமும் அவளுக்குத் தேவையான அம்புட்டும் செஞ்சேன். அப்பத்தான் தெரியிது. குடும்பம்ண்டா என்னா. நம்மளை நம்பி ஒரு உசிரு இருந்துச்சிண்டா, எப்பிடி காலெக் கட்டிப்போட்ட மாருதி ஆயிருது. நம்மளை மாதிரி ஓடுகாலிகளெல்லாம் குடும்பம் நடத்த லாயக்கே கெடையாது ...

ஓ, அண்ணன் பிரம்மச்சாரியாகவே இருந்துவிடும் முடிவை எடுத்த சந்தர்ப்பம் இதுதானா!

...அவ கெட்டிக்கார மனுசி. நம்ம மனசிலே ஓடுற நெனைப்பெக் கச்சிதமாப் புடிச்சிப்புருவா.

ஆனால், தன்னுடைய மர்மத்தை அவள் குலைத்துக்கொண்டதே யில்லையாம். இவரைப் பற்றித் துருவித் துருவி விசாரித்து அறிந்துகொண்டவள், தான் யார் என்பதை இவரிடம் சொல்லவேயில்லை.

அவளோடெ நெசப் பேர் கூடத் தெரியாதுரா எனக்கு. ஆனா, அவ சொல்லாட்டியும் செல வெசயத்தெ நாங் கண்டுபிடிச்சி வச்சிருந்தென் ...

சுத்தமான தெலுங்கு, நாசூக்காகப் பேசுகிறவள். மேல் சாதிக் காரியாகத்தான் இருக்க வேண்டும். வசதியானவள்தான்; கைப்பிடியாகப் பிடித்த மூட்டையில் ஏகப்பட்ட நகைகள் வைத்திருந்தாளாம்.

...நாம என்னாத்தெக் கண்டோம். பிடிக்காத கல்யாணத்தி லேர்ந்து தப்பிக்க ஓடியாந்து இப்பிடி அம்புட்டுருக்கலாம்.

இல்லெ, புருசன்காரன் கொடுமை தாங்காமெ ஓடியாந் திருக்கலாம். இல்லே, நம்பிக் கூட்டியாந்தவன் வேலையெ முடிச்சிட்டுக் களட்டிவிட்டானோ. ஆளெப் பாத்தாக் கலியாணம் ஆனவ மாருதித் தெரியலே. தப்புத்தண்டா செய்யிறவ மாருதியும் தெரியலே.

இன்னும் ஓரிரண்டு நாளில் வீடு திரும்பிவிடலாம் என்கிற அளவு உடம்பு குணமாகி விட்டது. இடையில் தடைப்பட்ட தனது திட்டத்தைத் தொடர்வது பற்றி அண்ணன் பரிசீலிக்கத் தொடங்குகிறார். அந்தப் பெண்மணி இவரிடம் ஒரு கோரிக்கை வைத்தாளாம். நாங்களே எதிர்பார்த்ததுதான் அது. தன்னைத் திருமணம் செய்துகொள்ளும்படி கேட்டாள். அண்ணன் நயமாக மறுத்துவிட்டாராம். அவளிடம் சொல்லாத காரணத்தை எங்களிடம் சொன்னார்:

கஸ்டப்படுறவுங்களுக்கு ஒத்தாசெ செய்றதுதான் மனுச தருமம். இல்லேங்கலே. அதுக்கோசரம், ரெண்டு காலும் இல்லாத பொம்பளையெக் கட்டிக்கிட்டு வாள்க்கெயெ ஓட்டுற அளவுக்கு நாம தியாகியில்லேல்லடா தம்பி.

இருந்தாலும், அவருடைய கடமை உணர்ச்சியை அவரால் ஒன்றும் செய்ய முடியவில்லை. அதே மருத்துவமனையில் துப்புரவுப் பணியாளனாக வேலைபார்த்த லக்ஷ்மய்யாவுக்கு அவளைத் திருமணம் செய்துவைக்க ஏற்பாடு செய்தார். லக்ஷ்மய்யா நிரந்தரக் குடிகாரன்தான். முதல் மனைவி இவனுடன் குப்பை கொட்ட முடியாது என்று ஓடிப்போய் விட்டாள்தான். முகம் முழுவதும் அழுத்தமான அம்மைத் தழும்புகளும் பரட்டைத் தலையுமாக குழந்தைகள் பயப்படு கிற தோற்றம் கொண்டவன்தான். அதற்காக? இரண்டு காலும் இல்லாத பெண்ணுக்கு வாழ்வளிக்கும் மனிதாபிமானம் அவனிடம்தானே இருந்தது?

அவர்கள் திருமணத்தை மருத்துவமனை வாசலில் இருந்த பிள்ளையார் சாட்சியாக தங்கையா அண்ணனே முன்னிருந்து நடத்தி வைத்திருக்கிறார். சக்கர நாற்காலியில் இருந்த பேரழகிக்கு லக்ஷ்மய்யா தாலி கட்டியதை வளாகத்தில் சிதறலாக நின்றிருந் தவர்கள் ஆச்சரியமாகப் பார்த்தார்களாம். அதற்கு முன்பாக, இவர் நீட்டிய கையில் அவன் ஓங்கி அடித்து சத்தியம் செய்ததையும்தான்.

அவென் தங்கமான பயடா. ஆஸ்பத்திரியிலே அவனைப் பாத்துக்கிட்டுத்தானே இருந்தென். பொய்யி மட்டும் சுத்தரவாக் கெடையாது . . .

தட்டு வண்டியில் ஏற்றி, தன் வீட்டில் இவர்களை விட்டு விட்டு அவன் கடைவீதிக்குப் போனான் – சாந்திக் கல்யாணத் துக்கு இனிப்புகள் வாங்கிவருவதற்காக.

அப்போதுதான் அண்ணன் கொஞ்சமும் எதிர்பார்த் திராத சம்பவம் நடந்தது.

உணர்ச்சிமயமாக இருந்த அந்தப் பெண்மணி, அண்ண னிடம் நாலு தங்க வளையல்களைப் பரிசாக வழங்கினாள். இவர் எவ்வளவோ மறுத்தும், வற்புறுத்திக் கையில் திணித்தாள். அடுத்துச் செய்த காரியம்தான் இன்றுவரை அண்ணனின் நினைவில் அவளைத் தங்கியிருக்க வைத்துவிட்டது. இவருடைய கையைப் பற்றிச் சுண்டிக் கழுத்தில் கைபோட்டுத் தன் முகத் தருகில் இழுத்தவள், உதட்டோடு உதடு பொருத்தி நீண்ட முத்தம் கொடுத்திருக்கிறாள்.

என் உசிரை வாய்வழியாத் தனக்குள்ளே இழுத்துக்கிர்ற மாருதி அப்பிடி ஒரு உறுஞ்சு உறுஞ்சுனாடா.

தாமு ஆவலாய்க் கேட்டான்:

அப்பறம் என்னாண்ணே நடந்துச்சு!

அப்பறம், சப்பரம்தான். புருசங்காரன் வந்துறப் போறா னேண்டு எனக்கு பதக் பதக்ண்டு இருந்துச்சு. நல்லவேளெ, நாங்க பிரிஞ்சு செத்தநேரங் களிச்சுத்தான் அந்தப் பய வந்தான். அவங் கையிலெ இந்தப் பிள்ளையெ ஒப்படெச் சிட்டுப் பொறப்புடும்போது எனக்கே லேசாக் கண்ணு கலங்கீருச்சு.

தாமுவிடம் இன்னும் ஒரு கேள்வி மிச்சமிருந்தது.

‘ஆனந்தா, என் கண்ணையே ஒங் கிட்ட ஒப்படைக்கிறேன், அதுல ஆனந்தக் கண்ணீரெத்தான் நான் எப்பவும் பாக்கணும்’ ன்னு டயலாக் விட்டீங்களாண்ணே?

தங்கையா அண்ணன் கோபப்பட்டு நாங்கள் பார்த்தது அது தான் முதல் முறை. முகம் கடுகடுவென்று ஆனது, குரல் வெகுவாகத் தடித்தது, சற்று மூச்சடைப்பது மாதிரிப் பேசினார் என்பதெல்லாம் வெளிப்படையாகத் தெரிந்ததேயொழிய, அவ்வளவு கோபத்திலும் அண்ணன் தனக்கேயுரிய பதிலைத் தான் சொன்னார்:

இந்தா பாரு தாமோதரா, அந்தக் காலத்து ஆளுகளெல் லாம் இளிச்சாக்கூதிக ண்ற மாருதி நெனச்சிக்கிர்றோம். நம்மளோடெ வயசுக் கொளுப்புதான் அது. ராவணன்

சீதையைத் தொடாமெத் தூக்கி புஸ்பக விமானத்திலே கொண்டு போனானால்லியா – அதானே இன்னைக்கி ஏரப்பிளான் ஆயிருக்கு? பீஸ்மருக்காக அர்ச்சுனன் தரைக் குள்ளெ அம்பு விட்டுத் தண்ணி கொண்டாரலே? – அதானேப்பு ஆர்ட்டீசியன் ஊத்து? பார்வையில்லாத கிளவனாருக்குப் பக்கத்திலெ உக்காந்து குருச்சேத்திரத் திலே இந்தா அவன் சாகுறான், இந்தா இவன் தப்பிச்சு ஓடுறான், இந்தா இன்னார் ரத்தத்தெ இன்னார் லோட்டாலே பிடிச்சிக் குடிக்கிறான்னு நானதிஸ்டியிலெ பாத்து சஞ்சயன் சொன்னான்னாக்கெ சந்தேகப்படுறம் – டில்லியிலெ இருக்குறவன்லாம் கிரிக்கெட் ஆட்டம் பாக்க மைதானத்துக்குப் போகுறதில்லே தெரியுமா. நடுவீட்லெ உக்காந்த மானைக்கித் தத்ரூவமாப் பாத்துர்றான்.

தாமு தனது கேள்விக்கு அவர் நேரடியாய் பதில் சொல்ல வில்லை என்றுதான் அபிப்பிராயப்பட்டான் – அவர் போன பிறகு. ஆனால், அதற்குப் பிறகு, தொழில் நுட்பத்தின் வளர்ச்சி யாக ஒவ்வொரு சாதனம் வரும்போதும், தங்கையா அண்ண னின் பார்வையில், அதன் பிறப்பிடம் என்னவாக இருந்திருக்கும் என்று யூகிப்பது எனக்கு ஒரு பொழுதுபோக்காக ஆனது.

மொபைல் ஃபோன் வந்து எஸ்ஸெம்மெஸ்கள் பறக்க ஆரம்பித்தபோது, கண்டுபிடித்தேன் – 'போர்க்களத்தில் நின்று அவ்வளவு பெரிய கீதையை கண்ணன் உபதேசிக்க முடியுமா என்று கேட்பவர்கள் இருக்கத்தானே செய்கிறார்கள்; அவர் களுக்கு உரிய பதிலை அறிவியலே வழங்கிவிட்டது பார் என்று.

இருக்கட்டும், நான் சொல்ல ஆரம்பித்தது இந்திய பாரம்பரிய ஞானத்தின் மேன்மை பற்றி அல்லவே. தங்கையா அண்ணன் எங்களை விட்டு நிரந்தரமாய் விலகுவதற்குக் காரண மான கடைசிக் கதை வேறு பாக்கி இருக்கிறது.

அண்ணனுக்கு ஒரிஸ்ஸாவிலும் பொருந்தவில்லை. இன்னும் வடக்கே, இன்னும் வடக்கே என்று இடம் பெயர்ந்து இரண்டே வருஷத்தில் நாலு மாநிலம் பார்த்துவிட்டாராம். கடைசியாக, வங்காளத்தில் போய்க் குடியமர்ந்தார். கல்கத்தாவிலிருந்து ஓர் இரவு தொலைவில் உள்ள சிலிகுரியில். வாடகைக் கார் ஓட்டுந ராக வேலை கிடைத்தது. டார்ஜீலிங்குக்கோ காங்டாக்குக்கோ சுற்றுலா செல்லும் பயணிகளுக்குக் கார் ஓட்டிச் செல்ல வேண்டும். போகும் இடங்களில் தங்குதலும், சாப்பாடும் சுற்றுலா நிறுவனத்துடன் ஒப்பந்தத்தில் உள்ள விடுதிகளின் பொறுப்பு. சம்பளம் அப்படியே மீந்துவிடுமாம்.

நமக்கென்னாடா, ஒத்தெக்கட்டெ. வெறும் சீரெட்டுச் செலவு மட்டுந்தானெ.

என்று அண்ணன் சொல்லும்போது அவர் குரலில் பரவசம் இருந்தது. மூன்று வருடம் அந்த வேலையில் இருந்தாராம். ஓட்டுநர்களுக்கென்று தனியாக, பத்துப் பனிரெண்டு கட்டில் கள் போட்ட நீண்ட அறை ஒதுக்கியிருப்பார்கள் – மேற் சொன்ன விடுதிகளில். பெரும்பாலும் தரைத்தளத்தில், சமையல் கூடத்தை ஒட்டி இருக்கும். எந்நேரமும் கடுகெண்ணெயும் சீனியும் மணக்குமாம்.

காங்டாக்கில் இருந்த விடுதியில், அறைகளில் சேவை செய்வதற்கு இளம் பெண்களை நியமித்திருந்தார்கள். சிக்கிமின் கிராமப்புறங்களில் வசிக்கும் வறிய குடும்பங்களிலிருந்து வந்த பெண்களை. அவர்களில் ஒருத்தி பெமா. பதினேழு பதினெட்டு வயதிருக்கலாம். அல்லது, பார்ப்பதற்கு அப்படி இருப்பாள்.

நம்ம ஊர்லெ ப்ரேமா ண்டு பேர் வய்க்கிறமில்லெ. அவிங்ய ஊர்லெ இப்பிடி. ஆனா, அந்தப் பெமால்லாம் இப்பிடி எடுபிடி வேலெ பாக்க வேண்டிய செம்மமே கிடையாதுரா. அம்புட்டு அளகு. அம்புட்டு அடக்கம். கட்டையாத்தேன் இருப்பா. நல்லா நிமுந்து எக்கி நிண்டா என் நெஞ்சு ஒசரம் இருப்பா. விசுக் விசுக்குண்டு நடப்பா. வச்ச கண்ணெ நகட்ட முடியாது பாத்துக்க. போறப்ப வர்றப்பப் பாத்துக்கிர்றதுதான்.

ஒரு நாள் இரவு, விடுதி அடங்கிய பின், ஓட்டுநர்கள் தங்குமிடக் கதவு தானாய்த் திறந்தது. அது டிசம்பர் மாதம். ரஜாயைக் கொஞ்சம் விலக்கினாலும் உயிர் உறைந்துவிடும் என்கிற மாதிரிக் குளிர். பயணிகளின் வருகை அநேகமாக நின்றிருந்த பருவம். தொழில்நிமித்தம் வந்த ஸிந்திக்காரருக்கு வண்டி ஓட்டி வந்திருந்த அண்ணன் மட்டும்தான் அந்த ஹாலில் தங்கி இருந்தார்.

என்னென்னமோ நினைப்பு ஓடுகிறது. சொந்த ஊரை சொந்த வெயிலை சொந்த மனிதர்களை சொந்தக் கோபதாபங் களை விட்டுவிட்டு வயிற்றுப் பாட்டுக்காக எங்கேயோ ஒரு ஊரில், ஏதோ ஒரு ராத்திரியில் என்னத்தையோ தின்றுவிட்டு இப்படி உருண்டுகொண்டிருக்கிறோமே என்று மனத்தைப் பிசைகிறது . . . வழக்கம்போல தாமு குறுக்கிட்டான்:

ஒங்களுக்கு சொந்த ஊரு எதுண்ணே?

இங்கிட்டுத்தானப்பா, சிலுக்குவார்பட்டி.

அது எங்கண்ணே இருக்கு?

அதாண்டா, மட்டப்பாறெ சிலுக்குவார்பட்டீம்பாங்ய.

இன்னும் ஐந்து நிமிடம் போயிருந்தால் அழுதிருப்பாராம். அப்போதுதான், நல்லவேளையாக, கதவு திறந்தது. கையில் சிம்னி விளக்குடன் உள்ளே வந்த குள்ள உருவம் பெமா என்று தெரிந்த மாத்திரத்தில் அண்ணன் பரபரப்பாகிவிட்டார். பணிப் பெண்களில் பலருக்கும் உப தொழில் இருந்தது என்றும், பிரதான வருமானம் அதன்மூலம்தான் ஈட்டி வந்தார்கள் என்பதும் அண்ணனுக்கு முன்பே தெரியும். இருந்தாலும், பெமாவுமா! அவள் சொன்னாளாம்: 'இவர்கள் கொடுக்கிற சம்பளம் உதட்டுச் சாயம் வாங்கவே போதாது.'

சிரிக்காதரா தாமு. அங்கிட்டு உள்ள பொம்பளெக லிஸ்டிஃப் போடுறது அளகுக்காக மட்டுமில்லெ. பனி ரெம்ப சாஸ்தியா இருக்குமால்லியா. அந்தச் சனியனெ அப்பாட்டி, ஒதடு பாளம் பாளமா வெடிச்சுரும் பாத்துக்க.

வாடிக்கையாளர்கள் அதிகம் வராத மாதமா, தானாகவே அண்ணனைத் தேடி வரும் நிலைமை ஆகிவிட்டதாகச் சொன்னாளாம் அவள். அண்ணன் சொன்னார்:

எனக்குக் கூசிருச்சுரா தம்பி. அது ஒசரமும் வயசும் பாத்தா எம் மக மாதிரி இருக்கு. அன்னைக்கிக் குளுரு சாஸ்தி ண்ரதாலே, கூட ரெண்டு ரவுண்டு அடிச்சிருந்தேன். நமக்குத்தேன் சரக்கு உள்ளெ எறங்கீருச்சுண்டா மனசு எளக ஆரமிச்சுருமுல்ல.

காண்ட்டீன் சரக்கு அடிக்கும் நாட்களில், பெரும்பாலும் அண்ணன் குமுறிக் குமுறி அழுதுதான் அந்த வைபவம் நிறைவு பெறும். திரும்பத் திரும்ப,

எனக்கு யார்றா இருக்கா? ஒங்களெ விட்டா எனக்கு நாதி ஏதுரா?

என்று குடம் குடமாய்க் கண்ணீர் வடிக்கும் அண்ணனைக் கட்டிலில் கிடத்தி, போர்வையால் மூடிவிட்டு நாங்கள் மொட்டைமாடியில் படுக்கப் போவோம்.

பெமாவின் கைகளைப் பற்றிக்கொண்டு இவர் கண்ணீர் உகுத்திருக்கிறார். அவள் மிகமிக நிதானமாக இருந்தாள்: இப்படியெல்லாம் உணர்ச்சிவசப்பட வேண்டியதில்லை. இதிலென்ன இருக்கிறது? இங்குள்ள வாழ்முறை இது. நீங்கள் காரோட்டிச் சம்பாதிக்கவில்லையா. இன்னும் நாலைந்து வருடம் இப்படி வேலை பார்த்துச் சம்பாதித்துவிட்டு, மற்றவர்கள்

மாதிரி நானும் திருமணம் செய்துகொண்டு ஸெட்டிலாகிவிடு வேன். இந்தப் பகுதியில் நடைமுறையான விஷயம்தான் இது. எங்கள் இன ஆண்களுக்கும் தெரிந்த விஷயம்தான். நீங்கள் வேண்டாமென்றால், இன்னொரு ஆளைத் தேடிப் போகப் போகிறேன். இன்றைக்கு நீங்கள் கூட்டி வந்த ஆளைத் தவிர, ஓட்டலில் தங்க வந்தவர்கள் யாருமே இல்லை. எனக்கு அந்த ஆள் மூஞ்சியைப் பார்க்கவே பிடிக்கவில்லை. அதனால்தான் உங்களைத் தேடி வந்தேன். அவனுடைய அறைக்கு பிருந்தா போயிருக்கிறாள். அவள் என்னை மாதிரி யோசிக்கவெல்லாம் மாட்டாள். அன்றன்றைய சம்பாத்தியம்தான் முக்கியம் அவளுக்கு . . .

அவள் பேசப் பேச, உச்சந்தலையில் செருப்பால் அடித்த மாதிரி இருந்ததாம் அண்ணனுக்கு. துயரம் அலையலையாய்ப் பொங்கி வருகிறது. அடக்க முடியாமல் கண்ணீர் பெருகி வழிகிறது. இவருடைய மனசு மாதிரி சிம்னி விளக்கின் சுடரும் ஆடிக்கொண்டேயிருந்ததாம். அண்ணன்தான் எவ்வளவு வசீகர மாய்க் கதை சொல்கிறார் என்று நினைத்துக்கொண்டேன்.

அவள் கையை விட்டுவிட்டு எழுந்தார். கொண்டியில் தொங்கும் சட்டைப் பையிலிருந்த மணிப் பர்ஸை எடுத்தார். அதை விரித்து, கட்டிலில் சம்மணமிட்டிருந்த அவள் மடியில் கொட்டினார்,

இந்தாடி நாயி. இதுக்குத்தானே இம்புட்டு லோலாயம்.

என்று தமிழில் வைதுகொண்டே. அவள் இன்னமும் நிதான மாகத்தான் இருந்தாள். தன் மடியில் சிதறிய நோட்டுகளில் ஒரு ஐம்பது ரூபாயை மட்டும் எடுத்துக்கொண்டாள். மீதியைக் கட்டிலில் தள்ளினாள். எழுந்து நின்றாள்.

> நிம்மதியாய் இருந்த என் மனத்தைக் கலைத்துவிட்டீர்கள். இன்றைக்கு நேரே என் தங்குமிடத்துக்குப் போய்விடுவேன். என்மீது நீங்கள் காட்டிய அன்புக்கு நான் செய்யும் பதில் மரியாதை அது.

அண்ணனும் எழுந்து நின்றார். அவளுடைய இரண்டு புஜங் களையும் பற்றி, நெற்றியில் முத்தமிட்டார். சிம்னியை எடுத்துக் கொண்டு திரும்பிய அவளது நடையில், வரும்போது இல்லாத தயக்கம் ஏறியிருந்தது . . .

அந்த வேளை அழுத்தமாக நினைவிருக்கிறது. முழுமையான காட்சியாக. சாயங்காலப் பதத்திலிருந்து இரவாக முற்றி

வந்தபொழுது. டிசம்பர் மாதத்துக் குளிர் இறங்க ஆரம்பித் திருந்தது. வேகவேகமாக அடர்ந்து வரும் இருட்டு. அண்ணனின் தலைக்குப் பின்னாலிருந்த விளக்குக் கம்பத்தின் உச்சி விளக்கு அழுது வடிந்தது. அவருடைய முக பாவனைகளைத் துல்லிய மாகப் பார்க்க முடியவில்லை. ராஜாஜி பூங்காவின் ஆளரவம் வெகுவாகக் குறைந்திருந்தது. எங்களிடம் மட்டுமல்ல, அண்ண னிடமும் சிகரெட் இருப்பு காலியாகிவிட்டிருந்தது.

இதெல்லாம் முக்கியமில்லை. உணர்ச்சிமயமான குரலில் அண்ணன் சொல்லி முடித்தபோது, தாமுவின் தொண்டையி லிருந்து,

க்கும்.

என்று ஓர் ஒலி. அண்ணனுடைய கதை பற்றிய அபிப்பிராய மாக அவர் எடுத்துக்கொண்டுவிட்டார். யாருக்குமே அப்படித் தான் தோன்றியிருக்கும். அந்த ஒலியின் பாவம் அப்படி. அண்ணன் யாரோ மிரட்டி அழைத்த மாதிரி விருட்டென்று எழுந்து நின்றார்.

> ந்தா பார்றா, எல்லாரும் எல்லா நேரத்திலெயும் ஒரே மாருதி நடந்துக்கிற மாட்டாங்ய. எப்பேர்ப்பட்ட லோலாயியா இருந்தாலும் அவனும் மனுசந்தேன். அவனுக்கும் மனசு ண்டு ஒண்ணு இருக்கு.

அவர் எங்களிடமிருந்து வேகமாக நகர்ந்தார். நாங்கள் இருந்த இடம் விட்டு நகராமல் ஆணியடித்த மாதிரி அமர்ந்திருந்தோம். வாஸ்தவத்தில், அப்படியொரு கோபத்தை அவரிடம் நாங்கள் எதிர்பார்த்திருக்கவில்லை. நாலு எட்டு வைத்துப் போனவர், ஞாபகம் வந்தவர் மாதிரித் திரும்பி வந்தார். பழைய இடத்தில் நின்று தாமுவைப் பார்த்து இன்னும் சில வாக்கியங்கள் பேசினார்:

> ஏண்டா தாமோதரா, நான் அந்தப் பிள்ளையோட படுத்து எந்திரிச்சேண்டு சொல்லியிருந்தா எச்சி ஊற ஊறக் கேட்டுருப்பேல்ல? ஒன்னயச் சொல்லிக் குத்தமில்லடா. ஒன் வயசு அப்பிடி. அந்த வயசிலே நானும் இப்பிடி இருந்தவந்தேன். என் வயசு வரும்போது ஒனக்குப் புரியுமுடா. அப்ப, என்னைய நெனச்சுக்கிருவ.

திரும்பி அவர் நடந்த விசையில் இருந்த தீர்மானத்தை இப்போது நினைத்தாலும் கனக்கிறது.

இரண்டு பின்குறிப்புகள் இருக்கின்றன. அதையும் சொல்லியே முடிக்கிறேன். தங்கையா அண்ணன் எங்களை விட்டுப் பிரிந்தது

1981 கடைசியில். 87' டிசம்பரில் தாமு மதுரைக்கு வந்திருந்தான். கல்கத்தாவில் தனியார் நிறுவனமொன்றில் பணியிலிருந்தான். நான் திருச்சியில் சுங்க இலாகாவில் குமாஸ்தாவாக இருந்தேன். தன் திருமணத்தை முன்னிட்டு நீண்ட விடுமுறையில் வந்திருந்தான் தாமு. என்னவோ தெரியவில்லை, ராஜாஜி பூங்கா போகவேண்டும் என்று ஆசைப்பட்டான். போனோம். பழைய இடத்தில் உட்கார்ந்து ஒரு சிகரெட் குடித்தோம். தாமுவின் உள்ளுணர்வுதான் அடுத்த திட்டத்தைத் தூண்டியிருக்க வேண்டும்.

அப்போது மிகவும் பிரபலமாகப் பேசப்பட்ட 'நாயகன்' சினிமாவுக்குப் போக முடிவெடுத்தோம். உள்ளுணர்வின் நோக்கம் நிறைவேறிவிட்டது. ஆமாம், தங்கையா அண்ணன் பெமாவுக்குச் செய்ததை கமலஹாசன் தனது நாயகியான புது நடிகைக்குச் செய்தார். தாசி வீட்டில் அவர் எதிர்கொள்ளும் சிறுமி, அடுத்த நாள் பரிட்சைக்குப் படிக்க வேண்டும் என்று கோருகிறாள். 'சரி' என்று இவரும் விட்டுவிடுகிறார். தியேட்டர் இருட்டை ஊடுருவி நானும் தாமுவும் ஒருவரையொருவர் பார்த்துக்கொண்டோம். கைப்பிடியில் என் இடதுகைமீது படிந்திருந்த தனது வலது கையை அழுத்தி,

தப்புப் பண்ணீட்டெண்டா.

என்று கிசுகிசுத்தான் தாமு.

இரண்டாவது, குறிப்பு என்னைப் பற்றியது. அண்ணன் சொன்ன கடைசி வாக்கியத்தில் உள்ள தீர்க்கதரிசனம் பற்றியது. கனவில் பெண்கள் வராத வயதை நெருங்கிவிட்டேன். என் மகள் பூப்பெய்தி, மருத்துவம் படிக்கிறாள் – நாலாவது வருடம். இன்றைக்கு இரவில் என் முன் ஒரு பெமா வந்து நின்றால், தங்கையா அண்ணன் செய்ததைத்தான் நானும் செய்வேன் என்று தோன்றுகிறது.

நீ ஏற்கனவே இருந்திருக்கிறாயா, ஜனா?

1

விவரணப் படங்கள் பார்ப்பதில் ஆர்வம் மிக்கவரா நீங்கள்? அப்படியானால் உங்களுக்கு பொம்மி ராஜுவைத் தெரியாமல் இருக்காது. 'குட்டி ஜப்பானின் குழந்தைகள்' எடுத்த சலாம் பெனுராகர், 'ராம் கே நாம்' எடுத்த ஆனந்த் பட்வர்தன் இவர்களுக்குச் சமமாகப் பெரிய அளவில் பேசப்பட்டவர் அல்லவா அவர்!

கதைப் படங்களை மட்டுமே ரசிக்கிறவர்களான வாசகர்களுக்கு, பொம்மிராஜுவைப் பற்றி சிறு அறிமுகம் செய்தாக வேண்டும்.

ஆந்திராவின் கர்நூல் மாவட்டத்தைச் சேர்ந்தவர் பொம்மிராஜு. உஸ்மானியா பல்கலைக்கழகத்தில் ஆங்கில இளங்கலை இலக்கியம் படித்தார். தில்லி ஜவாஹர்லால் நேரு பல்கலையில் முதுகலை – அரசியல் விஞ்ஞானம். அப்போது ஏற்பட்ட தொடர்புகளின் விளைவாக விவரணப் படங்கள் எடுப்பதில் ஆர்வம் உண்டாயிற்று. அவருடைய இயல்புப்படி, இதிலும் தீவிர மாக ஈடுபட்டார். விபத்து நடந்து சுமார் இருபது வருடங்களாகியும் நஷ்ட ஈடு கிடைக்காமல் போராடும் போபால் மக்களைப் பற்றி அவர் எடுத்த *Death Castle* ('மரணக் கோட்டை') என்ற படத்துக்கு தேசிய விருது கிடைத்தது. வனவிலங்குகளின் காம வாழ்க்கையை விவரிக்கும் *River that Flowed Through the Forests* (வனங் களினூடே பாய்ந்த நதி) ஐ நேஷனல் ஜியாக்ரஃபிக் பெரும் விலை கொடுத்து வாங்கியது. பெற்றோருக்கு

ஒரே மகனான பொம்மிராஜு 2003 ஆகஸ்ட் 14ஆம் தேதி இரவு தற்கொலை செய்துகொண்டார். ஹைதராபாதில் உள்ள அரசு மனநலக் காப்பகத்தில் சுமார் ஆறு மாதங்கள் சிகிச்சை முடிந்து, வீட்டுக்குத் திருப்பி அனுப்பப்பட்ட மறுநாள் தமது படுக்கையறைக் கூரைவிசிறியில் தூக்கிட்டு இறந்தார். அன்று அவரது ஐம்பத்தொன்றாவது பிறந்த நாள்.

பொம்மிராஜு திருமணம் செய்துகொள்ளாதவர். தம்முடைய படங்களின் உரிமையை வெகுகாலம் முன்பே புனே திரைப்படக் கழகத்துக்கு எழுதி வைத்திருந்தார் . . .

மேற்படிக் குறிப்புகள் அனைத்தும் பொம்மிராஜுவின் ஆவணப் படங்களுக்குத் தொகுப்பாளராகப் பணியாற்றிய விவேக் சஞ்ச்சல் எழுதிய *Rushing Sun - that Set at Dawn* ('அவசர சூரியன் – உதிக்கும் தருவாயில் அஸ்தமனமானது') என்ற சிறு நூலில் உள்ளவை. அபூர்வமான வண்ணப் படங்களுடன் மிக நேர்த்தியாகப் பிரசுரிக்கப்பட்ட புத்தகம் அது.

பொம்மிராஜு இறந்தவுடன், கிரிஷ் கர்நாட், ஓம் புரி, ஷ்யாம் பெனகல், ஷபனா ஆஸ்மி, அடூர் கோபாலகிருஷ்ணன் போன்ற இந்திய மாற்று சினிமாப் பிரபலங்கள் விடுத்த அஞ்சலி அறிக்கைகள் நூலின் பின்னிணைப்பாக உள்ளன. தமிழ் நாட்டில் பொம்மிராஜுவின் ஒரே நண்பராக விளங்கியவர், வணிகத் திரைப்படங்களில் கலை இயக்குநராகப் பணிபுரியும் கிறிஸ்தோபர் ராஜ் மட்டுமே.

மரணத்தை நோக்கிய பயணம் துவங்கும் முன் பொம்மி ராஜு எடுத்துக்கொண்டிருந்த விவரணப் படம், அவருடைய மரணத்துக்குப் பின் விவேக் சஞ்ச்சல் பொறுப்பில் வெளியானது.

உத்தராஞ்ச்சல் மாநிலத்தின் கர்வால் பிரதேசத்தில் வாழும் பார்வா பழங்குடியினர் பற்றிய படம் அது. பீர்க்கங்கூடுகள், சுரைக்குடுக்கைகள் தயாரித்தல் மற்றும் காட்டுக்கோரைகள், மூலிகைகளால் தயாரிக்கப்படும் இயற்கை வண்ணங்கள் கொண்டு அபாரமான கைவினைப் பொருட்கள் செய்தலை வாழ்வாதாரமாகக் கொண்டவர்கள் பார்வா மக்கள். பீஹாரி லும், நேபாளத்தின் தெராய் பிராந்தியத்திலும் மட்டுமே புழங்கும் மைதிலி மொழியைப் பேசுகிறவர்கள். இமாலயத்தின் பூர்வகுடிகள்.

'வரலாற்றின் ஏதோ ஒரு காலகட்டத்தில் தங்கள் வாழ்விடம் விட்டுத் துரத்தப்பட்டவர்களாகவே அவர்களைக் கருத முடியும்' என்று குறிப்பிடுகிறார் பொம்மிராஜு. அவர்களுடைய பூர்விகப் பிரதேசம் பற்றிய குறிப்புகளை அவர்களது வாழ்

முறைகளிலிருந்தும், அவர்களிடையே நிலவும் கர்ணபரம்பரைக் கதைகள், உறவு நிலைகள், உணவுப் பழக்கங்கள் மற்றும் சமூகச் சடங்குகளின் மூலமும் கண்டறிய முடியுமா என்பதே அவரது கடைசிப்படமான *Beatles of the Himalayas - The Trail of the Barwas*ஸின் குறிக்கோள்.

படம் எடுப்பதற்காகத் தோளில் காமிராவைச் சுமந்து கொண்டு தனியாகவே அலையும் பழக்கம் உடையவர் பொம்மி ராஜு. தாம் சென்ற ஊர்கள், சந்தித்த மனிதர்கள், மாறுபடும் உணவு மற்றும் சீதோஷ்ணத்தின் ஒவ்வாமையால் நேரிட்ட அவதிகள் என்று சுவாரசியமான தகவல்களை தேதியற்ற நாட்குறிப்புகளாக எழுதி வைக்கும் வழக்கம் உடையவர்.

விவேக் சஞ்ச்சலின் நூலில், பொம்மிராஜு தமது இறுதிப் படத்தை எடுக்கப் போன அனுபவங்கள் தொடர்பான குறிப்பு களையும், ராஜுவின் பள்ளிக்காலத் தோழரும், ஹைதராபாதின் முன்னணி மனநல மருத்துவருமான ஜனார்த்தன் ரெட்டியின் சிறு பேட்டியையும்கூட பின்னிணைப்புகளாகக் கொடுத்திருக் கிறார். பார்வாக்களை நோக்கிச் சென்ற பயணத்தைப் பற்றி விரிவான குறிப்புகள் எழுதியிருக்கிறார் பொம்மிராஜு. சுவாரசியமும், திகிலும் சமவிகிதத்தில் கொண்ட குறிப்புகள். அவற்றில் ஒளிந்து கிடக்கும் மர்மங்கள் கிலேசமூட்டுபவை. ரெட்டியின் பேட்டியோ உணர்ச்சிமயமானது.

முதலில் ரெட்டியின் பேட்டி.

கே: பொம்மிராஜுவை உங்களுக்கு எவ்வளவு காலமாகத் தெரியும்?

ப: முதல் வகுப்பிலிருந்தே நாங்கள் பள்ளித் தோழர்கள். பள்ளிப்படிப்பு முடியும் தருவாயில் ஒருநாள் சாயங்காலம் விளையாட்டாகப் போய்க்கொண்டிருந்த உரையாடல் திடீரென்று தீவிரமானது. 'எதிர்காலத்தில் என்னவாக ஆவது' என்ற ராஜுவின் கேள்விக்கு நான் 'மருத்துவம் படிக்கப் போகிறேன்' என்று தெரிவித்தேன். அவன் சில விநாடிகள் கண்மூடி இருந்துவிட்டு, ஆழ்ந்த குரலில் சொன்னான்: 'ஜனா, நீ ஒரு தனி உடம்பைப் பரிசீலிக்கப் போகிறேன் என்கிறாய். ஒட்டுமொத்த மனித சமூகமும் ஒரே உடம்பாகத் தென்படு கிறது எனக்கு. அந்த மாய உடம்பையும் அதனுள் இருக்கும் கிருமிப் போக்குவரத்தையும் ஆராய்ச்சி செய்யப் போகிறேன் நான்.' பள்ளி நாட்களில் நாங்களெல்லாம் பட்டம் விட்டுக் கொண்டும் ஹாக்கி ஸ்டிக்கைத் தூக்கிக்கொண்டும் பொழுதைக் கழித்தபோது, பொம்மிராஜு புத்தகங்களுக்குள் புதைந்து

கிடந்ததற்கு இன்னொரு பரிமாணம் இருப்பது எனக்குத் தெரிய வந்த தருணம் அது.

கே: தன்னுடைய பணிகள் பற்றி உங்களிடம் பகிர்ந்து கொள்வாரா?

ப: பணிகள் பற்றி மட்டும் அல்ல, அவற்றில் ஈடுபடும் முன்பும் பின்பும் தனக்கு வரும் இடர்கள், மிரட்டல்கள் என்று சகலத்தையும் பகிர்ந்துகொள்வான். போபால் பற்றிய படம் எடுத்தபோது, உள்ளூர்க் கவுன்சிலர் முதல், தூதரக உயர் அதிகாரி வரை பல்வேறு மட்டத்தில் தன்னிடம் பேச்சு வார்த்தை நடத்த முன்வந்ததையும், தான் மறுத்தபோது கொலை மிரட்டல்கள் விடுத்ததையும் சிரித்துக்கொண்டே சொன்னது நினைவு வருகிறது.

திருமணம் செய்துகொள்ளாதவன் என்பதால், என் குடும்பத்தைத் தன் குடும்பமாகப் பாவித்தவன் அவன். குறிப்பாக ஒரு சம்பவம் நினைவு வருகிறது. என் மூத்த மகள் சவுமியா திருமணம் முடிந்து ஆஸ்திரேலியா கிளம்பியபோது, விமான நிலையத்தில் என்னையும் என் மனைவியையும்விட ராஜு தான் அதிகமாக விசித்து அழுதான். ஹைதராபாதில் அவன் இருக்கும் நாட்களில், முன்னிரவுதோறும் எங்கள் வீட்டு பால்கனி யில் உட்கார்ந்து பேசிக்கொண்டிருப்போம். ராஜுவுக்கு ஜின் வித் லெமனேட் என்றால் விசேஷமான பிரியம்.

கே: அவர் தமது கடைசிப் படத்தை எடுத்த நாட்களிலும் நீங்கள் சந்தித்து வந்தீர்களா?

ப: *Beatles of the Himalayas* பற்றித்தானே கேட்கிறீர்கள்?

கே: ஆமாம்.

ப: அந்தப் படத்தின் காட்சிகளை எடுத்து முடித்துவிட்டு ஹரித்வாரிலிருந்து திரும்பிய மறுநாள் நாங்கள் வழக்கம்போலச் சந்தித்தோம். ராஜு சற்றுச் சஞ்சலமுற்றவனாகத்தான் தென் பட்டான். பார்வாக்களைப் பார்க்கப் போன அனுபவத்தைப் பற்றி நான் ஆர்வமாக விசாரித்தபோது, 'சொல்கிறேன், சாவகாச மாகச் சொல்கிறேன்' என்று நிறுத்திக்கொண்டுவிட்டான். பொதுவாக, தன் பயணங்கள் பற்றி விஸ்தாரமாக விவரிக்கக் கூடியவன். ஏன் அப்படித் தவிர்த்தான் என்று நுணுகிப் பார்க்கா மல் போனேனே நான் என்று இன்றுவரை உள்ளூரக் கூசுகிறேன்.

கே: பார்வாக்கள் பற்றிக் குறிப்பாக ஏதும் சொன்னாரா?

ப: அவர்களுடைய சமூக நடவடிக்கைகள் தொடர்பாகத் தனக்குச் சில குழப்பங்கள் இருப்பதாகவும், அவற்றைப் பற்றி

என்னிடம் பேசி உளவியலின் பார்வையில் விளக்கங்கள் பெற வேண்டும் என்றும் சொன்னான். வேறு எதுவுமே சொல்லாமல் மௌனமாகிவிட்டான். ஜுரிச்சில் நடைபெற இருந்த சர்வதேசக் கருத்தரங்கில் கலந்துகொள்ள நான் மறுநாள் அதிகாலை விமானத்தைப் பிடிக்க வேண்டியிருந்தது. ஊர் திரும்பியபின் சந்தித்து விரிவாக அவனிடம் பேசலாம் என்று நானாக முடிவெடுத்துக் கொண்டேன் . . . ஹ்ம் . . . துருவிக் கேட்காமல் விட்டது நான் செய்த மாபெரும் தவறு.

கே: *ஏன்?*

ப: ஆறே நாட்கள்தாம். நான் ஊர் திரும்பிய மறுநாள் சாயங்காலம் அவனைத் தொடர்புகொள்ள உத்தேசித்திருந்தேன். காலை பத்தரை மணி சுமாருக்கு, வலதுகையில் ரத்தக் காயத் துடன் அவனை என்னிடம் கூட்டி வந்தார்கள். அன்றிலிருந்தே எல்லாம் தலைகீழாகப் புரண்டுவிட்டது.

கே: *அதற்குப் பிறகு நீங்கள் சந்திக்கவேயில்லையா?*

ப: சந்திக்காமல்? என் உயிர் நண்பனின் கடைசிநாள் வரை அவனைத் தினசரி சந்தித்துக்கொண்டிருந்தேன். நான் இன்னார் என்பது அவன் நினைவிலிருந்து அழிந்த பிறகும் கூட அவனைப் பார்க்காமல் ஒருநாளைக்கூட என்னால் கழிக்க முடிந்ததில்லை. என்ன, பழைய மாதிரி நாங்கள் நண்பர் களாகச் சந்திக்க முடியாமல் போனது என் துர்ப்பாக்கியம். நோயாளியும் மருத்துவருமாக ஆரம்ப கட்டங்களிலும், அவன் தன்னைக் கொண்டுபோய்ச் செருகிக்கொண்ட உலகத்துக்கு முழுக்க முழுக்க அந்நியனாக இறுதிக் கட்டங்களிலும் சந்திக்க நேர்ந்ததை என் வாழ்நாளின் உச்சபட்ச அவலம் என்று உணர்கிறேன்.

கே: *ஹரித்வாரிலிருந்து அவர் திரும்பிய சமயத்தில், அதாவது நீங்கள் கடைசியாக அமர்ந்து உரையாடிய தருணத் தில், அவருடைய நடவடிக்கைகளில் வித்தியாசமாக எதுவும் தெரிந்ததா?*

ப: அன்று மட்டுமல்ல, பிற்பாடு என்னிடமும், என் வேண்டுகோளின்படி இந்தியாவுக்கு வந்து அவனுக்குச் சிகிச்சை யளித்த ஜப்பானிய மனநல மருத்துவ மேதை கொபயாஷியிட மும் சிகிச்சை மேற்கொண்ட காலகட்டத்தில்கூட அவனுடைய செயல்பாடுகள் சாதாரணமாகவே இருந்தன. பொதுவாக, தடம் புரளும் மனங்களில் இயல்பாக ஊறும் வன்முறையின் சிறு தடயம்கூட என் நண்பன் ராஜுவிடம் இல்லை. ஆனால், பேச்சு மட்டும் வெகுவாகக் குறைந்துவிட்டது. பிற்பாடு அரசுக்

காப்பகத்தில் இருந்தபோதும் ஒரு நாளுக்கு ஒன்று அல்லது இரண்டு வாக்கியங்கள் மட்டுமே பேசுபவனாக மாறிப்போனான் அவன். இதைப்பற்றி நானும் டாக்டர் கொபயாஷியும் வியந்து பேசிக்கொண்டதுண்டு. தன்னளவில், முக்கியமான ஏதோ ஒரு கேள்வியைத் துரத்தியவனாகவே தென்பட்டான் ராஜு.

கே: எதை வைத்து இந்த முடிவுக்கு வருகிறீர்கள்?

ப: அவனுடைய மன அமைப்பை நான் நன்கு அறிவேன் – இளவயது நண்பன் என்ற முறையிலும் என் தொழில்ரீதி அறிவின் அடிப்படையிலும். தன்னைக் கடந்து செல்லும் ஒரு கேள்வியையும் பதில் பெறாமல் நகரவிட்டதில்லை அவன். வலது கை முஷ்டியிலிருந்து ரத்தம் வழிய அவனைக் கூட்டி வந்த நாளிலும் என்னிடம் திரும்பத் திரும்ப ஒரே கேள்வியைத் தான் கேட்டுக்கொண்டிருந்தான்.

ஜனா, நீ ஏற்கனவே இருந்திருக்கிறாயா?

ஆளுயரக் கண்ணாடியை வெறுங்கையால் குத்தி உடைத்து விட்டு கை நிறைய ரத்தத்துடன் வந்திருந்தான் அவன். அவனிடம் வன்முறையின் தடயமே இருந்ததில்லை என்று சொன்னேனில்லையா, இந்த ஒரு சம்பவம் விதிவிலக்கு. உடன் வந்திருந்த பெற்றோரின் முகங்களில் அசாத்தியமான பீதி அப்பியிருந்தது. 'கண்ணாடியை ஏன் உடைத்தாய்' என்று திரும்பத் திரும்பக் கேட்டேன். அவன் பதிலே சொல்லவில்லை. என் மேஜையில் காகிதப் பளுவாக வைத்திருந்த பளிங்குக் கோளத்தை வெறித்துக் கொண்டு உட்கார்ந்திருந்தான். அதன் உள்ளே புதைந்திருந்த ஆரஞ்சு நிறப் பூவைத் தொட்டுப் பார்க்க விழைபவன் மாதிரி ஆள்காட்டி விரலால் வருடத் தொடங்கினான்.

கே: வேறு எதுவுமே அவர் பேசவில்லையா அன்று?

ப: ஓ பேசினானே. கிட்டத்தட்ட இரண்டு மணிநேரம் கழித்து வாய் திறந்தான். அதற்கு முன்னால் தன்னுடைய கேள்வியை நாலைந்து முறை கேட்டான் – வெவ்வேறு விதமாக.

ஜனா, நீ ஏற்கனவே இருந்திருக்கிறாயா?

ஏற்கனவே இருந்தவர்களைப் பார்த்திருக்கிறாயா?

ஏற்கனவே இருப்பது சாத்தியம்தானா?

ஏற்கனவே இருந்தால் காலக் குழப்பம் ஏற்படாதா?

கே: 'ஏற்கனவே' என்ற சொல்லுக்கு அவர் பிரத்தியேக அர்த்தம் எதுவும் வைத்திருந்தாரா?

ப: அதைத்தான் பலதடவை கேட்டேனே. பதில் சொல்ல முயலவும் இல்லை அவன். அன்றைக்குக் கேள்வி கேட்கும் மனநிலையில் மட்டுமே இருந்தான். நான் மிகமிக வற்புறுத்திய பிறகு, கண்ணாடியை உடைத்ததற்குக் காரணம் மட்டும் சொன்னான். 'வெளியில் விரிந்து கிடக்கும் உலகம் போல, கண்ணாடிக்குள்ளும் தனித்துவமான உலகம் ஒன்று இருக்கிற மாதிரி'த் தோன்றியதாம். உடைத்து உள்ளுக்குள் நுழைந்து பார்த்துவிட முயன்றானாம்.

கே: உங்களுடைய தொழில்முறைக் கணிப்பின் பிரகாரம் அன்றே அவர் சித்தம் பேதலித்த நிலையில்தான் இருந்தார் என்று சொல்லலாமா?

ப: நான் அவ்விதம் சொல்ல மாட்டேன். ஒருவிதப் பீடிப்புக்கு ஆளாகியிருந்தான் என்றே கருதுகிறேன். பணத்தோடும், காமத்தோடும், புகழோடும், லவுகீக சுகசவுகரியங்களோடும் நம்மில் அனைவருக்கும் இருக்கிற பீடிப்பு போன்றதுதான். நாம் அதை வெற்றிகரமாகக் கையாள்கிறோம். தனது கேள்வியின் விஷயத்தில் அவனது கட்டுப்பாடு தளர்ந்துவிட்டிருந்தது, அவ்வளவுதான்.

கே: அந்தக் கேள்வி இன்னதென்று உங்களால் அறிய முடிந்ததா?

ப: லவுகீகமான கேள்விகள்தாம் நேரடி மொழியில் வெளியே வரும். அவற்றைப் புரிந்துகொள்வதும் சரி, பதிலளிப்பதும் சரி, வெகு சுலபம். ராஜுவை ஆக்கிரமித்திருந்தது மிகவும் அந்தரங்கமான, மிகவும் பூடகமான, உலகினளவு கனமான, வாழ்க்கையினளவு நெடியதான கேள்வி என்று நான் யூகிக்கிறேன். இதுபோன்ற கேள்விகளுக்கு தம்மளவில் மட்டுமேனும் பதில் கண்டுபிடிப்பவர்கள்தாம் ஐன்ஸ்டீனாகவும், மொஸார்ட்டாகவும், ஜிட்டு கிருஷ்ணமூர்த்தியாகவும் உச்சம் அடைகிறார்கள் என்பது என் அபிப்பிராயம்.

கே: அவர் ஒரு கேள்வியைச் சுமந்துகொண்டிருந்தார் என்றும், ஒரே கேள்வியைத்தான் சுமந்துகொண்டிருந்தார் என்றும் எவ்வாறு அனுமானிக்கிறீர்கள்?

ப: அவனுடைய முக பாவங்களை வைத்தும், அவன் எப்போதாவது என்னிடம் பேசிய ஓரிரு வாக்கியங்களை வைத்தும் இதை என்னால் உறுதியாகச் சொல்ல முடியும். உதாரணமாக, சிகிச்சைக் காலத்தில் ஒருமுறை கேட்டான்:

ஜனா, மலையிலிருந்து இறங்கி வரும் ஆற்றில் நீ குளிக்கிறாய். பிற்பாடு, கீழே, பல மைல்கள் தள்ளி நான் குளிக்கிறேன்.

நீ குளித்த அதே தண்ணீரில்தான் நானும் குளித்தேன் என்பதற்கு சான்றுகள் உருவாக்க முடியுமா?

இரண்டு மூன்று வாரங்கள் கழித்து, இன்னொரு கேள்வி கேட்டான்:

ஜனா, இன்றைக்கு ஹைதராபாதில் ரயிலேறி, சென்ற வாரம் டெல்லியில் சென்று இறங்குவது சாத்தியமா?

இந்தக் கேள்விகளையெல்லாம், அவனுடன் நெருங்கிய பரிச்சயம் இல்லாத ஒரு மருத்துவர் 'மனப் பிறழ்வு மட்டுமே' என்று உடனடியாக அறிவித்துவிடக் கூடும்.

கே: பீடிப்புக்கு ஆளாகுமுன் அவருடனான கடைசிச் சந்திப்பில் குறிப்பிட்டுச் சொல்லும் விதமாக ஏதேனும் நினைவில் உள்ளதா?

(சற்று யோசிக்கிறார்.)

ப: ஆமாம். தேவப்பிரயாகை வட்டாரத்தில் தனக்குக் கிடைத்த ஓர் அனுபவம் பற்றிக் குறிப்பிட்டான். ஒரு சந்திப்பையும், இரண்டு ஜாமங்கள் வரை நீண்ட உரையாடலின் முடிவில் தான் அடைந்த திகைப்பையும் விவரித்துச் சொல்வதற்கு 'இப்போது அவகாசமில்லை, நீ ஊரிலிருந்து வந்ததும் சொல்கிறேன்' என்றான். கார்க்கதவைத் திறந்துகொண்டு நின்றபடி அவன் சொன்ன கடைசி வாக்கியமும் நினைவிருக்கிறது. டெல்லி விமான நிலையப் புத்தகக் கடையில் பொழுதைப் போக்கியபோது, தற்செயலாக ஒரு புத்தகம் கிடைத்ததாம். 1930களில் வெளிவந்திருக்கிறது. இவன் வாங்கியது நான்காவது பதிப்பு. 'பார்வாக்களைப் பற்றி ஆராய்ச்சி செய்த பிரிட்டிஷ்காரர் வில்லியம் ராபர்ட்ஸன் எழுதியது. பீட்டில்ஸ் படத்துக்கு மிகவும் உதவியாக இருக்கும் என்று நினைக்கிறேன்.' இதுதான் தான் பொம்மிராஜு என்ற முழுப் பிரக்ஞையுடன் என் நண்பன் என்னிடம் பேசிய கடைசி வாக்கியம்.

2

பொம்மிராஜுவின் குறிப்புகள் சரளமான மொழியில் எழுதப்பட்டிருக்கின்றன. விவரணப்பட இயக்குநராகத் தம் வாழ்வை வடிவமைத்துக்கொள்ளாமல் இருந்திருந்தால், இந்தியாவின் மிகப் புகழ்பெற்ற எழுத்தாளர்களில் ஒருவராக ஆகியிருப்பார். அவருடைய கையெழுத்திலேயே ஒரு பக்கம் பிரசுரிக்கப்பட்டிருக்கிறது. தெளிவான, கான்வென்ட் படிப்பு கற்றுக்கொடுத்த, அச்சுக் கோத்தது மாதிரியான நேர்த்தியுள்ள, ஆங்கிலக்

கூட்டெழுத்து. தமது பயண அனுபவங்கள் பற்றிய கட்டுரைத் தொடர் எழுத உத்தேசித்திருந்ததாகவும், அதன் பகுதியாகவே இந்தக் குறிப்புகளை அவர் எழுதியிருக்கக்கூடும் என்றும் திரு. விவேக் சஞ்ச்சல் தெரிவித்திருக்கிறார். குறிப்புகளின் ஒரு பகுதி கீழே:

...ரிஷிகேசத்திலிருந்து நூற்றைம்பது மைல் மேலே தேவப்பிரயாகை தாண்டி சுமார் எழுபது மைல் உயரத்தில் நான் செல்ல வேண்டிய தொங்கு பாலம் வந்தது. பாலத்தின் முனையில் மஞ்சள் நிறத் தகவல் பலகை. 'தோல்பூர் அரண் மனைக்குச் செல்லும் வழி' என்று பாலத்தைச் சுட்டிக்காட்டி யது அம்புக்குறி. தகரப்பலகை துருப்பிடித்து எழுத்துக்கள் அழியத் தொடங்கியிருந்தன. ஒரு காலத்தில் பிரபலமான சுற்றுலாத் தலமாக இருந்து, பின்னர் மகத்துவம் இழந்திருக்க லாம் அந்த அரண்மனை.

ஞான சரண் சுக்லாவிடமிருந்து எடுத்து வந்த ஜீப் மலைப் பிரயாணத்தை வெகு சுகமான அனுபவமாக்கி விட்டிருந்தது. அவன் உடன் வந்திருந்தால்கூட இப்படியோர் அற்புத அனுபவம் கிடைத்திருக்காது. நல்லவேளை, சண்டீகரில் ஒரு கல்லூரிக் கூட்டத்தில் உரையாற்றப் போக வேண்டியிருக்கிறது என்று மறுத்துவிட்டான். சிலவேளைகளில், தனிமைதான் எத்தனை அற்புதமான விஷயமாக இருக்கிறது!

ஹரித்வாரில் அதிகாலையில் கிளம்பும்போது இருந்த மாதிரி ரம்மியமான சூழ்நிலை இல்லை வழி நெடுக. வெளியில் கடுமையான வெயில். பாறைகளில் மோதித் திரும்பும் வெக்கை, உடம்பைக் கங்குபோல உணர வைத்தது. வறண்டு, மரணத் தறுவாயில், இலை உதிர்த்துத் தலைவிரித்து நிற்கும் மரங்கள். நசிவின் பாடல் உரத்து ஒலிக்கிற மாதிரி வெம்மை சுமந்து வந்த காற்று.

வழக்கமாகப் பிரயாணங்களின்போது இசை கேட்பதில் விருப்பம் உள்ளவன் நான். ஆனால், இந்தப் பயணத்தில் இயற்கையின் கரடுமுரடான சங்கீதம் என்னை ஆக்கிரமித்து விட்டது. கண்முன்னே விசுவரூபம் எடுத்து நிற்கும் மகோன்னதத் தின் முன்னிலையில், மனிதர் சம்பந்தமான யாவுமே கிருமிகள் அளவு சிறுத்து விடும் பேராச்சரியத்தை வியந்தவண்ணம் ஜீப்பை ஓட்டிக்கொண்டு போனேன். டிஸ்க்மேனை வெளியில் எடுக்கவே தோன்றவில்லை.

தேவப்பிரயாகையில் என்னுடன் வழிகாட்டி ஒருவர் இணைந்துகொண்டார். திரு. அஜித் பிரதான். குறைவாகப்

பேசுகிறவர். பேசிய நாலைந்து வாக்கியங்களிலேயே, தாம் இங்கிதமானவர் என்று உணர வைத்துவிட்டார். என்னைவிடக் குறைந்தது பத்து வயதாவது மூத்தவராக இருப்பார். 'ஓர் ஆவணப் படம் உருவாவதில் இவர்போன்று மறைமுக உழைப்பு நல்குகிறவர்கள் எத்தனை பேர் இயங்குகிறார்கள் பார்' என்று வியந்துகொண்டே ஜீப்பை ஓட்டிச் சென்றேன்.

இயற்கையின் ஆதுரம் என்னுடன் வந்துகொண்டேயிருக்கிறது என்று உணர வைத்த அலக்நந்தாவின் மரகதப் பச்சை நிறம் அடர்த்தி அதிகரித்து வருவதைப் பார்த்துக் கொண்டே பயணம் செய்தேன். ஓரிரு இடங்களில், வண்டியை நிறுத்திவிட்டு சுமார் ஐம்பது மீட்டர் ஆழம் வரை இறங்கிக் குளித்தேன். வெயிலில் வறுபட்ட உடம்புக்குப் பெரும் ஆறுதலாய் ஐஸ்கட்டிப் பதத்தில் குளிர்ந்த நீர்.

மரப் பாலத்தில் நிதானமாக வண்டியைச் செலுத்தி, எதிர்ப்புறம் சென்றேன். மறுமுனையில் சுமார் நூறு மீட்டர் தொலைவுக்குத்தான் வண்டிகள் செல்ல முடியும். அதன் பிறகு செங்குத்தாக மேலேறும் ஒற்றையடிப் பாதையைப் பிடித்துக் கொண்டு நடந்து செல்ல வேண்டியதுதான்.

ஏழெட்டு வண்டிகள் மலையின் உடம்பை ஒட்டி நிற்கிற மாதிரி சின்னஞ்சிறு திடல் இருந்தது. கால்நடையாக மலையேறிச் செல்பவர்கள் வண்டிகளை நிறுத்திச் செல்லும் இடம். சிறு கூடாரம் ஒன்று அமைத்து, வண்டிகளைப் பாதுகாக்கும் பொறுப்பில் ஒரு சிறுவன் இருந்தான். என்னிடம் ஐம்பது ரூபாய் வாங்கிக்கொண்டு முழுக்க ஹிந்தியில் அச்சடித்த ஊதாநிற ரசீது கொடுத்தான்.

ஒற்றையடிப் பாதையில் ஏறும்போது யதேச்சையாகத் திரும்பிப் பார்த்தேன். கார்க்கதவைத் திறந்து வைத்து உள்ளே அமர்ந்திருந்த ஐரோப்பிய ஜோடி ஆழ்ந்த முத்தமொன்றில் புதைந்திருந்தது. கேன் படவிழாவில் சந்தித்த எலீனா நினைவில் வந்தாள். எனக்குள் ஆனந்தமாக ஒரு குமிழ் மேலேறி வந்து பட்டென்று தெறித்தது.

முன்னால் திரு. பிரதான் விடுவிடுவென்று நடக்க, சற்றுச் சிரமப்பட்டுப் பின்தொடர்ந்தேன். கிட்டத்தட்ட இரண்டு மணி நேரம் நடந்து, உச்சியை அடைந்தோம். அங்கிருந்து பார்க்கும்போதுதான் தெரிகிறது – அது உச்சி அல்ல, மேலும் உயரும் அடுத்த மடிப்பின் அடிவாரம் என்று.

கையோடு கொண்டு வந்திருந்த மதிய உணவைக் காலி செய்தோம். சற்றே கீழ் இறங்கி மீண்டும் மேலேறிச் செல்ல வேண்டும். இறக்கத்தின் இடது சரிவில் சுமார் ஐம்பது மீட்டர் தொலைவில் தெரிந்த பாழ்மாளிகையைச் சுட்டிக் காட்டினார் பிரதான்.

தோல்பூர் சமஸ்தானத்தின் ஓய்வுகால அரண்மனையாம் அது. முறையான பராமரிப்பின்றி சிதிலமாகிக்கொண்டு வருவது. சமஸ்தான எல்லை நான் கடந்து வந்த மரப்பாலத்துடன் முடிவடைகிறது. ஆனால், தேவப் பிரயாகையிலும் இந்த சமஸ்தானத்துக்குச் சொந்தமான ஓர் அரண்மனை உண்டு. அதை ஒழுங்காகப் பராமரித்து வருகிறார்கள். வந்து சேர்வதில் உள்ள சிரமங்கள் காரணமாக மவுசு இழந்துவிட்டது இந்த அரண்மனை. ஒரேயொரு கிழவர் காவல்காரராக இருக்கிறார். அவருமே சவுகரியப்படும் நாட்களில் மட்டும் வந்து செல்வார். எப்போதாவது வெள்ளைக்கார சுற்றுலாப் பயணிகள் வந்து ஓரிரண்டு இரவுகள் தங்கிச் செல்வார்கள். அவர்கள் பொருட்டு ஓரிரு அறைகளை மட்டும் சுத்தமாக வைத்து இருக்கிறாராம் அந்தக் காவல்காரர்.

வழக்கத்துக்கு விரோதமாகச் சில வாக்கியங்கள் சேர்ந்தாற் போல் பேசியதில் கூசியவர் மாதிரி மௌனத்தில் மூழ்கிவிட்டார் பிரதான். பார்வா குடியிருப்புக்குச் சென்று சேரும்வரை ஒரு சொல்லும் பேசவில்லை.

பார்வை மறையும் முன் அந்த அரண்மனையை மீண்டும் ஒருதடவை திரும்பிப் பார்த்தேன். லேசில் வெளித்தெரியாத ரகசியங்களைச் சுமந்துகொண்டு வெளிப்பார்வைக்கு அப்பாவி யாய் நிற்கிற உளவாளி மாதிரித் தென்பட்டது. கடந்து போன வருடங்களின் பழமை கறுப்பாகப் படிந்திருந்த மஞ்சள் சுவர்கள் சீக்கிரமே புதர்களில் மறைந்துவிட்டன.

பார்வாக்களின் குடியிருப்புபோல அவ்வளவு சுத்தமானதோர் ஆதிவாசி வசிப்பிடத்தை நான் பார்த்ததே கிடையாது. சுகாதாரம் மட்டுமல்ல, மிகுந்த சுயச் சிந்தனையும், சுயமரியாதையும் கொண்ட மக்கள். இவை வெறும் அலங்காரச் சொற்கள் அல்ல, அவர்களின் பேச்சிலும் நடையுடை பாவனைகளிலும் மீண்டும் மீண்டும் தெரிய வந்தவை – என்பதை நான் எடுத்திருக்கும் காட்சிகள் உறுதி செய்யும்.

பார்வா இனத்தின் சமூக அமைப்பு விசித்திரமானது. குடும்பம், கணவன் – மனைவி என்ற கிளை உறுப்புகள் எதுவும்

கிடையாது. ஆண்களும் பெண்களும் தங்கள் இணைகளைத் தாங்களே தேர்ந்துகொள்ளவும் மாற்றிக்கொள்ளவும் செய்கிறார்கள். பெண்களின் விருப்பமும் சம்மதமும் மட்டுமே ஒரே நிபந்தனை.

தலைமைப் பொறுப்பு என்றும் எதுவும் இல்லை. வயதில் மூத்தவர்கள் தன்னியல்பாகக் கூறும் ஆலோசனைகளையும் அறிவுரைகளையும் மற்றவர்கள் கேட்டு நடக்கிறார்கள். சொத்து, குடும்பம் என்கிற தனிநபர் ஏகபோகங்கள் இல்லாததால், இயற்கையான அறவுணர்வும் பொதுமை எண்ணமும் அந்த மக்களிடத்தில் செயல்படுகின்றன.

ஆண்கள் கடும் உழைப்பாளிகள். எறும்புகள்போலச் சுறுசுறுப்பாக இயங்குகிறார்கள். எறும்புகள் மாதிரியே, மழைக் காலத்துக்காகச் சேமிக்கும் அளவு மட்டுமே உணவுப் பொருள் சேகரிக்கிறார்கள். பணம் என்ற சொல்லையே கேள்விப்படாதவர்களாக இருக்கிறார்கள். வனத்தில் சேகரித்த பொருட்களுடன் தேவப்பிரயாகைக்கு இறங்கிச் சென்று, பண்டமாற்றாகத் தமக்கு வேண்டியவற்றை வாங்கி வரும் பொறுப்பும் ஆண்களுடையது தான்.

மூன்று விஷயங்களை மட்டும் சொல்லி இந்தக் குறிப்பை முடித்துவிடலாம். பிற தகவல்கள்தாம் படமாக வரும்போது தெரியுமே.

1. முகக் கண்ணாடியே பயன்படுத்தாத சமூகம் அது. 'ஏன்' என்று கேட்டதற்கு, ஒரு முதியவர் சொன்ன பதிலைக் கேட்டதும் எனக்குத் தூக்கிவாரிப்போட்டது. அவர் சொன்னார் – 'கண்ணாடியில் நிகழ்காலம் மட்டும் தான் இருக்கிறது. இறந்த காலத்தின் உதவியும், எதிர் காலத்தின் அச்சுறுத்தலும் இன்றி மனித வாழ்க்கை நடப்பது சாத்தியமேயில்லை.'

2. பாரம்பரிய ஞானத்திலும், விவேகத்திலும் செழுமை யானவர்கள் பார்வாக்கள்; நாகரிகமுற்றதாகச் சொல்லப் படும் பிற சமூகங்களுக்குச் சற்றும் இளைத்ததில்லை அவர்களது சமூகம் – என்பதற்கு இன்னொரு நிரூபணம் நான் சந்தித்த இசைக் கலைஞனின் வார்த்தைகள். சமுதாயத்தின் குழந்தைகளில் குரல் வளமும், தாள ஞானமும் வாய்ந்த ஒன்றைத் தங்கள் ஆஸ்தானப் பாடக ராகத் தேர்ந்தெடுக்கிற வழக்கம் பார்வாக்களிடம் உள்ளது. பாடகரின் லவுகீகத் தேவைகளைப் பூர்த்தி செய்வது சமுதாயத்தின் பொறுப்பு.

இந்தத் தலைமுறையின் பாடகன் அவன். முந்தைய தலைமுறைப் பாடகரிடம் பாடம் கற்றவன். முழுநேரத் தொழிலே பாடுவதுதான். அவன் சொல்கிறான்: 'நான் எட்ட வேண்டிய இடத்தை முதலிலேயே மனத்தால் பார்த்துவிடுவேன். பிறகு அந்த இடத்துக்கு என் குரலை உயர்த்தவோ அமிழ்த்தவோ முயல்வேன்.'

நான் கேட்டேன் – 'மற்றவர்களெல்லாம் உடலால் கடுமையாக உழைக்கும்போது, நீங்கள் வெறுமனே பாடிக்கொண்டு மட்டும் இருப்பது குற்ற உணர்ச்சியைத் தூண்டவில்லையா?'

அவன் சொல்கிறான் – 'எதற்காக அவ்வாறு உணர வேண்டும்? என் ஜனங்கள் அனைவரின் துயரத்தையும் என் தொண்டைக் குழிக்குள் சுமந்து திரிகிறேனே, பிறகென்ன?'

3. பார்வாக்களில் ஆண்களும் பெண்களும் மேலாடை அணிவதில்லை. என்னைச் சூழ்ந்துகொண்டு நின்ற ஜனங்களில் ஏகப்பட்ட பெண்கள் இருந்தனர். அத்தனை ஜதை திறந்த முலைகளின் முன்னிலையில் என்னால் இயல்பான சமநிலையுடன் இருக்க இயலவில்லை. ஆனால், அந்தி முற்றிய சமயத்தில், எனக்குச் சோளமாவு ரொட்டியும் தேனும் வழங்கிய இளம்பெண் மிக நெருக்கத்தில் வந்தபோதும் எனக்குள் கிளர்ச்சி ஏதும் உண்டாகவில்லை. இத்தனைக்கும் முலை வளர்ந்து காம்பு முற்றாத அழகி அவள். பிற்பகல் முழுவதும் பார்வையில் நிரம்பியிருந்த வெற்றுடம்புகளின் காரணமாக நான் உள்ளுக்குள் மரத்திருந்தேனோ என்னவோ. அல்லது, மனத்தின் ஆழத்திலிருந்து சிரிக்கும் பார்வாக்களின் நன்னயம் என் மனத்தின் கசடுகளைப் பொசுக்கிவிட்டிருக்கலாம்.

மொத்தத்தில், பத்துப் பதினேழு நூற்றாண்டுகளுக்கு முந்தைய சமூக வாழ்க்கையை நேரடியாகப் பார்க்க வேண்டுமானால், பார்வா குடியிருப்புக்குப் போய்விடலாம். ஆனால், முன்பின் தெரியாதவர்களை எளிதில் அங்கு நுழைய அனுமதிப்பதில்லை. வில்லும் விஷம் தோய்த்த அம்புகளும் எல்லாக் குடில்களிலும் ஏராளமாய் இருக்கின்றன. திரு. அஜித் பிரதான் போன்று அவர்களின் நன்மதிப்பைப் பெற்ற ஒருவர் இல்லாவிட்டால், என்னையும் துரத்தியடித்திருப்பார்கள்.

கனிம வளங்கள் எதுவும் இல்லாத மலைப் பகுதி, முற்றாத இளம் பாறைகள் கொண்ட பிரதேசம் என்பதால் அரசாங்க,

தனியார் தொழில் நிறுவனத் தொந்தரவுகள் எதுவும் இல்லாமல் தங்கள் உலகத்தில் தாங்கள் என்று நிம்மதியாக வசிக்கும் ஜனங்கள்.

இப்படியொரு இனம் இருப்பதையும், அதன் வசிப்பிடத்தையும் தெரிவித்த பீஹாரி நண்பர் சைலேஷ் குமார் ஸின்ஹாவுக்கு என் மானசீக நன்றிகள்.

○

மேலே உள்ள பத்திகள், நேற்றிரவு படுக்கும் முன்பாக எழுதியவை. இன்று காலையில் திரும்பிப் பார்க்கும்போது, நேற்றிரவு நேற்றிரவு மாதிரியே யில்லை. யாருக்கோ, என்றோ, எங்கோ நடந்து கடந்த தொலைவில் இருக்கிறது. அதைப்பற்றி யோசிக்கும்போதும், எழுத முனையும்போதும் மொழி பின்னிக் கொள்கிறது. நடந்ததெல்லாம் கனவு என்றே நம்ப விழைகிறது மனம். ஆனால், நனவின் தொடு உணர்வோடு கனவுக்குள் நடமாடியது போன்றும் உணர்கிறேன் . . .

நேற்றைய அந்தி மெல்லப் புரண்டு இரவாக மாறியபோது, பிற்பகல் முழுக்க நான் சுவாதீனமாகப் பேசிக்கொண்டும், படமெடுத்துக்கொண்டும் இருந்த பார்வா குடியிருப்பு ஏனோ எனக்கு மூச்சிறுக்கும் இடமாக மாறியது. காற்று கனத்துவிட்ட மாதிரி உணர்ந்தேன். காரணமற்ற துயர ரேகைகள் எனக்குள் தோன்றி அழுத்தத் தொடங்கின. இதுபோன்ற சிக்கல்களெல்லாம் சமீபகாலமாக அடிக்கடி நேர்கின்றன. தொடர்ந்து பிரயாணம், அந்நிய இடங்களில் புழங்குவது ஆகியவற்றின் விளைவுகளா, அல்லது, ஐம்பது வயதைத் தாண்டும் யாருக்குமே ஏற்படுகிற உணர்ச்சிகள்தாமா என்பதை ஜனாவிடம் விசாரித்துத் தெரிந்து கொள்ள வேண்டும்.

ஓர் இரவு அவர்களுடன் தங்கிவிட்டு மறுநாள் கிளம்புவதாகத்தான் நானும் அஜித் பிரதானும் திட்டமிட்டிருந்தோம். எனக்காகத் தனிக் குடிசையும், வனமிருகங்கள் வந்துவிடாதபடி காவலும் வழங்குவதாக அம் மக்கள் பிரியமாகத் தெரிவித்தனர். ஆனாலும், என்னால் அந்த இடத்தில் தங்க இயலாது என்று உறுதியாகத் தோன்றியது. வந்த வழியே திரும்பி, ஜீப் இருக்கும் இடத்துக்குப் போய்விடலாம் என்றால், நள்ளிரவில் தான் போய்ச் சேர முடியும். பத்திரமாகப் போய்ச் சேருவதற்கு உத்தரவாதமில்லாத பாதை.

அஜித் பிரதான் ஓர் ஆலோசனை சொன்னார். தோல்பூர் அரண்மனையில் சென்று தங்கலாம். காவல்காரருக்கு ஒரு சிறு தொகையைக் கொடுத்துவிட்டால் போதும். ஆனால்,

தம்மால் என்னுடன் வரமுடியாது, ஏற்கனவே மிகவும் சோர்ந் திருக்கிறார். என்னுடன் வழிகாட்ட ஓர் இளம் பார்வா வந்து திரும்புவான்.

மீண்டும் இரண்டு சோளமாவு ரொட்டிகளும், காட்டுச் சுரைக்காயைப் பக்குவம் செய்த தொடுகறியும் உண்டுவிட்டுக் கிளம்பினேன். நான் செல்லவிருப்பது முடிவற்ற இரவு ஒன்றினுள் என்பது அப்போது எனக்குத் தெரியாது . . .

இதோ, தன் சதிவேலைகளை முடித்துக்கொண்டு விலகி விட்ட இரவின் இடத்தில் சாம்பல்போல மெல்லப் படர்கிறது அதிகாலை. நான் என் குறிப்பேட்டை வைத்துக்கொண்டு, தத்தளித்துக்கொண்டு, இருக்கிறேன். ஒரு முழு இரவு கடந்தது உண்மைதானே, அதை வெறும் பிரமை என்றோ, உருவெளித் தோற்றம் என்றோ எளிதில் உதிர்த்துவிட முடியுமா என்று விளங்கவில்லை. 'பிரமை இவ்வளவு தத்ரூபமாக இருக்குமா, பிரமைக்குள் பௌதீகமான மனித இருப்பு சாத்தியமா' என்றெல்லாம் கனத்த கேள்விகள் ஓடுகின்றன. ஜனாவிடம் நேற்றிரவின் நிகழ்வுகள் பற்றி விரிவாகப் பேச வேண்டும். அவன் என்ன சொல்கிறான் பார்க்கலாம்.

ஆனால், அதுவரை, இப்போதிருக்கும் இந்த உணர்வி லிருந்து என்னால் தப்ப முடியாது என்றே தோன்றுகிறது. இதை அச்சம் அல்லது கிலி என்று சொல்ல மாட்டேன். வனத்துக்குள் போகும்போது முன்னறியாத பெருமிருகத்தைப் பார்க்க நேர்ந்த மாதிரி ஓர் உணர்வு. அது மாமிச பட்சிணியா இல்லையா என்று தெரியாதே.

இப்போதைக்கு, நேற்றிரவில் நிகழ்ந்த யாவற்றையும் ஒரு வினாடி பாக்கியில்லாமல் துல்லியமாகப் பதிவு செய்து வைத்துவிடலாம் என்று தோன்றுகிறது – ஜனாவுடன் பேசு வதற்கும் சவுகரியமாக இருக்கும்.

வழிகாட்டியாக வந்த பார்வா, அரண்மனை வளாகத்துக்குள் நுழைய மறுத்துவிட்டான். என்னிடம் விடைபெறுமுன் ஏதோ முனகினான். ஒன்றுமே புரியவில்லை – மையமாகத் தலையாட்டி வைத்தேன். இவர்கள் பேசுகிற மைதிலி மொழி கலப்படமற்றது என்று பிரதான் சொல்லியிருக்கிறார் – புரிந்துகொள்வதற்கு மிகவும் சிரமமாகத்தான் இருக்கிறது.

ஆளற்ற அரண்மனைக்குள் நுழைந்தேன். முன்னறைகள் இரண்டிலும் சீமெண்ணெய் விளக்குகள் எரிந்துகொண்டிருந்தன. சரிதான், பராமரிப்பாளர் அருகில் எங்காவது போயிருப்பார்

என்று எண்ணியவாறு, மெத்தை விரித்திருந்த கட்டிலில் படுத்தேன். நாலுபேர் விசாலமாகப் படுத்து உருள்கிற அளவு விஸ்தாரம் கொண்ட கட்டில். நாள்பட்ட பஞ்சுபோல இல்லை – மெத்தென்றிருந்தது அந்த மஞ்சம்.

நேற்றிரவு புது தில்லியில் நவீன அடுக்குமாடிக் குடியிருப்பின் குளிர்பதன அறையிலிருந்து கிளம்பி, இன்றிரவில் பாழடைந்த அரண்மனைக் கட்டிலில் படுப்பதற்கு இடையில், ஏகப்பட்ட நூற்றாண்டுகளைக் கடந்து வந்திருக்கிற மாதிரி உணர்வு தட்டியது. கடந்த காலத்தின் முடைநெடி அந்த பிரம்மாண்டமான அறைக்குள் மேகங்கள் போல நடமாடுகிற மாதிரி இருந்தது. கட்டிலின் சுற்றளவைவிடச் சற்றே குறைவான, சுத்தமாகப் பராமரிக்கப்பட்ட பங்கா எனக்கு நேர்மேலே தொங்கியது.

குடியிருப்பின் திறந்த வெளியில் இருந்த அளவு, அரண்மனைப் படுக்கையறைக்குள் காற்று இறுக்கமாக இல்லை. உடல்சோரும் விதமாகக் கடந்த பகலின் விளைவாகக் கால்களில் ஆடுசதை கெஞ்சியது. படுக்கையறை விளக்கின் மாய வெளிச்சம் எதிர்ப்புறச் சுவரில் படிய வைத்த நிழல்கள் பூதாகாரமாக அசைந்தன.

வெளியில் இருட்டு தன் மர்மக் குரலில் அரற்றிக்கொண்டிருந்தது. அந்நிய ஊர்களின் காலைப்பொழுதுகள்தாம் விதவிதமாய் உருவெடுக்கின்றன – இரவுகள் எல்லா ஊரிலும் ஒரே விதமாய்த்தான் இருக்கின்றன. கர்நூல் ஜில்லாவின் குக்கிராமத்திலிருந்து தொடங்கிய என் பயணம், ஹிமாலயத்தின் அமானுஷ்யம் வரை வந்து சேர்ந்ததில் இடைப்பட்ட மனிதர்களும் காட்சிகளும் துரிதமாக ஓடும் திரைப்படம்போல என் மனத்திரையில் ஓடுவதைப் பார்த்துக்கொண்டே இருந்தவன், அப்படியே கண்ணயர்ந்திருப்பேன் போல...

உடம்பின்மீது மெல்லிய காற்று வருடிச் செல்கிற மாதிரி இருந்தது. விழிப்புத் தட்டியது. தரை நகராமல், கூரை மட்டும் நகர்கிற விசித்திர வாகனத்தில் பயணம் செய்கிற மாதிரி உணர்ந்தேன். மன ஆழத்தில் பீதி உயர்ந்தது. ஒரு கணம்தான். மறு கணமே நிதானப்பட்டுவிட்டேன். விதானத்துக்குக் கீழ், பங்கா சற்று வேகமாக அசைந்துகொண்டிருந்தது. அவ்வளவுதான்.

பங்காவிலிருந்து புறப்பட்டுப் போகும் கயிறு பிடிகயிறாக மாறும் இடத்தில் ஓர் உருவம் உட்கார்ந்திருந்தது. சுவரில் சாயாமல், நட்டுவைத்த கழி மாதிரி, வெளிச்சத்துக்கு முதுகைக் காட்டிக்கொண்டு, முகம் முழுக்க இருள் படிந்த மனித உருவம். தலையைவிடப் பலமடங்கு பெரிதான உருமால் அணிந்திருந்தது.

ஏமாறும் கலை

பக்கத்தில் ஒற்றைக்குழல் நாட்டுத்துப்பாக்கியைக் கிடத்தி யிருந்தது. அறிமுகமில்லாத புதிய உருவம் எனக்குச் சேவை செய்துகொண்டிருக்கிறதே, நான் சந்தோஷப்பட வேண்டுமா, பயப்பட வேண்டுமா என்று கொஞ்சநேரம் குழம்பினேன்.

நான் புரண்டு படுத்ததில் சமிக்ஞை கொண்டு, சற்று நெருங்கி வந்தது அந்த உருவம். தூய ஹிந்தியில் தன்னை அறிமுகப்படுத்திக்கொண்டது. அந்த இடத்தின் காவலரும் பராமரிப்பாளருமான திரு பகவான் சிங். அந்த வார்த்தை களினுள் நிரம்பியிருந்த நாட்டுச் சாராயத்தின் அழுகல் பழ வாசனை என் நாசியில் தொற்றியது.

அறிமுக உபசார வாக்கியங்களுக்குப் பிறகு, கிறுகிறுவெனப் பேசத் தொடங்கினார் சிங். என்னுடன் பேசுவதற்காகவே பிறவியெடுத்து அத்தனை காலமும் உயிர்வாழ்ந்து வந்தவர் மாதிரி அவ்வளவு வேகமாகவும், ஆர்வமாகவும், துல்லியமாக வும் பேசிக்கொண்டே போனார்.

உண்மையில் வெறும் பேச்சு அல்ல அது, ஒரு முழுக் கதை...

3

...ஜீ, நீங்கள் நினைப்பது மாதிரி நான் பார்வா கிடையாது. பரிசுத்தமான ஜாட் ரத்தம் ஓடுகிறது எனக்குள். தோல்பூர் அரச வம்ச மெய்க்காவல் பரம்பரையில் வந்தவன். அந்தப் படையில் வம்சக் கலப்பற்ற ஜாட்களுக்கு மட்டுமே இடம் உண்டு. குறைந்தது ஆறு தலைமுறை வரலாற்றை விசாரிக்கா மல் சேர்த்துக்கொள்ள மாட்டார் மஹாராஜா.

ஆனால், மெய்க்காவல் வீரர்களுக்கு மட்டும்தான் இந்த நிபந்தனை. பெண்களைப் பொறுத்தவரை ஜாதியெல்லாம் பார்க்க மாட்டார். அவர்களுக்கும்தான் என்ன, தீண்டுவது மஹாராஜா, கை நிறையப் பொன்னும் பொருளும் கிடைக் கிறது, வாழ்நாள் முழுவதும் உழைத்தாலும் கிடைக்காத சம்பத்து ஒருமுறை படுத்தெழுந்தால் கிடைத்துவிடும் என்றால் கசக்கவா செய்யும்?

நாங்களெல்லாம் பெண்ணாகப் பிறக்காமல் போனோமே என்று ஆதங்கப் படுவோம். ஏன் ஜீ, ஆதிகாலத்திலெல்லாம் மஹாராணிக்குத்தான் ராஜ்யம் சொந்தமாமே, ராஜாக்கள் வெறும் ஆண்பிள்ளை சேவைக்கு மட்டும்தானாமே, அப்படியா? பேசாமல் அந்தக் காலத்தில் ஒரு பெண்ணாய்ப் பிறந்து தொலைத் திருக்கலாம், என்ன சொல்கிறீர்கள்? (பகவான் சிங் சிரிக்கிறார்)

மஹாராஜாவுக்கு மூன்று புத்திரர்கள். தகப்பனைப்போலப் பிறந்த பிள்ளைகள். உடல்வாகிலும், அன்றாடம் புதுப்புது சந்தோஷங்களைக் கண்டுபிடிப்பதிலும் பேரார்வம் உள்ளவர்கள். ஆனால், ஒரு வித்தியாசம் உண்டு. பெண் சீக்கு தொற்றிய பிறகும், தீவிரமாக யோனிவேட்டை நடத்திக்கொண்டிருந்த தகப்பன் மாதிரி இல்லை இவர்கள். பிராயம் சரியாக முற்ற வில்லை என்று உணர்ந்தார்களோ என்னவோ. ராஜ்யம் கைக்கு வரட்டும் என்று காத்துக்கூட இருந்திருக்கலாம். அதற்குள்தான் வெள்ளைக்காரன் வந்து எல்லாவற்றையும் தலைகீழாக்கி விட்டானே. எங்கள் பகுதிப் பெண்களும், வெள்ளைத்தோலுக்குத் தொடை விரிக்கத் தயாராகிவிட்டார்கள். (பகவான் சிங் மறுபடியும் சிரிக்கிறார்)

முதல் பிள்ளைக்கு சிற்ப சாஸ்திரத்தில் கிறுக்கு. ராஜாங்கத் தின் மானியத்தில் சிற்பக்கூடம் ஒன்று செயல்பட்டு வந்தது. பொழுது விடிந்தால் அங்கே போய்விடுவார் மூத்த இளவரசர். அரண்மனைக்கு லேசில் திரும்ப மாட்டார். இரவு முற்றியதும் அவரை வலுக்கட்டாயமாகப் பிரித்துக்கொண்டு வர நாங்கள் ஏழெட்டுப் பேர் போவோம். போராடி மீட்டுக்கொண்டு வருவோம்.

எங்கள் பிரதேசத்தில் கிடைக்கும் கற்கள் சிலை வடிக்க லாயக்கானவை அல்ல. அம்மிக்கல் கூடச் செய்ய முடியாத பிஞ்சுப் பாறைகள். ராஜஸ்தானத்திலிருந்து பளிங்குக் கற்களைத் தலைச்சுமையாகவும், கோவேறு கழுதைகளில் ஏற்றியும் கொண்டுவர அடிமைகள் பரிவாரமே இருந்தது.

ஆரம்பத்தில், சொந்தமாக ஒரேயொரு புள்ளிகூடக் கொத்தத் தெரியாது இளவரசருக்கு. உளியைக் கையில் பிடிக்கும்போதெல் லாம் மேல் பாதத்தில் காயம் பட்டுக்கொள்வார். ஆனாலும், தான் மகத்தான சிற்பி என்ற நம்பிக்கைக்கு மட்டும் குறைச்சலே கிடையாது. நாலைந்து வருடங்கள் ஓயாமல் பழகிப் பழகி, பெண் சிற்பம் செதுக்கக் கற்றுக்கொண்டார். அதிலும், முலை களை மட்டும்தான் வடிக்கத் தெரியும். உடம்பின் அங்கங்கள் எதுவும் இல்லாமல், வெறும் முலைகள் இரண்டை மட்டும் கொண்ட ஏகப்பட்ட பாறைகள் சிற்பக்கூடத்தில் குவிந்து கிடந்தன. சிலவற்றை இந்த அரண்மனையின் பின்புறம் கூடக் கொண்டுவந்து போட்டிருந்தார்கள். விடிந்ததும் காட்டுகிறேன். (சிரிப்பு)

இரண்டாவது பிள்ளைக்கு சங்கீதத்தில் வெறி. இவரும் மூத்தவர் மாதிரித்தான். நயமாக முனகக் கூடத் தெரியாது. ஆனால், மஹாராஜாவோ, ஓர் அபூர்வமான இசைமேதை

தனக்கு மகனாக அவதாரமெடுத்திருக்கிறார் என்று நம்பினார். தலையாட்டி பொம்மைகளுக்குப் பஞ்சம் உள்ள சமஸ்தானம் எங்காவது உண்டா, சொல்லுங்கள்?

மகரக்கட்டு வந்து குரல் உடைந்த மாத்திரத்தில் இளவரசரின் குரல் இன்னும் நாராசமாக மாறியது. நிரந்தரமாகத் தொண்டை கட்டிய அண்டங்காக்காயின் குரல் மாதிரி. தான் சாதகம் செய்வது தனக்கே சித்ரவதையாக இருப்பதை உணர்கிற அளவு அவருக்கு நுண்ணுணர்வு இருந்தது போல. (பகவான் சிங் உரத்துச் சிரிக்கிறார்)

குரலிசையை விட்டு விலகினார். தாள வாத்தியங்களின் பால் கவனம் சென்று சேர்ந்தது. பக்வாஜும், தபலாவும், துக்கியும் அவரிடம் பட்ட பாட்டை வெறும் வார்த்தைகளால் விளக்க முடியாது. தாள ஞானமே இல்லாதவன் கூட அந்தக் கொடுமையை சகித்துக்கொள்ள முடியாது என்றால் பாருங்களேன்.

ஆனால், அரண்மனைக் கோழிமுட்டை அல்லவா? வாரந் தவறாமல் சங்கீதக் கச்சேரிகள் ஏற்பாடாகும். இளவரசரின் திறமையை வெளியுலகுக்குத் தெரியப்படுத்துவதற்காகத்தான். பாரதம் முழுவதிலுமிருந்து வித்வான்களை வரவழைப்பார் மஹாராஜா. இளவரசர் மட்டும்தான் பக்கவாத்தியம் என்ற தகவல் இங்கே வந்துசேர்ந்த பிறகுதான் தெரியவரும். அவர்கள் கூட்டி வந்த பக்கவாத்தியக்காரர்கள் நல்ல ஓய்வும் சிறந்த சன்மானமும் சம்பாதித்துக்கொண்டு ஊர் திரும்புவார்கள்.

வித்வான்களுடைய தலையெழுத்து, நிகழ்ச்சி நடத்தியே ஆகவேண்டும். எங்களுடைய தலையெழுத்து, சபை நிரம்பி இருந்து முழு நிகழ்ச்சியையும் ரசித்தாக வேண்டும்... (பகவான் சிங் மீண்டும் சிரிக்க ஆரம்பிக்கிறார். மனிதரின் நகைச்சுவை உணர்வை எண்ணி நானும் சந்தோஷமாகச் சிரிக்கிறேன்.) இரண்டு சம்பவங்கள் நினைவு வருகின்றன. ஒன்று, ஒரு கச்சேரி முடிந்தவுடன், பாடகரிடம் மஹாராஜா விசாரித்தார்:

என்ன, கலைஞரே, என் பையன் வாசிப்பு எப்படி?

ஆஹா. அபூர்வமான மனோதர்மம். இதுவரைக்கும் இல்லாத புதுவிதமான வாசிப்பு முறையை சின்ன மஹாராஜா கண்டுபிடித்திருக்கிறார். எங்களை மாதிரித் தற்குறிகள், உடன் இருந்து பாடுவதற்குத்தான் சிரமப் படுகிறோம்.

பேசிய சன்மானத்தைவிட ஐம்பது பவுன் அதிகமாக அவருக்கு வழங்கினார் மஹாராஜா.

இரண்டாவது சம்பவம்தான், நினைக்கும்போதெல்லாம் மனம் கசங்கிவிடும். தெற்கேயிருந்து ஓர் இளைஞனை வரவழைத் திருந்தார்கள். ஷெனாய் வாத்தியக் கலைஞன். நிஜமான மேதை. அன்றைக்கு இளவரசரின் துக்கி வழக்கத்தைவிடவும் சண்டித் தனம் பண்ணியது. அவருக்கு ஒரு கையில் சுளுக்கு என்று நினைக்கிறேன். ஒரே கையால் வாசிக்க முயற்சி செய்தார்.

ஊன்றிப் பிடித்த ஈட்டியுடன் நின்றிருந்த தளபதியின் முகத்தைப் பார்த்தவாறு கச்சேரி கேட்டோம் நாங்கள். அவர் கண்ணசைக்கும்போது 'வாஹ் வாஹ்' என்று குரலோசையும் கரவொலியும் எழுப்பி ஆனந்தித்தோம்.

ஒருவழியாக நிகழ்ச்சி முடிந்தது. ஷெனாய்க் கலைஞனை தங்குமிடத்தில் கொண்டுவிட என்னைத்தான் பணித்தார்கள். பாவம், வழி முழுவதும் சிறு குழந்தை மாதிரி அழுதுகொண்டே வந்தான் அந்த வாலிபன். நடுநடுவில் தலையில் ஓங்கி ஓங்கி அறைந்துகொண்டான். (இந்த முறை வெகுநேரம் சிரிக்கிறார் பகவான் சிங். 'உத்தியோகஸ்தர்களுக்கு எஜமானனிடம் இயல்பாகவே உருவாகும் விரோதம் காரணமாகத்தான் இவ்வளவு நகைச்சுவையும் பொங்குகிறதோ' என்று முதல் தடவையாக எனக்குள் ஒரு சந்தேகம் உதிக்கிறது. அது முழுமை யாக உருப்பெறுவதற்கு முன்பே, அடுத்த கட்டத்துக்கு நகர்கிறார் பகவான் சிங்.)

மூன்றாவது இளவரசர் ரொம்பவே வேறுமாதிரியானவர். சுருட்டை முடியும், அன்றாடம் கஸரத் புரிந்து உரமேறிய வஸ்தாது போன்ற உடற்கட்டும் கொண்டவர். மிருதுவாகப் பேசுகிறவர். ராஜ்யப் பொறுப்பை அவரிடம்தான் ஒப்படைக்கப் போகிறார் மஹாராஜா என்று பலமான வதந்தி நிலவி வந்தது.

குட்டி இளவரசர் இயற்கையின் ஆராதகர். காட்டுக்குள் தனியாகத் திரிவதில் விருப்பம் உள்ளவர். அவருடைய பாதுகாப்புக்காக எங்களையும் அனுப்பத்தான் செய்வார்கள் – ஆனால், இருநூறு கஜம் தள்ளி வரும்படி உத்தரவிட்டு விடுவார் இளவரசர். முன்பின் தெரியாதவர்கள் பார்த்தால், 'சித்த சுவாதீனம் இழந்தவரோ' என்று ஐயுறும் அளவுக்கு இருக்கும் அவரது நடத்தை.

சில சமயம் ஒரு செடியின் அருகில் அமர்ந்து மணிக்கணக் காக ஆராய்வார். என்ன கண்டுபிடித்தார் என்பது அந்தச் செடிக்கும் அவருக்கும் ஆண்டவனுக்கும் மட்டும்தான் தெரியும். மூன்றுபேருமே பிறரிடம் சொல்ல மாட்டார்கள். (பகவான் சிங் குலுங்குகிறார்) ஒருமுறை, 'பாறைமீது அமர்ந்து தனியாகப்

பேசிக்கொண்டிருக்கிறாரே, சங்கிலியால் பிணைத்து அழைத்துச் செல்ல வேண்டி வருமோ' என்ற கவலையுடன் அருகில் சென்று பார்க்கிறேன், உள்ளங்கையில் ஒரு விநோதமான பூச்சியை வைத்து உரையாடிக்கொண்டிருக்கிறார். இவர் பேசுகிற ஒலிதான் கேட்டது எனக்கு – பூச்சியின் வசனத்தைக் கேட்கும் பாக்கியம் இல்லை. (பகவான் சிங்கின் சிரிப்பில் நானும் பங்கேற்கிறேன்.)

சில நேரம் ஒருவிதமான மந்தம் தட்டும். நடைமுறை வாழ்க்கையில் 'எல்லாமே சரியாகத்தான் போய்க்கொண் டிருக்கிறது' என்று ஒரு நிமிஷம் நினைத்தாலும் போதும், அந்த மந்தம் மிகப் பெரிய சுமையாக அழுத்த ஆரம்பித்து விடும். ஆனால், விதி மனிதர்கள்மீது வைத்திருக்கும் கருணை அலாதியானது. எதையாவது புரட்டிப் போட்டு வாழ்க்கையைப் பரபரப்பாக்கிவிடும்.

குட்டி இளவரசரின் விஷயத்திலும் அதுதான் நடந்தது. ரூர்க்கியில் வருவாய்த்துறை அதிகாரியாக ஒரு துரை வந்து சேர்ந்தார். அவருடைய இளைய சகோதரி ஒரு பெண்மணி இருந்தாள். லூஸி என்று பெயர்.

இளவரசர் மாதிரியே லூஸிக்கும் இயற்கைக் கிறுக்கு உண்டு. சமயம் கிடைக்கும்போதெல்லாம் தேவப்பிரயாகைக்கு வந்து இந்த வனப் பகுதியில் நுழைந்துவிடுவாள். இரண்டு பேரில் யாருடைய தலையெழுத்து என்று தெரியவில்லை, காதலிக்கத் தொடங்கினார்கள்.

சகலவிதமான பொருத்தமும் அமைந்த ஜோடி அது. இளவரசரைவிட லூஸியம்மாள் ஏழெட்டு வயது மூத்தவர். இளவரசர் மாநிறத்துக்கும் கீழே. அந்த அம்மாள் கள்ளிப்பால் நிறம். இவர் கட்டுமஸ்தானவர். அவளை இரண்டாக ஒடித்துச் சட்டைப் பையில் வைத்துக்கொள்ளலாம். இவருக்கு ஆங்கிலம் சுட்டுப்போட்டாலும் வராது. அவளுக்கு இந்தியும் அப்படித் தான். இளவரசர் சற்றுக் குள்ளம். அந்த அம்மாளின் அருகில் நின்றால் இன்னும் குள்ளமாகத் தெரிவார்.

ஆனால், மோகத்துக்கு இந்த மாதிரி பேதங்களெல்லாம் கண்ணில் படாது அல்லவா? துபாஷியின் துணையில்லாமலே சரளமாகப் பேசிக்கொள்ளத் தொடங்கினார்கள். மெய்க் காவலுக்குப் போகும் நாங்கள் வெட்கப்பட்டுத் தலைகுனிந்து ஓரக்கண்ணால் பார்த்து ரசிக்குமளவு விஷயங்கள் நடந்தன. எவ்வளவுதான் முயற்சி செய்தும், துரைசாணியும் இளவரசரும்

பகிர்ந்துகொள்ளும் அளவு நீளமான முத்தத்தை என் மனைவியிடம் கடைசிவரை பெற முடியவில்லை என்னால் என்றால் பாருங்களேன். (பகவான் சிங் மறுபடி சிரிக்க ஆரம்பிக்கிறார்.)

இந்த வைபவமும் ஆறே மாதம்தான் நீடித்தது. விஷயம் தெரிய வந்ததும், தங்கையை சீமைக்குப் பொட்டலம் கட்டி அனுப்பிவிட்டார் துரை. பிரிவுத் துயரம் தாங்காமல் பாம்புப் புற்றில் கை நுழைத்துத் தற்கொலை செய்துகொண்டார் இளவரசர்.

ஆனால், எல்லாக் காலத்திலும் பழி ஓரிடம் என்றால், பாவம் இன்னோர் இடம்தான் ஜீ. என்மீது குற்றம் சுமத்தி விசாரணை நடந்தது. இருவருக்கும் இடையில் தூது சென்று விசிறிவிட்டவன் நான்தான் என்று புகார். ஓரிரு தடவைகள் செய்தி கொண்டு சென்றது வாஸ்தவம்தான். நான் ஒருத்தன் இல்லாவிட்டால் விதி வேறுவிதமாகவா தீர்மானித்திருக்கும், சொல்லுங்கள்? இன்னொருத்தன் என் வேலையைச் செய்திருப்பான். அதிகாரம் கண்ணை மறைத்த ராஜாங்கத்துக்கு இதையெல்லாம் யார் எடுத்துச் சொல்வது?

ஆனால், சும்மா சொல்லக்கூடாது, விஸ்தாரமான விசாரணை. பதினைந்து பேர் எனக்கெதிராகச் சாட்சி சொன்னார்கள். தேவப்பிரயாகைப் பாலத்தில் சுங்கம் வசூலிப்பவன் முதல் ராஜாங்கத்தின் பிரதம மந்திரி வரை. அவர்கள் எல்லாரும் ஒரே குழுவாகச் செயல்படுகிற மாதிரிப் பட்டது எனக்கு. தங்களில் ஒருவனாக நான் இருந்ததையே மறந்துவிட்டார்களோ என்று தோன்றியது. சரிதான், வாலைப் பறிகொடுத்து உடம்பைக் காப்பாற்றிக்கொள்ளாதா பல்லி?

ஆக, ஒரு சுபயோக சுபதினத்தில் என்னைச் சிரச்சேதம் செய்துவிட்டார்கள் . . .

பகவான் சிங்கின் கடைசி வாக்கியத்தை சாதாரணமான எந்தவொரு வாக்கியத்தையும்போல எப்படிக் கடந்து சென்றேன் என்பதை இப்போது நினைத்தால் ஆச்சரியமாய் இருக்கிறது. கடுமையான உடற்சோர்வின் காரணமாக, மனம் மரத்துப் போயிருந்திருக்கலாம். கதையின் சுவாரசியத்தில் என் பிரக்ஞை அழுந்தியிருந்தது காரணமாக இருக்கலாம். உறக்கத்தின் மரணப் பிடியில் நான் சிக்கியதும்கூடக் காரணமாய் இருக்கலாம். அல்லது, நனவின் திரட்சியுடன் கடந்து சென்ற கனவின் பிற அங்கங்கள் மாதிரியே, விசித்திரமான சகஜத் தன்மையை என் தெளியும் திறனும் எட்டியிருக்கலாம். காரணம் எதுவுமே

விளங்காத உருவெளித் தோற்றத்தை என் ஆழ்மனம் கிளப்பி நிகழ்த்தியிருக்கவும் வாய்ப்புண்டு – தான் உருவாக்கிய கற்பிதத்தின் இறுதி வாக்கியத்தை அது இயல்பாக வாங்கிக்கொண்டிருக்கலாம். ஜனாவிடம் விசாரித்தால் தீர்க்கமாக ஆராய்ந்து கண்டுபிடித்துச் சொல்வான்.

ஆனால், அந்த வாக்கியத்தை இப்போது எழுதுகையில், இந்தக் கணத்தில், முதுகுத்தண்டின் உட்புறம் கீழிருந்து மேலாக ஒரு நூறுகால் பூச்சி நகர்ந்து செல்கிற மாதிரிக் குறுகுறுக்கிறது . . .

4

வில்லியம் ராபர்ட்ஸன் எழுதியது என்று பொம்மிராஜு குறிப்பிட்டதாக ஜனார்த்தன் ரெட்டி குறிப்பிட்டிருந்த புத்தகத்தைத் தேட ஆரம்பித்தேன். அவ்வளவு கடினமான வேலை ஒன்றும் இல்லை அது. சென்னையின் பிரிட்டிஷ் கவுன்ஸில் நூலகத்தில் தேடப் போனபோது, முதல் தடவையிலேயே கிடைத்துவிட்டது. மூலப் புத்தகத்தின் இரண்டாவது பதிப்பு. நூலின் பெயர் *Lone Travellers.*

ராபர்ட்ஸன் பிரிட்டிஷ் அரசாங்கத்தின் டேராடூனில் வருவாய்த்துறை அதிகாரியாய் இருந்த பால் ராபர்ட்ஸனின் புதல்வர். ஒரே ஒரு வருடம் மட்டும் தகப்பனாரோடு இந்தியாவில் வசிக்க வந்தவர். அதில் ஒரு முழு மாதம் பார்வாக்களைப் பற்றி ஆராய்ச்சி செய்திருக்கிறார். இங்கிலாந்து திரும்பியதும் முதல் வேலையாக, தான் சேகரித்த குறிப்புகளைப் பிரசுரித்திருக்கிறார். முப்பதுகளின் ஆரம்பத்தில் ஜிம் கார்பெட்டை நாலைந்து முறை சந்தித்திருக்கிறார் என்று நூலின் முகப்பில் உள்ள குறிப்பு சொல்கிறது.

வில்லியம் ராபர்ட்ஸன் நூலின் மேற்படிப் பிரதியை வாசித்தவர்களின் பட்டியலும் சுவையானதுதான். அறுபத்தைந்தில் கவுன்ஸில் நூலகத்துக்கு அது வந்து சேர்ந்த நாளிலிருந்து மிகச் சரியாய் ஐந்து வருடங்களுக்கு ஒருமுறை ஒரு வாசகர் எடுத்துச் சென்றிருக்கிறார். நான் ஒன்பதாவது வாசகர்!

Lone Travellers வாசிக்க சுவாரசியமானது. பார்வாக்கள் பற்றி பொம்மிராஜுவின் குறிப்புகளில் உள்ளது போன்று ஏகப்பட்ட தகவல்கள் சொல்கிறார் ராபர்ட்ஸன். உதாரணமாக, பார்வா சமூகத்தில் முகம் பார்க்கும் கண்ணாடியே புழக்கத்தில் கிடையாது. பெரும்பாலும் பச்சை உணவுகள்தாம் உண்கிறார்கள். காய்கறிகளை முழுசாக வேக வைப்பதில்லை.

அரிசி என்பது, அவர்களைப் பொறுத்தவரை, மூங்கில் குருத்தி லுள்ள சோறுதான். விழாக்காலங்களில் மட்டுமே அதை உண்கிறார்கள். சாதாரண சமயங்களில் பிற தானியங்களையே உணவாகக் கொள்கிறவர்கள். மரப்பல்லியைக் கடவுளாக வணங்குகிறார்கள். மிகப் பருமனான பல்லிகளைச் சின்னஞ் சிறு மூங்கில் கூண்டில் வளர்க்கிறார்கள், அவற்றுக்குச் சிறு பூச்சிகளையும் சீத்தாப் பழத்தையும் படையலாக வைக்கிறார்கள். சிறுசிறு பிரச்சினைகள் எழும்போது பல்லியின் சங்கேதம் பெற்று முடிவெடுக்கிறார்கள். தாம் பார்த்த வரையில், 'உயிருள்ள கடவுளைப் பராமரிக்கும் ஒரே இனம் பார்வாக்கள்தாம்!' என்று வியக்கிறார் ராபர்ட்ஸன்.

ஆனால், வேறு ஒரு விஷயத்துக்காகத்தான் நான் இவ்வள வும் சொல்லிவந்தேன். தோல்பூர் அரண்மனையில் பொம்மி ராஜுவுக்கு ஏற்பட்ட அதே அனுபவம், ராபாட்ஸனுக்கும் நிகழ்ந்திருக்கிறது. ஆமாம், 2003இல் இவருக்கு நடந்த காவலாளி யின் சந்திப்பை, 1930களில், அச்சு பிசகாமல் அப்படியே தமக்கும் நடந்தது என்று ராபர்ட்ஸன் குறிப்பிட்டிருக்கிறார்.

ஒன்றுபோலவே நடந்த சம்பவங்களுக்கிடையில், இரண்டே இரண்டு வித்தியாசங்களும் உள்ளன. பொம்மிராஜுவுக்குக் கோடையில் நிகழ்ந்தது, ராபர்ட்ஸனுக்குக் கடும் பனிக்காலத் தில் நடந்திருக்கிறது. இரண்டாவது, இவர் பகவான் சிங் என்று குறிப்பிடும் நபரை, அவர். பைரோன் சிங் குறிப்பிடுகிறார்.

ஆனால், என்னுடைய சந்தேகம் வேரூன்றுமிடம் வேறு.

டெல்லி விமான நிலையத்தில் பொம்மிராஜு ராபர்ட்ஸ னின் புத்தகத்தை வாங்கினாரே, அது பார்வாக்களைப் பார்க்கப் போகும்போதா, பயணம் முடிந்து திரும்பி வரும்போதா?